एकच पेला शिवाम्बूचा

डॉ. शशी पाटील (युरोपॅथिस्ट)

मेहता पब्लिशिंग हाऊस

Please contact us at **Mehta Publishing House,** Pune.
Email : production@mehtapublishinghouse.com
author@mehtapublishinghouse.com
Website : www.mehtapublishinghouse.com

- *या पुस्तकातील लेखकाची मते, घटना, वर्णने ही त्या लेखकाची असून त्याच्याशी प्रकाशक सहमत असतीलच असे नाही.*

EKACHA PELA SHIVAMBUCHA by SHASHI PATIL
एकच पेला शिवाम्बूचा : डॉ. शशी पाटील / आरोग्यपर

प्रकाशक : सुनील अनिल मेहता, मेहता पब्लिशिंग हाऊस, १९४१, सदाशिव पेठ, माडीवाले कॉलनी, पुणे - ४११०३०.

मुद्रक : ट्रिनिटी अ‍ॅकॅडमी फॉर कॉर्पोरेट ट्रेनिंग लिमिटेड, नऱ्हे इंडस्ट्रिअल एरिया, झील कॉलेज रोड, नऱ्हे, पुणे – ४१.

मुखपृष्ठ : बाबू उडुपी

प्रकाशनकाल : १९९७ / २००१ / जानेवारी, २००३ / मार्च, २००४ / जून, २००६ / सप्टेंबर, २००९ / एप्रिल, २०१२ / पुनर्मुद्रण : जानेवारी, २०१७

किंमत : ₹ १८०

P Book ISBN 9788177663778
E Book ISBN 9789386745828
E Books available on : play.google.com/store/books
www.amazon.in
books.apple.com

लेखकाचे हृद्‌गत

आज संपूर्ण विश्वात अशांती आणि अस्वास्थ्य पसरलेले दिसत आहे. शांती आणि स्वास्थ्य कुणाला नको असेल? शांतिपूर्वक जगता आले की, जगण्याची कलाच हाती येते! म्हणून यथायोग्य उपचार ही खरोखर जगण्याची कला आहे. तिच्यामुळे आपण स्वत: सुख आणि शांती मिळवतोच, पण दुसऱ्यांनाही सुख-शांतीचे जीवन जगू देतो. प्रत्येक व्यक्तीचे व्यक्तित्व हे तिच्या स्वास्थ्यानुरूप घडत असते. शुद्ध निसर्गोपचार हेच शिकवितो. सर्व लोकांना सर्व काळात उपयोगी पडणारा आणि सर्वत्र लागू होणारा असा हा निसर्गोपचार आहे.

स्वस्थ स्वास्थ्य कसे मिळवता येईल? आम्ही अशांत आणि बेचैन का असतो? या प्रश्नांच्या तळामुळाशी कधी आपण गेलोच नाही. मनाचे संतुलन बिघडण्यानेच प्रत्येक व्याधीचा प्रारंभ होतो. आपले मन हे नेहमी दुसऱ्यांशी तुलना करीत राहते. त्याला नेहमी 'दुसरा' महत्त्वाचा वाटतो. थोडक्यात, माझ्याकडे जे आहे ते दुसऱ्याकडे असू नये; परंतु दुसऱ्याकडे जे आहे ते मात्र नेहमी माझ्याकडे असावे, या दुर्भावाच्या कण्याभोवती मनाचे कालचक्र सतत फिरत राहिले आहे.

निसर्गोपचारच का घ्यावा आणि कसा घ्यावा? निसर्गोपचारातील रहस्य काय? इत्यादी अनेक प्रश्नांचा चिंतनशील व मार्मिक विचार आम्ही या नाट्य-ग्रंथात सहज, सोप्या भाषेत मांडण्याचा प्रयत्न केला आहे. ते केवळ व्याधिग्रस्तांनीच वाचावे असे नाही, तर मुमुक्षूंनीही वाचावे.

अशांतीमुळे आम्ही विक्षुब्ध होऊन मनाचा तोल गमावून बसतो. 'क्रोध, ईर्ष्या व भय' या तीन दगडांवर देहपिंडाचे भांडे ठेवून क्रोधाचे इंधन चालू ठेवतो. कोणी याला अप्रिय घटनेची प्रतिक्रिया म्हणेल. 'व्यक्ती तितक्या प्रकृती' या सृष्टिरिवाजानुसार प्रत्येक व्यक्तीची प्रिय व अप्रिय बाब वेगवेगळी राहील. ही विविधता म्हणजेच तर हा समाज होय. अशा समाजात अप्रिय घटना घडणारच नाहीत, हे शक्य आहे का? आपण प्रयत्न करायचा तो एवढाच की, विषम परिस्थिती उत्पन्न झाली, तरीही आपण शांत कसे राहू! मनाचे संतुलन कसे ठेवू! कारण यावरच आपले वैभव व श्रीमंती अवलंबून आहे.

मार्गात खडे, काटे, दुपारचे ऊन हे असणारच. त्यावर जसा पायांतील वहाणा व ऊन-पावसासाठी 'छत्री' हा एकच उपाय; तसाच प्रतिकूल परिस्थितीत अनुकूल राहण्याचा एकच उपाय आणि तो म्हणजे निसर्गोपचार.

'निसर्ग' व निसर्गाला आव्हान देणारा माणूस यांच्या संघर्षातून निर्लेप स्वस्थ जीवन मिळवायचे असेल, तर त्यावर एकच उपाय; तो म्हणजे निसर्गोपचार होय.

येथे कोणालाच उसंत नाही. या मुशाफिरीच्या जीवनप्रवाहात यच्चयावत विश्व सामावलेले आहे. या प्रवासातून जो उतरला, तो थांबला आणि जो थांबला, तो संपला.

प्रवास म्हटला की, एकीकडून दुसरीकडे जाणे हे आलेच. तेव्हा जेथे आहोत तेथून तर निघू, म्हणजे आपले 'पहिले पाऊल' आपण जेथे आहोत तेथूनच उचलू. दुर्गम ध्येयाप्रत जाण्यासाठी उचललेले पहिले पाऊल काही अंतर नक्कीच कमी करते.

मातेच्या उदरातून फेकलेले अर्भक सर्व शक्तीनिशी पराकाष्ठा करते, चिकट ओल्या फुफ्फुसांतून प्रथमच हवेला प्रवेश देते. यालाच आपण मुलाचे रडणे म्हणतो; किंबहुना तेच त्याच्या जिवंतपणाचे लक्षण असते. फुफ्फुसांच्या फसफसण्याबरोबरच अर्भक जीवन अनुभवू लागते. येथूनच त्याचा प्रवास सुरू होतो. अशाप्रकारे प्रवासस्थ झालेला हा पिंड आत्मविश्वासाने विश्वाच्या कुशीत बसून भ्रमण करू लागतो.

असा हा मानव सृष्टीचाच एक भाग आहे. सृष्टीच्या आंतरबाह्य रचनेशी एकरूप होणारा आहे. जेव्हा जेव्हा निसर्गाच्या विरोधात त्याची कृती होईल, त्यावेळी त्याची प्रकृती बिघडेल आणि म्हणून जर त्याला शांततामय निरोगी जीवन जगायचे असेल, तर निसर्गनियमाशी प्रामाणिक राहूनच त्याने ते जगले पाहिजे. मानव निसर्गापासून जेवढा बाजूला जात चालला आहे, तसे त्याला त्याचे परिणाम भोगावे लागत आहेत. याचे ज्ञान आता समंजस माणसाला होऊ लागले आहे.

एक काळ असा होता की, ज्यावेळी वैद्यकीय शोधांत पूर्णता नव्हती. त्या वेळी माणूस दैववादावर भरवसा ठेवून आपल्या अंगातील वेदना शमविण्याचे काम देवावर सोपवीत असे. प्रगत परिस्थितीमुळे देवावरचा त्याचा विश्वास उडाला. वैद्यकीय शास्त्रही प्रगत झाले. त्या शास्त्रावर त्याचा विश्वास बसू लागला. पण या

शास्त्राची ही जी आज परमावधी झाली आहे, ती सामान्य व गरीब माणसाच्या खिशालाही परवडणारी नाही. अशावेळी माणसाला शेवटी निसर्गालाच शरण जावे लागते.

शिवाय वैद्यकीय शास्त्रांच्या शोधांद्वारे असाध्य रोगांचे समूळ उच्चाटन अद्यापही शक्य झालेले नाही. निसर्गाच्या इशाऱ्यावर चालणारे मुके जनावर जे निसर्गाचे नियम पाळते, ते नियम बुद्धिमान व समंजस मानव नावाचा प्राणी पाळत नाही. म्हणून मानवी शरीर हे 'रोगांचे घर' होऊन बसले आहे व त्या घराची डागडुजी करण्याचे काम मानवाच्या बुद्धिमत्तेच्या जोरावर चालणाऱ्या वैद्यकशास्त्राच्या शोधांद्वारे आज चालू आहे. म्हणजेच असाध्य रोगांचे समूळ उच्चाटन हे वैद्यकीय शास्त्रात नाहीच. ते काम निसर्गोपचार करू शकतो याची प्रचिती मला आली आणि म्हणून मी आपले प्रयोग चालू केले.

स्वस्थ होणे हेच तर आपले स्वास्थ्य आहे आणि हे स्वास्थ्य नितांत स्वस्त असणं आवश्यक आहे आणि ते तसे आहेही.

या जगात प्रकाश आहे, काळोख आहे. काळोख लाखो वर्षांचा जुना असला, त्याचे कितीही थरावर थर साचलेले असले, तरी प्रकाशाचा एक छोटासा मातीचा दिवादेखील त्याला नाहीसा करण्यास समर्थ आहे. ज्योत अपूर्ण क्षमतेत ओतप्रोत आहे. हजारो वेळा विझवण्याचा प्रयत्न होऊनही विझू शकलेली नाही. सत्य बऱ्याच वेळा पराभूत झाले तरी संपूर्ण आणि कायमचे पराभूत होत नाही; तर असत्य लाखो वेळा जरी जिंकू शकले, तरीही शेवटी त्याला हार ही पत्करावीच लागते.

तुमच्या विकृत शरीरक्लेशांचा काळोख कितीही दिवसांचा असो; पण त्याच्या सान्निध्यात, किंबहुना त्याद्वारेच स्वास्थ्याचा प्रकाश प्रकट होण्याची सूक्ष्म योजना विधात्याने केली आहे; पण... तुम्ही डोळ्यांवर पट्टी बांधून, चाचपडत चाचपडत त्या महालात फिरू लागला आहात. त्या महालाची नऊशे नव्याण्णव दारे बंद आहेत अन् एक दार उघडे आहे आणि तेच समजावत आहे की, 'या, ह्या दारातून आलात तर तुमचे हरवलेले स्वास्थ्य, आनंद तुम्हाला पुन्हा गवसेल.' तुमची वर्तणूक बिघडली की, स्वास्थ्य बिघडते व बिघडलेल्या स्वास्थ्यावर शरीर यथाशक्ती मात करीत असता नाना योजना आखते. त्यापैकीच तुमचे स्वमूत्रदेखील एक प्रभावी तरतूद आहे, जी तुम्ही उपेक्षिलेली आहे. खरे पाहता, ते नित्य स्रवते आहे. या

तीर्थात फार मोठा अर्थ सामावलेला आहे व हेच तीर्थ अनर्थ टाळण्याकरता पंचेन्द्रियांना श्रद्धापूर्वक वाहायचे आहे; तसे करून तरी बघा.

हा एक वैज्ञानिक प्रयोग आहे. दोन-तीन आठवड्यांत हळूहळू पौर्णिमेचा स्वास्थ्यपूर्ण चंद्र आकार घेऊ लागेल. त्याचा शीतल प्रकाशच तुम्हाला उल्हसित करेल. तुम्हाला नाचावेसे वाटेल. जीवनात प्रसन्नता अवतरेल, त्यातच सार्थकता आहे.

आता तर तुम्ही अगदी किनाऱ्यावर आला आहात. ही पाहा, नावही लागली किनाऱ्याला. हा आला किनारा. आता तुम्ही भटकंती करता आहात. तुम्ही सारी वादळं ओलांडून आला. काळोख ओलांडून आला. उजाडायच्या बेतात आहे, अन् तुम्ही झोपण्याच्या तयारीत आहात? आता सूर्य उगवण्याच्या बेतात आहे, अन् तुम्ही चादर पांघरून झोपण्याची व्यवस्था करत आहात?

अजूनही वेळ गेलेली नाही. सावरता येणे शक्य आहे. रोज एक दिवस संपून जातो आहे. हातातून जीवन-ऊर्जा निसटत चालली आहे. लवकरच तुम्हाला असे आढळेल की, हातात काहीही उरलेले नाही. मग खूप पश्चात्ताप होईल. पण वेळ गेल्यावर पश्चात्ताप करण्यात काय हशील? मग रडणे व्यर्थ आहे.

तथाकथित समाज, समाजाचे ठेकेदार तुम्हाला प्रत्येक बाजूने बांधून टाकतात. लहानपणापासूनच ते तुम्हाला बांधायला सुरुवात करतात. तुमच्या चोहीकडे असं जाळं विणून ठेवतात की, तुम्हाला समजतही नाही की, तुम्ही एका जाळ्यात अडकून जगत आहात. अशा जाळ्यातील जीवन समजून घ्यायला हवे.

तुमच्या नकळत तुमच्या शरीरात स्वाभाविक रोगप्रतिबंधक क्रिया नित्य चालू आहे व तीच अकार्यक्षम झाली म्हणजे आजाराचे पोषण होऊ लागते.

श्वास कसा आपोआप चालतो आहे? रक्त कसे आपोआप वाहत आहे? तुम्ही ते वाहवता का की, आता डावीकडून चल, आता उजवीकडे चल, आता हात आला, डोकं आलं, आता पाय आला... रक्त चोवीस तास वाहत आहे. तुम्ही जेवलात की, कोण पचवतं? अन्न तर आपोआपच पचतं.

विषही तुमच्यातच आहे आणि अमृतही तुमच्यातच आहे. बेहोशी विष असून, भान अमृत आहे. त्या अमृताचा एक घोट जरी प्यालात, तरी तुमच्या अंतरंगातील दाह शांत होईल. तुमच्या स्वास्थाचा सूर्य उगवेल आणि आनंदाच्या प्रकाशाचा सडा पडेल.

मी कितीही जरी स्पष्टीकरणे केली आणि आपण त्याचा कितीही अर्थ जाणला,

तरी पण ते सारे वरवरचे आहे. जणू कुणी इंच, दोन इंच जमीन खोदावी अन् समजावं की, विहीर लागली. खोलवर खणावं लागेल, दगड-धोंडे लागतील, केरकचरा लागेल, माती बाजूला सारावी लागेल आणि मग हळूहळू तुम्ही पाण्याजवळ पोहोचाल. पाणी म्हणजेच जीवन. जीवनात त्या पाण्याचा, आनंदाचा पाऊस पडतो तेव्हा एक नवेच चैतन्य खुले होते. त्या चैतन्याचे नाव आहे स्वास्थ्य.

हे एका स्वास्थ्य महोत्सवाचे आमंत्रण आहे; एक साद आहे; एक आव्हान आहे. हे स्वास्थ्यजल प्यायला सुरुवात कराल, तरच उपयोग आहे. नुसती पुस्तकांची पानेच्या पाने उलटत राहिलात तर त्याने हाती काहीही येणार नाही.

अन् हे स्वास्थ्यजल असे प्या की, सारे रोम रोम त्यात बुडून जावे. काही अस्पर्शित राहू नये. सारे भिजून जावे. चिंब होऊन जावे. मग जाणा की, आपण स्वास्थ जाणले. जर पहाटेच्या दिशेने यात्रा सुरू झाली, सकाळची साद तुमच्या प्रांतात निनादू लागली, तर समजा की, आपण जीवन जाणले.

तुम्ही जरा हृदयाची खिडकी तर उघडा. आत सूर्य तुम्हाला नेहमीच दिसेल. तुम्ही त्याला संधी तरी द्या. त्याचे मेघ पाऊस पाडायला तयार आहेत. तुम्ही तहानलेले आहात, पण चुकीच्या दिशेने शोध घेत आहात. ज्याच्याकडे काही नाही, त्याच्याकडे मागत आहात आणि जो देऊ शकतो- न मागता देऊ शकतो- त्याच्याकडे मात्र तुम्ही ढुंकूनही पाहत नाही.

कुणी तुम्हाला म्हणाला की, मला पगार देऊ नका; पण मी तुमचे संरक्षण करणार. बंदूकही नको, काडतुसेही नकोत, फक्त मला तुमच्या संपर्कात राहू द्या. तरीदेखील तुम्ही त्याला लाथाडावं, यात मूर्खपणा कोणाचा? आणि हे असेच झाले आहे. म्हणून मला हे नाट्यरूप समोर ठेवावे लागत आहे.

प्रत्येक माणूस म्हणजे परमात्म्याचे मंदिर आहे. कुठे दुसरीकडे मंदिर शोधायला नका जाऊ. नाहीतर तुम्ही खऱ्या मंदिराला मुकाल.

विराट निसर्ग विनामूल्य तुमच्या सान्निध्यात आहे. तुम्हीसुद्धा निसर्गाचाच एक भाग आहात हे लक्षात आहे ना?

जीवन महासागराचा पैलतीर गाठण्याकरता, संपूर्ण जीवन तरून जाण्याकरता, तरुणपणात काही चांगल्या सवयी लागाव्यात याकरता, दूरचा टप्पा पादाक्रांत करण्याकरता या खाऱ्या पाण्यालाही तुम्ही आत्मसात केलं पाहिजे.

जन्माला आल्यापासूनच हातात व मुठीत काही पकडावं म्हणून मुलाचा प्रयत्न असतो. प्रसंगी तो पुढे अनेकांना जवळ करतो आणि शेवटी वार्धक्याच्या स्थितीत एकटा फेकला जातो. तेव्हा कोठे त्याला प्रचिती येते की, 'कोणी कोणाचे नाही.'

मानवी मनाचे सूक्ष्म निरीक्षण केले असता लक्षात येईल की, संपूर्ण जीवनात त्याची प्रत्येक हालचाल, लागेबांधे, पैसा-अडका, आरोग्य, इत्यादी गोष्टी शेवटचे दिवस गोड होण्यासाठीच असतात. प्रत्येक माणसाची हीच चिंता आहे आणि ही चिंता नित्य शिवाम्बू-सेवनाने पार नाहीशी होते. ज्यांना शेवटचे दिवस गोड होण्यात संदेह आहे, अशांनी तरी निदान हा शिवाम्बू-कल्प जरूर समजून घेऊन सुरू करावा.

शिवाम्बूसह निसर्गोपचार पद्धती मी स्वत: अनुभवली व त्यामुळेच मी नवचैतन्य अनुभवत आहे. मूत्रमय निसर्गोपचाराने मी अनेक व्याधिग्रस्तांना बरे होताना पाहिले आहे. त्या आधारेच मी माझे सर्व अनुभव नाट्यरूपाने आपल्यासमोर ठेवीत आहे. निसर्गोपचाराने मानवाला निरोगी व शांततामय जीवन लाभू शकते आणि म्हणूनच निसर्गोपचार पद्धतीचे स्वरूप विस्तृतरीत्या मांडण्याचा प्रयत्न मी या नाट्यग्रंथात केला आहे. यामुळे आपणा सर्वांना सुखी व निरोगी आयुष्याची गुरुकिल्लीच मिळाल्याचा आनंद होईल अशी मला मनोमन खात्री वाटते.

'एकच पेला शिवाम्बूचा' ही प्रत्यक्ष घडलेली घटना जशीच्या तशी आपल्यासमोर नाट्यरूपाने ठेवताना मला हर्ष होतो आहे. केवळ यातील पात्रांची नावे काल्पनिक आहेत.

या नाट्यग्रंथाची मूळ कल्पना माझ्याकडे येणाऱ्या स्वास्थ्यप्रेमींची, रुग्णांची. 'जे मार्गदर्शन करता, पटवता, ते पटतं; पण याचा छोटेखानी एक ग्रंथ उपलब्ध व्हावा,' या त्यांच्या वारंवार होणाऱ्या मागणीचे पर्यवसान म्हणजे हा ग्रंथ आहे.

प्रत्येकाकडे मूलगामी स्वास्थ्य असणे महत्त्वाचे आहे. आरोग्य हाच जीवनाचा पाया आहे. निरामय आरोग्यानेच आम्हाला सुंदर जगणे शक्य होईल व असे निरामय आरोग्य निसर्गाचे बोट धरून जाण्याने प्राप्त होईल. या अशा बोट धरून जाण्यामध्ये जी नैसर्गिक आचारसंहिता येते, केवळ त्याचा ऊहापोह या नाटिकेत विवेकपूर्णतेने केला आहे.

- डॉ.शशी पाटील,
कोल्हापूर

अनुक्रमणिका

पात्र परिचय

अंबूकाकू	:	५५ ते ६० वर्षे वयाची दुर्धर रोगाने ग्रस्त झालेली स्त्री
चिंतूकाका	:	अंबूकाकूंचे पती, वय वर्षे ६५ च्या आसपास
नाना	:	चिंतूकाकांच्याच वयाचे चिंतूकाकांचे मित्र व शेजारी
अविनाश	:	चिंतूकाकांचा पस्तिशीतला मुलगा
योगेश	:	एक स्थानिक कार्यकर्ता, युवाशक्तीचा प्रतिनिधी
श्रद्धा	:	अविनाशची तिशीतली पत्नी
डॉक्टर	:	साठीच्या घरातील तज्ज्ञ शिवाम्बू चिकित्सक

शरीर हे केवळ रोग व पीडेचे केंद्र नसून अचूक औषधाचेही उगमस्थान आहे.

अंक पहिला

प्रवेश पहिला

(सकाळची वेळ. चिंतूकाकांचे घर. घरासमोर रहदारीचा रस्ता. सायरन वाजवीत एक ॲम्ब्युलन्स चिंतूकाकांच्या दाराशी येऊन थांबते. गाडीभोवती गर्दी उसळते. बेशुद्धावस्थेतील अंबूकाकूंना स्ट्रेचरवरून घरात नेतात. सर्वजण अवाक होऊन पाहत असतात. तेथून जवळून जाणारा खादीधारी योगेश गर्दीला विचारीत विचारीत पुढे प्रवेश मिळवतो...)

योगेश : काय झालंय इथे? अशी गर्दी का?

नाना : अंबूकाकूंना हॉस्पिटलमधनं घरी आणलंय.

योगेश : म्हणजे? काय झालं त्यांना?

(दोघे वाट काढत गर्दीतून घरात प्रवेश करतात.)

नाना : अंबूकाकूंवर एक महिन्यापासून जसलोक हॉस्पिटलमध्ये उपचार चालू होते.

योगेश : असं? काय झालंय त्यांना?

चिंतूकाका : (चिंतित होऊन) एक महिन्यापूर्वी हिला ताप भरला. अशक्तपणा पण वाढला. म्हणून मग आमच्या फॅमिली डॉक्टरांकडे नेलं. त्यांनीच पहिल्यांदा ब्लड कॅन्सर झाल्याचं सांगितलं. तेव्हापासून आमच्या तोंडचं अक्षरश: पाणीच पळालंय. आता मुंबईहून अखेरचे प्रयत्न करून शेवटी घरी आणलंय.

नाना : बाप रे! मला काहीच कल्पना नव्हती... पण काकू बेशुद्ध केव्हापासून झाल्या?

चिंतूकाका : इथून नेल्यानंतर आठव्या दिवशीच तिची शुद्ध हरपली. डॉक्टर आठवड्यातून दोन वेळा रक्त देत असत. सर्व अत्याधुनिक उपचार पूर्ण केले. एक-दोन दिवसांत निरोप घेईल असे डॉक्टरांनी सांगितल्यावर, काय होतंय ते घरातच होऊ दे, म्हणून आणलंय इकडं. काय करणार? सर्व उपचार संपले...!

योगेश : धीर सोडू नका चिंतूकाका. अजून एक प्रयोग बाकी आहे. तुमची परवानगी असेल तर...

चिंतूकाका : पाहा बुवा प्रयत्न करून... माझी काही हरकत नाही. (सुस्कारा सोडून खुर्चीत बसतात.)

योगेश : गाडीत संकटाच्या वेळी बाहेर पडण्यासाठी एक छोटीशी खिडकी असते ना, तसा अजूनही उरलाय बचावाचा एक 'नैसर्गिक' मार्ग! हा मी आलोच...

(योगेश झपाट्यानं निघून जातो.)

प्रवेश दुसरा

(शिवाम्बू उपचार केंद्र. योगेश घाईघाईने डॉक्टरांच्या खोलीत प्रवेश करतो. डॉक्टर कामात आहेत. पण योगेशची तातडी ओळखून त्याला 'या या' म्हणतात. योगेश चुळबुळत उभाच राहतो...)

योगेश : नमस्कार, डॉक्टरसाहेब...

डॉक्टर : नमस्कार... उभे का? बसा ना. कोठून आलात?

योगेश : (बसत, घाईघाईनं) डॉक्टरसाहेब, तसा तुमचा माझा परिचय नाही; परंतु तुमच्याबद्दल ऐकून ऐकून माझ्या मनात तुमच्याविषयी जबरदस्त कुतूहल निर्माण झालं होतं. तुमच्याकडून येणाऱ्या रुग्णांच्या भेटी झाल्या की, तुम्हाला भेटण्याची फार इच्छा व्हायची. आज मात्र योगायोगानं तसा प्रसंगही आला आहे.

डॉक्टर : कोणता प्रसंग?

योगेश : तुम्हाला आत्ताच्या आत्ता माझ्यासोबत यायला हवं. मुंबईपर्यंतचे सर्व उपचार संपवलेला एक पेशंट आहे बेशुद्ध अवस्थेतला.

डॉक्टर : सर्व उपचार संपलेत, याचा अर्थ पेशंट अखेरच्या स्टेजला असणार. थांबा, मी आवश्यक ते सगळं साहित्य घेतो... आणि मग निघूयाच आपण.

(डॉक्टर साहित्याची बॅग घेतात आणि योगेशसोबत बाहेर पडतात.)

प्रवेश तिसरा

(लोकांच्या गर्दीतून वाट काढत योगेश डॉक्टरांना घेऊन चिंतूकाकांच्या घरात प्रवेश करतो. हॉलच्या मध्यभागी बिछान्यावर टाकलेल्या रुग्णाकडे लक्ष केंद्रित करून डॉक्टर विचार करू लागतात.)

डॉक्टर : यांना शौचाला होऊन किती दिवस झाले?

चिंतूकाका : मला वाटतं... जवळ-जवळ पंधरा दिवस तरी शौचाला झालेलीच नाही.

डॉक्टर : मग यांची शुद्ध हरपणार नाही तर काय होईल? आता असं करा, इथे त्यांच्या लेकी, सुना, ज्या कुणी असतील त्यांची लघवी आधी ताबडतोब माझ्या ताब्यात द्या.

(सर्वजण चपापून एकमेकांकडे पाहू लागतात. चिंतूकाका डॉक्टरांना काही विचारणार, इतक्यात योगेश त्यांना हाताने खुणावून गप्प करतो.)

योगेश : चिंतूकाका, आता तुम्ही चिंता करायचं थोडा वेळ सोडा. डॉक्टर काय करतात, ते बघू या.

(साधारण दीड-दोन लीटर लघवीचं एक भांडं डॉक्टरांच्या समोर ठेवलं जातं. त्यातली थोडीशी लघवी डॉक्टर सिरिंजने अंबूकाकूंना नाकातून पाजतात आणि एनिमा देण्याच्या उद्देशाने सर्वांना बाहेर जायला सांगतात.)

डॉक्टर : यांची मुलगी, सून कोणीतरी एक इथं थांबू देत.

श्रद्धा : मी थांबते. सून आहे मी यांची.

(बाकी सर्वजण बाहेर जातात. डॉक्टर गरम गरम ताज्या लीटरभर लघवीचा अंबूकाकूंना एनिमा देतात.)

श्रद्धा : हा असा लघवीचा एनिमा का दिला? ...आणि इतक्या सर्व लघवीचा?

डॉक्टर : होय. जितकी सामावू शकते तितक्या लघवीचा एनिमा द्यायचा असतो. निसर्गोपचारात तातडीचा पर्यायी उपाय म्हणजे बस्ती हा असतो. ज्याला आपण एनिमा असं म्हणतो. एनिमा म्हणजे गुदद्वारावाटे काही विशिष्ट प्रमाणात विशिष्ट पाणी चढवणं. हे पाणी नंतर पोटातला मल घेऊन बाहेर पडतं आणि आतडी साफ करतं.

श्रद्धा : एनिमा ॲलोपॅथीच्या उपचारात देखील अडचणीच्या वेळी दिला जातो. मात्र ते पाणी साबणाचं असतं, होय ना?

डॉक्टर : होय. पण निसर्गतज्ज्ञ साबणाचा स्पर्शही अयोग्य मानतात, मग

ते साबण कसा बरं वापरतील एनिमासाठी? निसर्गोपचारात त्याऐवजी लिंबाच्या पाल्याचं गरम कढवणी वापरतात किंवा लिंबू-रसासह गरम पाणी एनिमा म्हणून दिलं जातं. शिवाम्बू चिकित्सक मात्र ताज्या शिवाम्बूचा एनिमा देणं सर्वात उत्तम आणि प्रभावी समजतात. उपवासाच्या काळात रोज शिवाम्बूचा एनिमा घेणं हा तर शरीरशुद्धीचा सर्वोत्तम उपाय मानला जातो. आता तर आम्ही ठिबक-सिंचन पद्धतीनुसार ठिबक-शिवाम्बू बस्ती सलग आठ-आठ तास देण्याची पद्धती शोधून काढली आहे आणि आमच्या असं अनुभवास येतंय की, मरणासन्न रोग्यांना तो फायद्याचा ठरतोय.

नाना : पण एनिमा हा केवळ शौचाला न होणाऱ्यांनाच दिला जातो ना?

डॉक्टर : बरोबर आहे तुमचं म्हणणं. ॲलोपॅथीमध्ये एनिमा हा शौचाला न होणाऱ्यांना दिला जातो, पण निसर्गोपचारात मात्र एक आवश्यक उपचार-विधी म्हणून तो दिला जातो. उपवासाच्या काळात नको असलेली रसायनं गुदद्वाराच्या तोंडाशी, पाखडताना सुपातला कोंडा पुढे यावा तशी पुढे आलेली असतात. त्यांना बाहेर काढीत राहिलं की, पुन्हा त्या जागेत दुसरी विजातीय द्रव्यं हजर होतात. अशा रोजच्या एनिमामुळे शरीराची शुद्धी फार लवकर होते. एक्झॉस्ट फॅनसारख असतं हो हे!

चिंतूकाका : पण रोज एनिमा घेण्यामुळे शरीराला त्याची सवय नाही का लागणार?

डॉक्टर : तुमची शंका रास्त आहे. पण प्रत्यक्ष अनुभव असा आहे की, निसर्गोपचारानंतरचा योग्य असा मित-आहार, योगसाधना इत्यादींमुळे वरचेवर एनिमा घेण्याची पाळी येत नाही.

(पाच-दहा मिनिटांत अंबूकाकूंचे फुगलेले टणक पोट वाहू लागते.)

श्रद्धा : बाईऽ बाईऽ बाईऽऽ काय ही घाण! (नाक-तोंड पदराने धरते.)

डॉक्टर : घाणच ती... आणि तीसुद्धा इतक्या दिवसांची. ताई, तुम्ही आता पाच-सहा लीटर गरम पाणी आणा बघू.

(श्रद्धा थोड्या वेळात गरम पाणी घेऊन येते. डॉक्टर स्वत: काकूंचा तळपायापासून एक-एक अवयव गरम पाण्यात नॅपकिन बुडवून घासू लागतात.)

श्रद्धा : हे काय डॉक्टरसाहेब, तुम्ही का पुसता? द्या माझ्याकडे. मी करते.

डॉक्टर : याला स्पंज-बाथ म्हणजेच घर्षणस्नान असं म्हणतात. यानं त्वचेची रंध्रं खुली होतात. या स्पंज-बाथमुळे मज्जातंतू आणि रोहिण्या

उत्तेजित होतात. तेव्हा हे महत्त्वाचं पहिलं घर्षणस्नान मलाच घालू द्या.

(डॉक्टर काकूंच्या अवयवांचा कानाकोपरा स्वत: घासतात व पाणी घाण होताच ते बदलण्यास सांगून त्यांना पुसूनही घेतात.)

श्रद्धा : आता सासूबाईंना नक्कीच थोडं बरं वाटत असेल.

डॉक्टर : पाहू या काय काय होतं ते!

(डॉक्टर रुग्णाच्या काही विशिष्ट जागी वेगवेगळ्या ठिकाणी बोटाने दाबू लागतात.)

श्रद्धा : डॉक्टरसाहेब, हे काय करताय तुम्ही?

डॉक्टर : याला 'ॲक्युप्रेशर' असं म्हणतात. यामुळे शरीरातल्या रोगांना प्रतिबंध होतो. शरीरात जे विद्युत-प्रवाहाचे मार्ग आहेत, ते जर अप्रवाहित झालेले असतील, तर यामुळे ते प्रवाहित होतात. त्यामुळे रुग्ण बेहोशीतून बाहेरही पडतो.

श्रद्धा : डॉक्टर... डॉक्टर, सासूबाई डोळे उघडून इकडे-तिकडे पाहायला लागल्यात. मी सर्वांना आत बोलावते. (अविनाशला) अहो, ऐकताय ना? लवकर आत या पाहू!

(अविनाश, चिंतूकाका, नाना, योगेश या सर्वांना श्रद्धा आत बोलावते. अंबूकाकूंनी डोळे उघडलेले पाहून चिंतूकाका आनंदतात.)

चिंतूकाका : (गदगदलेल्या स्वरात) डॉक्टर, वाऽऽ खरंच... डॉक्टर, माझ्या अंबूनं डोळे उघडले हो! (काकूंच्या उशाला बसून) काय गं? आता तुला बरं वाटतंय ना? योगेश, बाबा तू काही म्हण. आमचं नशीबच बलवत्तर म्हणायचं! तू इकडे येतोस काय नि तुला या डॉक्टरांना बोलावण्याची बुद्धी होते काय, खरंच, तुझे उपकार कसे...

योगेश : थांबा चिंतूकाका, यात माझे उपकार कसले? आणि डॉक्टरांची आणि माझी प्रत्यक्ष भेट तशी आजचीच आहे. मात्र यांचे बरे झालेले पेशंट भेटल्यावर आणि विशेषत: शेजारचे दत्तोपंत पूर्णपणे बरे झाल्यापासून तर मला डॉक्टरांना भेटण्याची खूप उत्कंठा लागून राहिलेली होती. आज कर्मधर्मसंयोगानं आपल्यामुळे डॉक्टरांची केवळ भेटच नाही झाली, तर त्यांचं अद्वितीय कौशल्यही पाहायला मिळालं.

डॉक्टर : (किंचित हसून) हे पाहा योगेश, ही माझी कला नाही की, जादूही नाही. हा तुमच्याच लघवीचा प्रताप आहे. ही सगळी त्याचीच

अद्वितीय कामगिरी!

चिंतूकाका : काय म्हणता काय, डॉक्टर?

अविनाश : माझा तर विश्वासच बसत नाही!

श्रद्धा : अहो, आपण दिलेली लघवी डॉक्टरांनी माझ्यासमोर सासूबाईंना पाजली आणि त्याचाच एनिमासुद्धा दिला. त्यामुळे खूप घाण बाहेर पडली. सासूबाईंचं पोट किती नरम झालंय, बघा तरी!

अविनाश : खरंच. आता तिला खूप आराम वाटतोय असं दिसतंय. डॉक्टर, पुढल्या उपचारासाठी काही औषधं आणायची असतील, तर त्वरित सांगा. माझी आई अगदी लवकर बरी व्हायला हवी.

डॉक्टर : जरा शांतपणे घ्या. हे बघा, आता त्यांना औषधं देण्याची तशी गरजही नाही. औषधांच्या ओझ्यानं गुदमरणाऱ्या काकूंना आता कुठं थोडं हायसं वाटलं आहे. पथ्यपाणी म्हणाल, तर शक्यतो अन्न पातळ स्वरूपातच द्या. उदाहरणार्थ, मुगाचा गरम कट म्हणजे सूप, संत्र्याचा रस, ताकाची निवळी, गाजराचा रस, टोमॅटोचा रस, पालेभाज्यांचा रस इत्यादी. आणि सर्वांत महत्त्वाची गोष्ट म्हणजे त्यांचं स्वत:चं मूत्र जसजसं उपलब्ध होईल, तसतसं ताबडतोब त्यांना पाजत चला.

अविनाश : पण म्हणजे डॉक्टर... मूत्राचा औषध म्हणून वापर करायचा?

डॉक्टर : काय हरकत आहे? या पृथ्वीच्या पाठीवर औषधात समाविष्ट करता येणार नाही असे एकही द्रव्य नाही.

चिंतूकाका : पण डॉक्टर... ती पूर्णपणे शुद्धीवर आल्यावर ते घेईल असं वाटत नाही. कारण ती स्वच्छतेची इतकी भोक्ती आहे की, कोणी जर तिला साधं बोट बुडवलेलं पाणी दिलं,... मग भले अगदी कितीही जरी तहान लागलेली असेल तरी ती ते पिणार नाही.

डॉक्टर : ठीक आहे. (त्या सर्वांना बाजूला नेत) थोडे दिवस असं करा, होणाऱ्या लघवीचं वजन करायचं आहे असं सांगून त्यांची थेंब अन् थेंब लघवी स्वच्छ भांड्यात जमा करा. मी तुम्हाला काही औषध देतो. त्यातली एक पुडी त्यांच्या तोंडात टाका आणि मग ती लघवी त्यांना जितकी शक्य होईल तितकी पाजा.

अविनाश : पुडी कशाची?

डॉक्टर : आवळापूड, हळदपूड आणि सुंठपूड यांचं समान मिश्रण. साधारण चिमूटभर पूड तोंडात टाकून लघवी पाजा म्हणजे त्यांना काहीच जाणवणार नाही. त्यामुळे रक्त आणि आतडी यांची शुद्धी होईल.

श्रद्धा : ही युक्ती छान आहे! मी हे सहज करू शकेन.

डॉक्टर : त्याचं काय आहे ताई, 'वाकड्या मेढीला वाकडी नाळ' म्हणतात ना, तस्सं. दुसरं असं की, दिवसातून दोन वेळा मी देईन ते औषध काकूंच्या सर्वांगात जिरवा.

श्रद्धा : कसलं औषध आहे ते?

डॉक्टर : हे औषध म्हणजे सूर्यकिरणांची शंभर पुटं दिलेली शिळी म्हणजे जुनी शिवाम्बू आहे. त्याच्या घर्षणानं सर्वांगात चैतन्य निर्माण होतं आणि हस्तस्पर्शाच्या घर्षणानं उष्णता निर्माण होऊन शरीरात विद्युत-चुंबकीय परिणाम होतात. यामुळे नीलांमधलं अशुद्ध रक्त आणि रोहिण्यांमधलं शुद्ध रक्त आपला ठरलेला प्रवास सहज करू शकतात.

श्रद्धा : तर मग डॉक्टर तुम्ही आम्हाला हे 'शिवाम्बू' लिहूनच द्या आणि कुठे मिळेल तेही सांगा.

(योगेश, चिंतूकाका हसू लागतात. अविनाश कपाळाला हात लावतो.)

अविनाश : अगं वेडाबाई, शिवाम्बू म्हणजे तुला कळलं नाही का?

डॉक्टर : थांबा... थांबा. तुम्ही थोडं थांबा. मला सांगू द्या. बिचारीला काय माहीत असणार? तुम्हीच या स्त्रियांना चूल नि मूल यांच्यात गुरफटायला लावता, मग कशी काय माहिती होणार त्यांना?

चिंतूकाका : खरंच डॉक्टर, तुम्हीच समजावून सांगा तिला 'शिवाम्बू' म्हणजे काय ते.

डॉक्टर : शिवाम्बू म्हणजे शिव अधिक अम्बू. शिव म्हणजे पवित्र, मंगल आणि अम्बू म्हणजे पाणी. त्यामुळे शिवाम्बू म्हणजे पवित्र पाणी. मूत्राला पवित्र पाणी म्हणणं म्हणजे कहरच झाला म्हणायचा, नाही? पण आज मूत्रपिंडाची आंतररचना पाहून किडनीतज्ज्ञही हेच म्हणू लागले आहेत. मूत्रपिंडाच्या आत नेफ्रोनची जी रचना असते ती एक अत्यंत नाजूक, शुद्ध आणि खूपच विकसित अशी चाळण-गाळणी आहे. अत्याधुनिक जटिल गाळण-तंत्राहूनही अति विकसित असलेली ही गाळणी म्हणजे महा-आश्चर्याचाच भाग आहे! या अशा अद्‌भुत मूत्रपिंडाला 'बायोकेमिकल फिल्टर' असं म्हणतात. वनस्पती आणि प्राणी यांच्या नैसर्गिक संस्कार-परंपरेत असणारं मूत्रपान हे नैसर्गिक जीवन जगण्यासाठी मानवालाही अनुकूल आहे.

श्रद्धा : छे! डॉक्टर, मलमूत्रामध्ये मलाबरोबर उच्चारलं जाणारं हे मूत्र पवित्र आणि अनुकूल कसं काय असू शकेल?

डॉक्टर : काय आहे की, मनुष्यदेहाच्या रचनेत मल आणि मूत्र या दोन इंद्रियांमध्ये केवळ एक त्वचेची भिंत असते. परसमार्गी असणाऱ्या छिद्राला परसाकडची वाट म्हणतात, तर लघवी येणाऱ्या पुढच्या बाजूच्या छिद्राला लिंगद्वार असं संबोधण्यात येतं. मुळात जवळजवळ असलेल्या या इंद्रियांचा मलमूत्र असा एकत्र उच्चार करणं सोपं होतं इतकंच; परंतु त्यांच्यात फरक हा आहेच. एकातून नि:सत्व झालेला मळ बाहेर काढला जातो, तर दुसऱ्यातून जादा झालेले हार्मोन्स, मिनरल्स, पाणी आणि अन्य अनेक घटकद्रव्यं लघवीमार्फत बाहेर काढण्यात येतात. ज्या मूत्रातले सारे घटक आपल्याला उपयुक्त असतात, ज्या इंद्रियांच्या माध्यमातून आपले बहुविध हेतू एकत्रितरीत्या साध्य होतात, त्यांना आणि त्या सगळ्या योजनेला तुम्ही अनुकूल आणि पवित्रच म्हटलं पाहिजे, नाही का?

नाना : डॉक्टर, मला बऱ्याच दिवसांपासून एक कोडं पडलंय, जेव्हा जेव्हा आपल्या केंद्रासमोरून जाण्याचा योग येतो आणि आपला 'व्याधिमुक्त शिवाम्बू उपचार केंद्र' हा बोर्ड वाचतो, तेव्हा तेव्हा माझ्या मनात औत्सुक्य दाटून येतं की, या उपचारानं लोक कसे काय बरे होत असतील?

डॉक्टर : हे पाहा आजोबा, 'नास्ति द्रव्यं अनौषधम्।' औषधात समावेश करता येणार नाही असं एकही द्रव्य पृथ्वीच्या पाठीवर शोधूनही सापडणार नाही, हा तर आयुर्वेदशास्त्राचा सिद्धान्तच आहे. आताच तुम्ही अंबूकाकूंना पाहिलंत ना? तीन तासांपूर्वीची त्यांची अवस्था आणि आताची अवस्था यात फरक आहे की नाही?

नाना : हे तर आम्ही प्रत्यक्षच पाहिलं की! पण या शिवाम्बूमुळे आपल्या शरीरात नेमकं काय बरं घडतं?

डॉक्टर : आपल्या कानावरून केव्हातरी व्हॅक्सिन, इनॉक्युलेशन, देवीची लस, कॉलऱ्याची लस किंवा पोलिओचे डोस हे शब्द गेले असतील ना? तर ते काय असतं माहीत आहे?

नाना : नाही बुवा!

डॉक्टर : विशिष्ट रोगजंतूंची वाढ करून आणि त्यांना पुन्हा खच्ची किंवा अर्धमृत करून तेच असमर्थ जंतू इंजेक्शनच्या द्वारे अथवा डोसातून आपल्या शरीरात सोडले जातात आणि त्यामुळे शरीरातल्या रोगप्रतिबंधक

शक्तीला रोगाला प्रतिबंध करण्याचं जणू ट्रेनिंग मिळतं. त्यामुळे ही स्वाभाविक रोगप्रतिबंधक शक्ती आतल्या तसल्याच जंतूंचा फडशा पाडू लागते नि स्वास्थ्याचा झेंडा दिमाखानं फडफडू लागतो. अगदी तसंच, काकूंचं मूत्र काकूंना 'नॅचरल व्हॅक्सिन' आहे. त्यांच्या रोगाचे जिवाणू त्यांच्या ताज्या शिवाम्बुपानातून शरीरात प्रवेश मिळवून कृत्रिम लसीप्रमाणे आपल्या रोगप्रतिकार-शक्तीला प्रशिक्षण देतात आणि ही प्रशिक्षित रोगप्रतिकारक शक्ती जसजसा रोगजंतूंचा नाश करते, तसतसा रोग संपुष्टात येतो.

श्रद्धा : पण डॉक्टर, या मूत्रात असं असतं तरी काय?

डॉक्टर : काय असतं? यात तर सर्व जीवनरस सामावलेला असतो. आपण असं करू, आधी आपण आपल्या शरीरातल्या इतर ग्रंथींचं कार्य पाहू आणि मग मूत्राकडे वळू. आपल्या शरीरातल्या प्रमुख ग्रंथींचा राजा मानलेली ग्रंथी म्हणजे-

१. **पिच्युटरी ग्लँड** (Pituatary Gland) : यामध्ये पुढील गोष्टी असतात.

अ) ग्रोथ हार्मोन (Growth Hormone) : हे विकास पावणाऱ्या मुलाच्या शरीरातून स्रवत असतात आणि शरीरवाढीसाठी उपयुक्त असतात.

ब) ॲड्रिनोकॉर्टिकोट्रॉफिक हार्मोन (Adrenocorticotrophic Hormone) : हा कार्टिजोनच्या निर्मितीकरता उत्तेजित करणारा घटक आहे.

क) थायरोट्रॉफिन (Thyrotrophine) : हे थॉयराईड ग्लँडला उत्तेजित करतं आणि शरीरातील शक्ती नियंत्रित करतं.

२. **कंठस्थ ग्रंथी** (Thyroid & Parathyroid Gland) : यातील-

अ) थायरॉक्सिन (Thyroxine) : हा गंधयुक्त असून थेट शरीरातल्या शक्तीचं संतुलन करतो.

ब) पॅराथायरॉईड हार्मोन (Parathyroid Hormones) : हे कॅल्शियम आणि चयापचयाच्या कार्यावर नियंत्रण ठेवतं.

३. **ॲड्रीनल ग्लँड** (Adrenalcortex Gland) : यातील-

अ) ग्लुकोकॉर्टीकॉयड्स (Gluecocorticoides) : ही कॉर्टिसोल, कॉर्टिकॉस्टेरॉन आणि कार्बोहायड्रेट्सच्या चयापचयात, इलेक्ट्रोलाइटच्या (Electrolight) आणि पाण्याच्या चयापचयात, रक्तकोशाच्या निर्मितीत, रक्तदाबावरील नर्व्हस

सिस्टिमच्या नियंत्रणात, किडनीच्या कामकाजात, शिवाय हाडांच्या ठेवणीत विशेष स्वरूपात भाग घेत असतात.

ब) मिनरलोकॉर्टिकॉयड्स (Mineralocorticoids) : हा शरीरातल्या पाणी आणि क्षारांचं प्रमाण नियंत्रित करतो.

क) सेक्स हार्मोन्स (Sex Hormones), **ॲन्ड्रोजन** (Androgens), **प्रोजेस्टेरॉन** (Progesterone) आणि **इस्ट्रोजन्स** (Esterogens) हे अधिक करून यकृतात निष्क्रिय होऊन पडलेले असतात. नंतर ते मूत्राबरोबर विसर्जित होत राहतात. यात काही मौलिक अणूही असतात.

४. **योनिग्रंथी** (Sex Hormones) : टेस्टॉस्टेरॉन (Testosterone) हा पुरुषांत सापडतो आणि प्रोजेस्टेरॉन (Progesterone) म्हणजेच इस्ट्रोजन (Esterogen) हा स्त्रियांत सापडतो. मादीच्या जननचक्राकरता म्हणजेच गर्भाचा उत्तम विकास होण्यासाठी आणि सुलभ प्रसूतीसाठी हा घटक उपयुक्त असतो.

५. **स्वादुपिंड ग्रंथी** (Pancreas) : यातला इन्शुलिन (Insuline) हा घटक म्हणजे अमाइनो ॲसिडने युक्त असा एक छोटा प्रोटीन असून, तो शर्करेच्या पचनासाठी उपयुक्त असतो. मधुमेहाच्या मूत्रात हा घटक कमी होत गेलेला असतो.

६. **लोकल हार्मोन्स** (Local Hormones) : यामध्ये हिस्टॅमाईन १० आणि सेरोटोनिन (Serotonin) यांसारखी रसायनं मिसळलेली असतात.

अ) हिस्टॅमाईन (Histamine) : याचे अणू ताप, इसब आणि दमा या रोगांना हटवतात.

ब) सेरोटॉनिन (Serotonin) : यामुळे उत्साह आणि प्रसन्नता वाढते.

या सर्व ग्रंथींतून पाझरणारं प्रत्येक द्रवरूप रसायन आपल्या मूत्रामध्ये समाविष्ट असतं; कारण आवश्यकतेहून जास्त झालेला स्राव जाणार कुठं? आणि मूत्राशिवाय अन्य मार्गांनी जायचं म्हटलं, तर त्याचा पुन्हा उपयोगही होत नाही. त्यामुळे पुन्हा त्याचा उपयोग व्हावा याच दृष्टीनं शरीराची रचना केली असावी, असं वाटतं.

शिवाय प्राशन केलेल्या मूत्राला पुन्हा पचनप्रक्रिया पूर्ण करावी लागल्यामुळे ते आतड्यातल्या हायड्रोक्लोरिक ॲसिड (HCL) आणि पेप्सीनच्या (Pepsin) माध्यमानं विभागलं जातं. त्यामुळे

शरीरातले स्थानिक आणि प्रासंगिक असे सगळे अभाव भरून निघतात. यामुळे क्लेशही कमी होतात. तसंच वारंवार शिवाम्बुप्राशनाने अभाव नष्ट होऊन उत्साह कायम टिकतो. शिवाम्बूच्या इतर अनेक अनुभवातून असं सिद्ध झालेलं आहे की, ज्याचं त्याचं मूत्र हे त्याच्या प्राप्त रोगावर व्हॅक्सिनचं किंवा इनॉक्युलेशनचं कार्य करतं. म्हणून याला नैसर्गिक रोगप्रतिबंधक लस (Natural Immunological Vaccine) असंही म्हणता येईल.

'सी' जीवनसत्त्वाचा शोध लावणारा 'नोबेल लाऊरिट जेण्ड जो' यानं मूत्रामध्ये मिथाईल ग्लायकॉक्सॉल (Mythyl Glycoczol) या नावाचा एक पदार्थ असतो असं शोधून काढलं. अमेरिकेतल्या 'नॅशनल ॲकॅडमी ऑफ सायन्सेस' या संस्थेनं हा पदार्थ 'कॅन्सर ट्यूमर'च्या विभाजनाला उपयुक्त असल्याचं दर्शवलं आहे. त्याचप्रमाणे अमेरिकेतच, मूत्रात 'युरोकायनेस' नावाचं रसायन असल्याचा शोध लागला. हे रसायन रक्ताचं थकव्यापासून रक्षण करतं. हृदयविकार (Heart Diesease), थ्रोम्बोफ्लेबायटीस (Thromophlabitis), किंवा फुफ्फुसांमध्ये होऊ शकणाऱ्या पल्मोनरी एम्बॉलिजम (Palmonary Ambolisym) इत्यादींना रोखण्यासाठी याचा उपयोग होतो.

'सायन्स डायजेस्ट'च्या जुलै १९५८ च्या अंकात उल्लेखल्याप्रमाणे साधारण मानवमूत्रामध्ये एक शक्तिशाली आर्टी-डायलेटिंग घटक असतो; जो कॉर्डियॅक मसल्समध्ये (Cardiac Muscle) नायट्रोग्लिसरिनशी (Nitroglycerin) संयोग पावून कोरोनरी रक्तप्रवाह वाढविण्याची शक्ती देतो. अशाप्रकारे हा एन्जिनोपेक्टोरिसला वाट देण्यास मदत करतो. १९६५ मध्ये 'सॉलोमन्स इंग्लिश फिजिशियन' हा ग्रंथ प्रसिद्ध झाला. यात असाध्य वाटणारे रोग बरे करण्यासाठी शिवाम्बुप्राशनाचा उत्तम उपयोग होतो, असा स्पष्ट उल्लेख आहे.

एवढंच नव्हे, तर सध्या पाश्चिमात्य देशांत 'एड्स'च्या रोगानं जे भयंकर थैमान घातलेलं आहे, त्याला शिवाम्बू तोंड देऊ शकते का, यावर संशोधन चालू आहे.

योगेश : अरे बाप रे! शिवाम्बूत इतके सर्व घटक समाविष्ट असूनही शिवाम्बू आजपर्यंत इतकी टाकाऊ आणि तिरस्कृत कशी काय राहिली?

डॉक्टर : (किंचित हसून) योगेश, सर्वच सस्तन प्राणी मूत्रप्राशन करतात.

फक्त मानवच विसर्जित पदार्थ टाकाऊ समजून त्याचा तिरस्कार करतो. याला कारण काय असावं बरं?

अविनाश : माणसाचं लाडावलेलं मन. त्यामुळे फक्त मानवालाच याची घृणा वाटत असावी.

डॉक्टर : यू आर राईट! मनाच्या वेलीला ज्याचं आयुष्य टांगलेलं आहे, असा हा मानव प्राणी. तुम्ही मनाची थोडी गंमत पाहा. नाकातून येणारा शेंबूड प्रशस्त किंवा पवित्र जागेत टाकणं उचित नसल्याने आपण तो आत ओढतो, तसंच घशातून येणारा बेडकाही गिळून टाकतो. पण एक वेळ तो हातात घेऊन पुन: तोंडात किंवा नाकात ढकलायचं म्हटलं, तर ते शक्य होईल का?

श्रद्धा : शी ऽ ऽ काही तरीच काय? (नाक मुरडते. सर्वांच्याच चेहऱ्यावर किळस)

डॉक्टर : का? काय झालं यात?

योगेश : डोळ्यांनी पाहिल्यामुळे मनाचा विरोध वाढला.

डॉक्टर : तसंच, आतड्यातला गॅस गुदद्वारावाटे बाहेर पडताना जेव्हा दुर्गंध घेऊन सूर काढीत बाहेर पडतो, तेव्हा आपण त्याला चार प्रतिष्ठित मंडळी सोबत असल्यामुळे आतच रोखतो. पण असह्य होऊन त्याला जेव्हा बाहेर पडणं भागच पडतं, तेव्हा आपण श्वास घ्यायचंदेखील टाळतो किंवा नाक धरण्याचा प्रयत्न करतो. जे आपल्या नजरेआड आहे, ते काय आहे? डोळ्यांमागे अंधार म्हणतात तसं. नाकातलं नाकात, तोंडातलं घशात ढकलणं एकवेळ सोपं, पण हातात घेऊन ते परत स्वीकारणं कदापिही शक्य नाही! ते विष नाही हे जरी खरं असलं, तरीसुद्धा मनाला मानवत नाही. हा विचारदेखील कसातरीच वाटतो, होय की नाही?

चिंतूकाका : हे सर्व खरं हो, पण यामुळे आपल्या धार्मिक शुचिर्भूततेत बाधा येणार नाही का?

डॉक्टर : कोणताही धर्म किंवा संस्कृती ही मूळ आरोग्यवृद्धीच्या आणि माणूस म्हणून जगण्याच्या विचारातूनच निर्माण झालेली आहे. आणि हे बघा चिंतूकाका, तुम्ही शंकराला मानता की नाही?

अविनाश : अर्थातच डॉक्टर! ते तर आमचं कुलदैवत!

डॉक्टर : तर मग तुमच्याच कुलदैवतानं संपूर्ण वारसकुळाला 'डामरतंत्र' ग्रंथाच्या माध्यमातून, एकशे सात श्लोकांच्या द्वारे, मूत्र कसं प्यावं, का प्यावं, कुणी प्यावं, केव्हा प्यावं, त्याच्याबरोबर काय खावं हे

सांगितलेलं आहे. 'जो जो उपचार समर्थ, तो तो धर्मसंमतच!'

नाना : पण डॉक्टर, शिवाम्बू म्हणजे लघवीच आहे, असा त्यात उल्लेख आहे का?

डॉक्टर : अर्थातच! त्याचा श्लोक असा आहे,

चतुर्थ्यामवशिष्टायां रात्रावृत्थाय बुद्धिमान् ।
मूत्रोसर्ग प्रकुर्वीत प्राङ्मुखः परमाशयः ॥६॥

बुद्धिमान माणसानं रात्रीच्या चौथ्या प्रहरी उठावं, पूर्वेकडे तोंड करून मूत्र विसर्जित करावं.

आदिधारां परित्यज्य चरमां च त्यजेद् बुधः ।
मध्यधारां प्रगृह्णीयात् एषोऽत्र विधिरुत्तमः ॥७॥

पहिली आणि शेवटची धार सोडून मधलंच मूत्र घ्यावं हा विधी उत्तम.

यथा भुजंगदेहेषु मुखे पुच्छे विषं भवेत् ।
एवं शिवाम्बुधारायां प्रकारः प्रथितः शिवे ॥८॥

जसा सापाच्या तोंडात आणि शेपटीत विषाचा संग्रह असतो, तसा लघवीच्या धारेतला प्रथमचा आणि शेवटचा भाग समजला जातो. प्राचीन ग्रंथात तसा उल्लेख आहे. पण पाश्चात्त्य पद्धतीत मात्र मूत्राचा थेंब आणि थेंब महत्त्वाचा मानला जातो. शिवाय असाहाय्य रुग्ण पहिली आणि शेवटची धार सोडण्यासाठी मोरीपर्यंत जाणार कसा? त्यामुळे माझ्या मते त्यांनी सर्व शिवाम्बू प्राशन करावं.

नाना : डॉक्टर, इतका सबळ पुरावा असताना चिंतूकाकांना घाबरण्याचं काहीच कारण नाही.

चिंतूकाका : म्हणजे आता आपणही निश्चिंतपणे शिवाम्बू घ्यायला हरकत नाही.

श्रद्धा : मला तर बाई या शिवाम्बूमुळे नेमकं काय होतं तेच कळत नाहीये.

डॉक्टर : काय आहे श्रद्धाताई, शिवाम्बू हे एक उत्तम रेचक आहे. आम्ही याला एक सक्षम खराटा असंही म्हणतो. डिटर्जंटमधले जवळजवळ सर्व गुण या रसायनात आहेत. आपल्या मूत्रामध्ये जीवनसंहारक विषाणूंशी लढा देण्याची जबरदस्त शक्ती असते. त्यामुळे शिवाम्बू घेणाऱ्याला साध्या मलावरोधापासून ते अगदी पिसाळलेला कुत्रा चावल्यामुळे होणारे रोग, अन्नातून होणारी विषबाधा, गर्भ गळून पडणे किंवा तत्सम अन्य रोग होण्याची मुळीच शक्यता नसते.

योगेश : म्हणजे सर्वार्थानं गर्भगळित होणं वाचतं म्हणा ना!

नाना : पण अगदी खणखणीत निरोगी माणसानंही शिवाम्बू घ्यावी का हो?

डॉक्टर : शुश्रूषेसाठी परावलंबित्व येऊ नये, म्हणून शिवाम्बू ही पूर्वदक्षयोजना आहे. त्यामुळे कुणालाही ती घ्यायला हरकत नाही.

योगेश : जे जे बुद्धिमान असतील ते ते शिवाम्बू घेतील, हा श्लोक आपण पाहिलाच. म्हणजेच जे बुद्दू असतील ते घेणार नाहीत!

चिंतूकाका : (हसून) आम्हाला तरी आमची निर्बुद्धात गणना करून घ्यायची नाहीये; त्यामुळे या निवृत्तिकाळात आम्हीही शिवाम्बू घेणार. वाईट याचं वाटतं की, हे सर्व कळायला फारच विलंब झाला. गंगेसारखं धो धो पाणी, नव्हे तीर्थ आम्ही अक्षरश: फुकट घालवलं आजपर्यंत. प्रवास संपताना बसायला जागा मिळण्यासारखं झालं हे!

डॉक्टर : चिंतूकाका, 'जो हुवा सो हुवा.' आता त्याची चिंता कशाला? समजलेल्या क्षणापासून 'शुभस्य शीघ्रम्.' अजूनही तुम्ही म्हातारपण सावरू शकता.

नाना : म्हातारपण सावरलं की, निवृत्तिवेतन जादा दिवस द्यावं लागणार, म्हणून तर सरकार इकडे दुर्लक्ष करीत नसेल ना?

(सर्वजण हसतात, श्रद्धा चहा घेऊन येते. डॉक्टर चहा नको म्हणतात. बाकी सर्वजण चहा घेतात.)

डॉक्टर : सरकार म्हणजे तरी कोण? ते तुम्ही आम्ही जनतेनंच निवडलेलं असतं ना? त्यामुळे जनतेचाच विचार प्रकट करणं गरजेचं असतं.

योगेश : बरोबर आहे तुमचं म्हणणं. जनता 'गरिबी हटाव' म्हणाली की, सरकार 'गरिबी हटाव' म्हणतं. जनता 'स्त्री-मुक्ती', 'हुंडा आंदोलन', 'दलितोद्धार' म्हणू लागली की, सरकारही त्याचं चवीचवीनं चर्वण करतं आणि घोषणा देऊ लागतं.

अविनाश : थोडक्यात, लोकतांत्रिक सरकार जनतेचा कल पाहून आपलं लक्ष तिकडे केंद्रित करतं. शिवाम्बूच्या प्रभावाचा म्हणावा तितका समाजालाच अद्याप परिचय दिसत नाही; तेव्हा सरकार तरी त्याकडे लक्ष कसं पुरवणार?

चिंतूकाका : पण ज्यांना शिवाम्बूचं म्हणजे स्वमूत्राचं रहस्य उमगलेलं आहे, त्यांनी तरी निदान तोंड उघडून जनतेमध्ये त्याचा प्रसार केला पाहिजे आणि लोकांच्या मनावर ते बिंबवलं पाहिजे.

डॉक्टर : अगदी बरोबर आहे. आता असं बघा, हे म्हातारपण-म्हातारपण म्हणजे तरी काय असतं? तर दिसणारं ठोसपण म्हणजे तरुणपण

साधारणपणे चाळिशीनंतर ओसरू लागतं. पानझडीला आरंभ होतो. एकेक केस चांदीच्या रंगाचा होऊ लागतो. दातादातांत अंतर पडून हळूहळू खिंडारं पडू लागतात. त्वचा नि:सत्त्व होऊन सुरकुत्यांची झालर चढू लागते. डोळ्यांनाही लांबचं आणि जवळचं अंधूक दिसायला लागतं. पोटात गेलेलं अन्न कुरबुर करीत गॅसेस गोळा करू लागतं. दातांच्या फटीत अडकलेल्या अन्नकणांचा वास आपला आपल्यालाच जाणवू लागतो. डोळ्यांना हळूहळू येणाऱ्या कमकुवतपणानं आपण धसकून जातो. पूर्वी असं नव्हतं, मग आत्ताच असं का व्हावं हे विचारायला सगळे आमच्याकडे धावत येतात.

नाना : तरुणपणी आपण तब्येतीची कोणतीही काळजी घेत नसलो तरी जणू एक अज्ञात शक्ती आपली काळजी घेत असते. मग चाळिशीनंतरच ती हळूहळू आपला निरोप का घेऊ लागते, याचं कारण मला कळत नाही बुवा!

डॉक्टर : हा निसर्गाचा नियमच आहे. निसर्ग कोणासाठीही आपले नियम शिथिल करायला तयार नसतो.

योगेश : मात्र प्रत्येकालाच वाटत असतं की, तरुणपणाची ही नियोजित मुदत मला थोडीशी तरी वाढवून मिळावी.

डॉक्टर : आजवर यासाठी अनेक प्रयोग झालेत, अनेक शास्त्रज्ञ खपलेत, अनेक संस्कृत्या राबल्यात. उतरणीला लागलेल्या उमेदीच्या आयुष्याच्या गाडीला थोडीशी तरी खीळ बसावी यासाठी फार प्राचीन काळापासून प्रयत्न झालेले आहेत. त्याच्या संशोधकाला आपण भगवान शंकर म्हणून ओळखतो इतकंच. माझ्या मते, पृथ्वीच्या पाठीवर आपल्या पत्नीच्या 'ब्युटी केअर'साठी पहिला पाठ कोणी दिला असेल तर तो भगवान शंकरांनी. कोणत्या ऋतूमध्ये काय खावं यापासून ते किती आणि कसं खावं वगैरे समजून घ्यायचं असेल तर 'डामरतंत्र' वाचायला हवं. मग पटेल की, 'ब्युटी'च्या केअरसाठी मसाजही शिवाम्बूचा आणि प्राशनही शिवाम्बूचंच!

श्रद्धा : अय्या! ही बघा सासूबाईंनी कूस बदलली. आणि... आणि त्या कण्हतायतही!

(सगळेजण अंबूकाकूंच्या भोवती गोळा होतात. अविनाश आईच्या उशाला बसतो.)

अविनाश : कसं वाटतंय आई? तू आमची किती तारांबळ उडवून दिलीस माहीत आहे?

(अंबूकाकू क्षणभर नमस्कार केल्यासारखे डोळे मिटतात आणि समाधानाचा सुस्कारा सोडतात.)

डॉक्टर : घरामागे परस, अंगण असं काही आहे का? किंवा टेरेस...?

अविनाश : परस नाही, पण टेरेस आहे.

डॉक्टर : अंबूकाकूंना अंथरूण टाकून थोडंसं उन्हात झोपवा आधी.

(अविनाश, श्रद्धा, चिंतूकाका सगळे मिळून अंबूकाकूंना टेरेसवर नेऊन झोपवतात आणि पुन्हा बाहेर येऊन बसतात.)

नाना : काय हो डॉक्टर? आपण उन्हातदेखील बसलं पाहिजे का?

डॉक्टर : अहो, सूर्य म्हणजे तेज, पंचमहाभूतांपैकी एक. ज्या पंचमहाभूतांनी आपला पिंड बनला- देह घडला, त्याच्या असंतुलनानं रोग होतो. सर्वांगावर एकसमान किरणं पडावीत, म्हणून उन्हात झोपून सहन होईल तसं कूस बदलत बदलत ऊब घ्यायची. निसर्गोपचारांत त्याला सूर्यस्नान असं म्हणतात.

योगेश : सूर्य म्हणजे तर यच्चयावत विश्वाचा मूलस्रोतच आहे. पण हे सूर्यस्नान झोपून का घ्यायचं?

डॉक्टर : घागर पाण्यात बुडवताना वाकडी करावी लागते. अन्यथा पाणी भरणं कष्टाचं होतं. त्याचप्रमाणे बसून ऊन घेतलं, तर चक्कर येणं, जिव्हाळी लागणं, डोळ्यांना अंधारी येणं, डोकं दुखणं, मळमळणं इत्यादी त्रास होऊ शकतात. आडवं पहुडून सूर्यस्नान घेतल्यानं सर्वांगावर समान उष्णता पसरू लागते. किरणांच्या तीव्रतेनुसार पाच-दहा मिनिटांत कूस बदलून चारही बाजूंनी उन्हाची किरणं घ्यावीत. शक्यतो सकाळच्या कोवळ्या उन्हात सूर्यस्नान करणं योग्य मानलं जातं.

नाना : आणखी काय काय काळजी घ्यावी?

डॉक्टर : सूर्यस्नानापूर्वी यथेच्छ पाणी प्यावं, डोकं पांढऱ्या टोपीनं झाकावं आणि डोळे बंद ठेवावेत. किरणं असह्य होताच सूर्यस्नान बंद करावं.

अविनाश : सूर्यस्नान कोणी आणि किती घ्यावं?

डॉक्टर : सर्वांनीच रोज वीस एक मिनिटं सूर्यस्नान घेणं चांगलं. किमान सप्ताहातून किंवा पंधरा दिवसांतून एकदा तरी सूर्यस्नान घेणं हे प्रत्येकाला आवश्यक आहे.

नाना : तर मग त्यासाठी उघडी जागा हवी!

डॉक्टर : अर्थातच. आपल्याला कोणी पाहील, म्हणून अंग चोरून सूर्यस्नान करण्यात कोणताच लाभ नाही. महत्त्वाचं म्हणजे आपल्याला नि:संकोचपणे किरणं घेता आली पाहिजेत. त्यासाठी गच्चीवर म्हणजे टेरेसवर किंवा अंगणात सूर्यस्नान घेणं चांगलं. यामुळे शरीराला हलकेपणा येतो, स्फूर्ती येते, भूक चांगली लागते आणि शरीरात योग्य प्रमाणात उष्णता टिकून राहते.

चिंतूकाका : वनस्पतींना जशी सूर्यकिरणांची गरज असते तशी वनस्पती खाणाऱ्या माणसांनाही सूर्यकिरणांची गरज असणारच. हे निसर्गनियमानुसारच आहे नाही का?

योगेश : म्हणजे शिवाम्बू निसर्गोपचारात मोडते असं म्हणायला हरकत नाही.

डॉक्टर : निसर्गोपचारात जे जे म्हणून नैसर्गिक आहे आणि आपोआप उपलब्ध होतं, ते ते येतं. शिवाम्बूसुद्धा नैसर्गिकच नाही का? एकदा नारळाला निसर्ग म्हणालात की, त्यातलं पाणी अनैसर्गिक कसं होईल? मनुष्य हा निसर्गाचा अटळ असा घटक आहे, तर मग त्याचं मूत्र हे नैसर्गिकच नाही का? जे सहज उपलब्ध आहे, ज्यात कृत्रिमता नाही, जे मुद्दाम बनवावं लागत नाही, ते सर्व निसर्गदत्तच असतं. 'शिवाम्बू म्हणजे निसर्गानं, निसर्ग अबाधित राखण्यासाठी केलेली तरतूद'च म्हणावी लागेल. मनुष्य आता स्वत:ला प्राकृतिक म्हणवून घ्यायला मुळीच तयार नाही; तो आता आधुनिक झालाय ना! त्याचाच हा दुष्परिणाम आहे झालं!

अविनाश : पण मूत्र हा टाकाऊ पदार्थ आहे ना?

डॉक्टर : तसं पाहिलं तर कोणता पदार्थ टाकलेला नाही? पृथ्वी सूर्याकडून फेकलेली. पृथ्वीवरच्या झाडांची पानं घ्या, फुलं घ्या, फळं घ्या किंवा झाडांनी टाकलेला ऑक्सिजन घ्या; बापानं टाकलेल्या वीर्यकणातून झालेली आपली निर्मिती घ्या किंवा मातेचा विटाळ रोखून गर्भात वाढणाऱ्या अर्भकाची वाढ घ्या. या सगळ्याला टाकाऊ म्हणता येईल का? गर्भातून फेकले गेलेलो आपण टाकाऊ असतो का? हे जर टाकाऊ नसेल तर मग मूत्रच तेवढं टाकाऊ का?

अविनाश : म्हणजे एखादी वस्तू परिपक्व झाली, तिचा योग्य काळ भरला की, ती पुढे सरकण्याच्या क्रियेला आपण टाकाऊ म्हणतो एवढंच!

डॉक्टर : अगदी बरोबर आहे अविनाश! आपण सगळेच नऊ महिने नऊ

दिवसांनंतर मातेच्या गर्भाशयानं फेकलेले गोळे आहोत. लिंगद्वार हेच आपलं प्रवेशद्वार आहे आणि ही गर्भधारणा पित्याच्या फेकलेल्या वीर्यकणांतून झाली आहे. मातेच्या फेकल्या जाणाऱ्या विटाळातून गर्भातल्या अर्भकाचा विकास होतो आणि दिवस पूर्ण सरताच या उघड्या विश्वात आपण नागडे फेकले जातो. हे आपलं वास्तव आहे. फेकल्या जाणाऱ्या गोष्टींना आपण टाकाऊ म्हटलं तर आपणसुद्धा टाकाऊच ठरू नाही का?

योगेश : होय ना, लिंगमाध्यमातून निर्माण होणाऱ्या माणसाची सुरक्षितता त्याच लिंगमाध्यमांनी येणाऱ्या मूत्रात असेल, तर नवल कसलं? मूळ देह हा अशाश्वत असून, अतिशय घाण पदार्थांनी भरलेला आहे. सतत गळणाऱ्या या देहाला 'पुद्‌गल' अशी संज्ञा आहे. त्यामुळे लघवी ही एक घाणीला नीट करणारी प्रभावी घाण दिसते.

डॉक्टर : शरीरातल्या व्याधीग्रस्त स्वरूपाची तीव्रता दर्शविणारं ते एक जिवंत द्रव्य आहे. आपल्याला जेव्हा जागरण, ताप, अपचन, अवेळी जेवण वगैरे होतं किंवा क्रोध येतो, तेव्हा लघवी वेगवेगळी रूपं किंवा चव धारण करते आणि तीच लघवी संबंधित त्रास निवारणारी एकमेव औषधी द्रव्य असते. दुसरं म्हणजे आपण जेव्हा मातेच्या उदरात निसर्गावस्थेत असतो, तेव्हा चौथ्या महिन्यापासून आपण आपल्या मलमूत्रात, विटाळात गटांगळ्या खात अर्भक या स्वरूपात भ्रमण करीत असतो. आपल्या देहाच्या मूत्रात पिंड पोसून लांबलचक जीवन कंठण्यात त्याची परिणती झाली आहे. पुन्हा जेव्हा आपल्या काही अनैसर्गिक कारणांमुळे जीर्णावस्था येते, तेव्हा परत कृत्रिमरीत्या मसाज केल्यानं, तसंच लंघन आणि स्वमूत्रपान केल्यानं संभावित अरिष्ट टळून जातं. दुसरं म्हणजे झाडाची पानं, फुलं आणि फळं गळतात, तेव्हा ती विसर्जित होतातच की नाही? अर्थात ती झाडाला त्या क्षणाला टाकाऊच असतात की! पण तीच पानं-फुलं-फळं आपण वापरतो. तेव्हा टाकाऊ काय नि अनैसर्गिक काय!

श्रद्धा : याचा अर्थ, मातीच्या भिंतीला मातीनंच सारवणं योग्य होईल.

चिंतूकाका : निसर्गाचं हे चक्र कसं आहे पाहा. पानं-फुलं-फळं झाडाखाली पडतात आणि तिथंच कुजतात. पाऊस पडल्यावर त्याचं रसायन पुन्हा झाडांना मिळू लागतं. खरं ना?

डॉक्टर : अगदी बरोबर!

योगेश : आपण उच्छ्वासातून जो कार्बन डायॉक्साईड बाहेर सोडतो ते झाडाचं जीवन असतं; जो मैला बाहेर टाकतो, ते झाडांना सोन्याच्या भावाचं खत ठरतं आणि झाडांनी फेकलेली पानं, फुलं, फळं ही तर आमच्या जीवनाचा अमूल्य आणि अटळ भाग बनलेली आहेत.

डॉक्टर : जीवन हे असंच परस्परांवर अवलंबून असतं. उभ्या-आडव्या धाग्यांनी कापडाच्या विणीला आधार मिळतो, तसंच प्राणी आणि वनस्पतिजीवनाचं आहे. संपूर्ण निसर्ग हातात हात घालून, खांद्याला खांदा भिडवून निघालेला दिसतो. माणूस कोळशातून 'हिरा', शिंपल्यातून 'मोती', बुरशीतून 'पेनिसिलीन' आणि मातीतून 'सोनं' उपलब्ध करून घेत असतो; तर मग त्याला मूत्रातलंच 'अमृतत्व' समजून घेणं जड का जावं?

नाना : (हसून) असं असेल, तर मग मूत्राला मूत्राऐवजी मित्रच म्हटलं पाहिजे!

डॉक्टर : प्रत्येक गोष्टीचा उपयोग करण्यावर त्याचा परिणाम आणि संबंध अवलंबून राहतो. अग्नीमुळे चूलही पेटते अणि घरही! मग तो मित्र की शत्रू? वास्तविक सर्व ऊर्जासमूह हा आपला मित्रच. तेव्हा नाना, मूत्रालासुद्धा 'मित्र' म्हणायला हरकत नाही बरं का!

योगेश : (चेष्टेच्या सुरात) लघवी हा शब्दप्रयोग 'लाघवी' या शब्दाचा अपभ्रंश वगैरे असावा का हो?
(सर्वजण खो खो हसतात.)

डॉक्टर : शक्यता आहे.

श्रद्धा : पण लघवी इतकी घाण का वाटते?

डॉक्टर : आपला मूत्राशी परिचय होतो तो केवळ मुतारीतच. मूत्र विसर्जित होताच त्याचा हवेशी संपर्क येऊन काही घटक अमोनियामध्ये रूपांतरित होतात. अमोनिया हा उग्र वायू असतो. त्याचा वास असह्य वाटतो, म्हणून मूत्र म्हटलं की, नाकं मुरडली जातात. दुसरी एक गोष्ट तुमच्या लक्षात आली असेल की, दूध डेअरी, मटण-मार्केट यासारख्या प्राणिजन्य पदार्थ असलेल्या ठिकाणी कितीही सफाई केली तरी तिथं एकप्रकारचा गंध नाकाला घेरतो. प्रत्येक प्राणिजन्य पदार्थ हवेतल्या जीवाणूंच्या म्हणजे बॅक्टेरियाच्या संपर्कात येताच एकप्रकारचा दुर्गंध सुटतो. प्रमाणबद्ध आणि योग्य निसर्गानुकूल आहार करणाऱ्यांच्या ताज्या मूत्राला वास असा मुळी नसतोच. तिसरं असं की, लहानपणापासून मनावर आई-शिक्षक-

डॉक्टर यांच्याकडून संस्कार झालेले असतात की, मूत्र म्हणजे अमंगल, घाण-शी. त्यामुळे स्वत: स्वत:चं मूत्र प्राशन करायचं म्हणजे घाण वाटते. असो, बरं... अंबूकाकूंना आता आत घेऊन यायला हरकत नाही बरं का. बराच वेळ झाला.

(श्रद्धा आणि अविनाश अंबूकाकूंना आधार देऊन खाली आणतात आणि बिछान्यावर झोपवतात. अंबूकाकू कण्हतात.)

डॉक्टर : आता कसं वाटतं? (अंबूकाकू फक्त हात जोडतात आणि मानेनेच 'ठीक' सांगतात.) विश्रांती घ्या. आम्ही आहोत इथं.

(चिंतूकाका, डॉक्टर, अविनाश, श्रद्धा पुन्हा आपापल्या जागी येऊन बसतात.)

श्रद्धा : डॉक्टर, आम्हा बायकांना स्वमूत्र घेताना काही विशेष काळजी घ्यायला हवी का? आणि आम्हाला शिवाम्बूचा विशेष असा काय फायदा होईल?

डॉक्टर : स्त्रिया सर्वसाधारणपणे संयमाच्या बाबतीत पुरुषांपेक्षा कमी असल्या, तरी रोगात पुरुषांपेक्षा अधिक तग धरतात. त्यांच्या मूत्रातल्या थायरोट्रॉफिक (T. S. H.) नावाच्या हार्मोन्समुळे थायरॉईड ग्लॅन्डला (Thyroid Gland) उत्तेजना मिळून शरीरातली शक्ती नियंत्रित होते. फॉलिकल, स्टिम्युलेटिंग (F. S. H. O.) आणि ल्युटेनाजिंग हार्मोन (L. H.) या हार्मोन्समुळे स्त्रियांचा मासिक रक्तस्राव, गर्भावस्थेतल्या अर्भकाचं संरक्षण, योग्य वेळी प्रसूती वगैरे गोष्टी नैसर्गिकपणे होतात. यामुळे सिझरिंगची वेळ येत नाही. प्रोजेस्टेरॉन (Progesterone Estrogen) या स्त्रियांच्या मूत्रात असणाऱ्या यौनग्रंथीतल्या स्रावामुळे मूल नसणाऱ्यांना मुलंही होऊ शकतात. तेव्हा त्यांनी रोज एक वेळ तरी म्हणजे दीर्घ विश्रांतीनंतर होणारी पहिली लघवी प्यावी. मासिक पाळीमध्ये किंवा अंगावरून पांढऱ्या-तांबड्या धुपणीच्या वेळी मात्र शिवाम्बू घेण्याचं टाळावं. म्हणजे नैसर्गिक स्रावांचा प्रादुर्भाव शिवाम्बूत आला नसेल, तर ते घ्यावं; अन्यथा टाळावं.

श्रद्धा : आत्ता तुम्ही म्हणालात तसा संतानप्राप्तीचा अजब अनुभव तुम्हाला आला आहे का?

डॉक्टर : हो तर! पण स्वत:ला नाही हं. (सर्वजण हसतात.) कारण मी शिवाम्बुपरिचयाच्या आधीच बाप झालेलो आहे!

श्रद्धा : छे, छे! तसं नाही म्हणायचं मला. मला विचारायचंय की, तुमच्या

पेशंटपैकी कुणाला याचा अनुभव आलाय का?

डॉक्टर : बऱ्याच पेशंट्सना आलेत. पहिला म्हणजे, मी पूर्वी एका खेड्यात ॲलोपॅथीची ट्रीटमेंट देत असे. ज्या घरात माझं वास्तव्य होतं, ते घर एका धनिकाचं होतं. पण त्यांना लग्नानंतर वीस-बावीस वर्षांपर्यंत मूल होत नव्हतं. अनेक अत्याधुनिक टेस्ट्स आणि ट्रीटमेंट्सनी अक्षरश: हात टेकले होते. तज्ज्ञांनी तर चालू जन्मात तुम्ही मुलाची अपेक्षासुद्धा करू नका असं अगदी स्पष्ट सांगितलेलं होतं. पण या लोकांचा ज्योतिष्यावर गाढ विश्वास! त्यांच्या ज्योतिष्यानी त्यांना हस्तरेषेत मुलाचा योग आहे असा निर्वाळा दिलेला होता. आश्चर्य म्हणजे काही दिवसांनी घरमालकांच्या पत्नी गरोदर असल्याचं समजलं. पण सिमेन्स म्हणजे वीर्य परीक्षा करणाऱ्यांचं मत होतं की, यांचे शुक्रजंतू असमर्थ आणि कमी प्रमाणात आहेत. म्हणून मी त्यांना खोदून खोदून विचारलं. तेव्हा त्यांनी सांगितलं, की, डॉक्टर तुम्हाला पटायचं नाही म्हणून मी सांगायचं टाळत होतो; पण तुम्ही विचारताय म्हणून सांगतो.

आम्ही दोघं काडसिद्धेश्वर महाराजांकडे जातोय, हे तुम्हाला माहीत आहेच. त्यांनीच सांगितलं की, तुम्हाला मुलाचा योग आहे, पण दोघांत कोणीतरी अपुरं आहे; तेव्हा तुमची अपूर्णता पूर्ण व्हावी, म्हणून तुम्ही उभयतांनी शिवाम्बू म्हणजे स्वत:ची लघवी प्यावी. म्हणजे दोघेही पूर्ण व्हाल आणि अपत्यप्राप्ती होईल.

या सत्य वस्तुस्थितीचा झटका मला प्रथम खूपच जाणवला. तेव्हा शिवाम्बू हा शब्द अत्रे आपल्या 'मराठा' पत्रकात मोरारजींवर जी टीका करीत, त्यामुळे मला माहीत झालेला होता. पुढे मी खास उपचार केंद्र काढलं, तेव्हा अनेक निपुत्रिकांना मुलं झालेली पाहिली.

योगेश : पण तुम्ही या विशेष उपचाराकडे कसे वळलात?

डॉक्टर : माणूस जिवंत असेपर्यंत जिवंत राहण्यासाठी जी धडपड करतो, त्याचीच स्वमूत्रानुभव ही फलश्रुती आहे, असं मी आता निश्चितपणे म्हणू शकतो. मी साधारणत: इ. स. १९६५-६६ पासून ॲलोपॅथिक वैद्यकीय सेवा करीत होतो. आमच्या घरमालकांना शिवाम्बुपानाने झालेल्या अपत्यप्राप्तीचा जिवंत अनुभव माझ्यासमोर असल्यानं त्याचा प्रभाव माझ्यावर होता. त्याबद्दल मनात खूप उत्सुकता, जिज्ञासा, आश्चर्य होतं आणि त्याचा प्रयोग करून पाहण्याची कमालीची ओढ लागली होती. पण त्याचे रीतसर संशोधनात्मक

उपचार दुसऱ्यावर करण्यापूर्वी मी स्वत:वर करून पाहायचं ठरवलं आणि १९७३ मध्ये गुढीपाडव्याच्या सुमुहूर्तावर स्वमूत्राची पहिली चव अनुभवली. त्यानंतर मी शिवाम्बूबाबत अधिकाधिक माहिती मिळवू लागलो. प्रथमत: मलासुद्धा भयंकर किळस, बेचैनी, मळमळ वाटली; पण नंतर हळूहळू त्याची सवय झाली. पहिल्याच आठवड्यात मला शरीरात नवचैतन्य निर्माण झाल्यासारखं वाटलं. अधिक माहितीतून असं लक्षात आलं की, शिवाम्बू सर्व रोगांवर उपयुक्त आहे. म्हणून मी त्याचा दुसऱ्यांवरही प्रयोग करून पाहायचं ठरवलं. त्यावेळी मी पिराच्या वाडीला प्रॅक्टिसला जात असे. एके दिवशी गावाच्या वेशीजवळ काही लोक शेकोटीशी बसले होते. त्यात एक महारोगाने पीडित झालेला मनुष्य होता. मी त्याला जवळ बोलावलं. त्याचं नाव होतं पंडित लाड. त्याला मी सांगितलं, 'हे बघ, माझ्या मित्रानं अमेरिकेहून हे एक खास औषध पाठविलंय आणि त्याचा प्रयोग तुझ्यावर करण्याचा माझा विचार आहे.' हे ऐकून त्याच्या डोळ्यांच्या कडा ओलावल्या. दुसऱ्या दिवशी मी घरातून माझ्या शिळ्या जुन्या शिवाम्बूची मोठी सीलबंद बाटली घेऊन गेलो आणि फोर्सेपनं त्याच्या लिंबाएवढ्या खोल जखमेत मोसंबीइतका कापूस दाबून बँडेजच्या पातळ कापडानं जखम बांधली. नंतर बाटलीचं बूच काढून त्या 'अमेरिकन औषधानं' ते ड्रेसिंग मी चांगलं भिजू दिलं आणि त्याला सांगितलं, 'पंडितराव, आपण सिमेंटच्या गिलाव्यावर पाणी मारतो ना, त्याप्रमाणे हे जखमेचं बँडेज सुकू देऊ नका. ह्या बाटलीच्या औषधानं ते सतत ओलं करत राहा.' या सर्व घटनेनं तो एकदम भारावून गेला. मी केलेल्या कामाकरता त्यानं ज्या स्नेहपूर्ण सहानुभूतीनं हात जोडले, त्या हातांची बोटंही पूर्णपणे वाकलेली दिसत होती. त्याच्या डोळ्यांतून पाणी झरत होतं. आजवर उपेक्षित आणि हीन मानल्या जाणाऱ्या पंडित लाडाला प्रथमच कोणीतरी प्रेमानं जवळ केलं असल्याचं त्याच्या डोळ्यातले अश्रू सांगत होते. अशा रीतीनं शिवाम्बूचा पहिला प्रयोग घडून आला आणि गंमत म्हणजे त्याची ती चिघळलेली जखम अवघ्या बारा दिवसांत अदृश्य झाली!

पंडित लाडाला असा प्रत्यय आल्यानंतर गावातले अन्य लोकसुद्धा आम्हालाही ते अमेरिकन औषध मिळेल का, आम्हालाही त्याचा फायदा होईल का, म्हणून विचारू लागले. गंमत म्हणजे बरेच

दिवस मी 'शिवाम्बू' अमेरिकन औषध म्हणूनच खपवीत होतो. कारण सत्य बोलून तेव्हा तरी चालणार नव्हतं!

नाना : आश्चर्य आहे हं डॉक्टर!

योगेश : महारोगाचा जर विनाश होत असेल, तर किरकोळ आजारांचा तर पार धुव्वाच उडेल!

डॉक्टर : शिवाम्बू घेणाऱ्यांना साध्या सर्दी-खोकल्याचाही त्रास दीर्घ काळापर्यंत होत नसल्याचा पुरावा आहे माझ्याजवळ. काय असतं की, मनुष्याची चिंतनशक्ती 'शोधा म्हणजे सापडेल' या उक्तीप्रमाणे काम करीत असते. एखादं शेपूट सापडल्यावर ते ओढता ओढता हत्ती बाहेर निघावा तसं कधीकधी होतं. अस्ताव्यस्त असलेल्या निसर्गाकडे डोळसपणाने पाहताना एकेका रहस्याची, निसर्गाच्या शृंखलाबद्ध ऊर्जेची घडी समजून येते. जिथं सांडलं तिथंच शोधलं पाहिजे ना? निसर्गात जिथे मूल जन्मण्याआधी स्तनात दूध तयार असतं, तिथे पीडा क्लेश आहेत त्याच ठिकाणी कुठेतरी उपायही असणार नाहीत का?

नाना : बरोबर आहे तुमचा तर्क! डॉक्टर, तुमचे गुरू कोण हो?

डॉक्टर : गुरू म्हणाल तर माझ्या विवेकालाच मला समर्थ गुरू म्हणायला पाहिजे. मी नेहमीच अशा गूढ नैसर्गिक रहस्यांवर चिंतन करत असतो. नाना तर्कवितर्क करतो आणि मग सर्व तुकडे एकत्र करून त्यांची संगती जुळवण्याचा प्रयत्न करतो. मी माझा विवेक पूर्णपणे पूर्वग्रहविरहित ठेवला आहे. जे योग्य वाटतं ते अगदी कोणताही मुलाहिजा न ठेवता स्वीकारतो आणि जसंच्या तसं व्यक्तही करतो.

योगेश : खरंच कमाल आहे तुमची डॉक्टर!

डॉक्टर : यानंतर मग मी विचार केला की, असं इथेतिथे फिरून उपचार करण्यापेक्षा कोल्हापुरात जागा घेऊन एखादं हॉस्पिटलवजा निवासस्थान उभं करावं. मग मी तसं केलं आणि १९७५ पासून शिवाम्बू नावानेच आरोग्य-संधान केंद्र चालवतोय.

चिंतूकाका : तुमच्या केंद्रात सध्या किती रुग्ण एकावेळी दाखल होऊन उपचार घेऊ शकतात?

डॉक्टर : साधारणपणे ८ ते १० रुग्णांना अगदी व्यवस्थितपणे उपचार देण्याची सुविधा आमच्याकडे उपलब्ध आहे.

योगेश : मध्यंतरी तुम्ही परदेशात गेला होतात, तिथला तुमचा अनुभव काय?

डॉक्टर : अहो, जगातली सर्व माणसं इथून तिथून सारखीच. प्रत्येक माणसाची काहीही करून जगण्याची जबरदस्त इच्छा. शिवाम्बूबद्दल तोच तिरस्कार, विरोध, स्वास्थ्याबद्दल गाफीलपणा, मृत्यूबद्दलची भीती, वेदनेच्या वेळी विव्हळणं, रडणं; देश वेगळा असला, भाषा वेगळी असली तरी माणूस तोच. सुंभ जळला तरी पीळ जळत नाही, अशी वृत्ती. मात्र एक निश्चित जाणवलं की, कोणताही नवा प्रयोग करताना तो समजून घेऊन योग्य सहकार्य करण्याची प्रवृत्ती आपल्यापेक्षा तिथे अधिक दिसते.

श्रद्धा : राहून राहून सारखा एक प्रश्न मला घोळत आहे, विचारू का?

चिंतूकाका : अगं सूनबाई, विचारू का म्हणून काय विचारतेस? काय असेल ते स्पष्टच विचार.

डॉक्टर : हो विचारा की.

श्रद्धा : शिवाम्बूमुळे शरीरात नेमकं काय घडतं? आणि त्याचे चांगले म्हणजे काय परिणाम दिसून येतात?

डॉक्टर : सर्वसाधारणत: शिवाम्बुपान करताच मूत्रातल्या क्षारीय आम्लतेच्या तीव्रतेनुसार आतड्यात आणि जठरात मोठ्या प्रमाणात चयापचयाची क्रिया सुरू होते आणि निष्क्रिय आतड्यात इतस्तत: असलेला मळ बाहेर ढकलला जाऊ लागतो. त्यामुळे एक-दोन जुलाब होतात. मलाच्या अस्तित्वानं जाणवणारं जडत्व नाहीसं होतं. शिवाम्बूतल्या हार्मोन्समुळे उत्साह वाढतो, त्यातल्या एन्झाईम्समुळे भूक वाढते, युरोकिन्समुळे रक्तातला थकवा दूर होतो. हार्ट-ॲटॅक, थ्रम्बोप्लेबिटिज आणि फुप्फुसातल्या रक्तात निर्माण होणाऱ्या पल्मोनरी एम्बालिज्म आदी घातक द्रव्यांना शिवाम्बूमुळे रोखलं जातं. शिवाय श्रमामुळे येणारा थकवा कमी होऊन माणूस एव्हरग्रीन म्हणजे प्रसन्न आणि स्वास्थ्यसंपन्न दिसतो.

अविनाश : म्हणजे अविनाशी राहू इच्छिणाऱ्यांना हे अमृतच म्हणावं लागेल.

डॉक्टर : शिवाम्बूला अमृत म्हणता येणार नाही. कारण ज्यामुळे मानवाला मृत्यूच येणार नाही, अशा कल्पनेला अमृत म्हटलं जातं. मात्र वस्तुस्थिती वेगळी आहे. अद्याप कोणीही अमर झालेला दिसत नाही. त्यामुळे शिवाम्बूच्या वस्तुस्थितीला ही कल्पना जोडणं अयोग्य वाटतं. पण आपल्याला असं म्हणता येईल की, शिवाम्बू हे एक रामबाण औषध आहे. मानवी स्वास्थ्यासाठी, दीर्घायुष्यासाठी एकमेव अद्वितीय औषधी आहे. शिवाम्बू म्हणजे जणू विनावेतन अंगरक्षकच!

तुम्ही एक लक्षात घ्या, देहातल्या रोगग्रस्त ग्रंथी अथवा काही अवयवांच्या अकार्यक्षमतेमुळे न वापरली गेलेली ऊर्जा काही घटक द्रव्यांच्या रूपात आपल्या मूत्रातून बाहेर पडते. म्हणूनच तर डॉक्टर संबंधित अवयवांचा रोग मूत्रपरीक्षणाने निश्चित करू शकतात ना? आपण खाल्लेल्या अन्नातून शरीर रक्त बनवतं. हे रक्त बनवण्याआधीचं कच्चं रूप म्हणजे मूत्र म्हणता येईल. लोह जीवनसत्त्वाचा अभाव असलेली लहान मुलं माती, राख खाण्याच्या प्रवृत्तीची होतात. म्हणजे त्यात विपुल असणारं विकृत लोह, राख किंवा माती खाऊन ते मिळवतात. तसंच अन्नात असलेले अभाव सर्व सस्तन प्राणी मूत्र पिऊन भरून काढताना दिसतात.

योगेश : डॉक्टर, मघाशी तुम्ही रामबाण म्हणालात त्यातून आठवलं... आपल्या रामायणात शिवाम्बूचा कुठं उल्लेख आलाय का हो?

नाना : मलाही तेच विचारायचं होतं.

अविनाश : पण रामायण खरोखरच घडलं की नाही, याबद्दल अद्याप वाद आहेत.

डॉक्टर : रामायण घडलं की नाही, याबाबत अद्याप निर्णय लागलेला नाही. पण या इतिहासातल्या अनेक दृष्टान्तांतून लोकांना मनःस्वास्थ मिळू शकतं आणि समाज सदाचारी होतो. लोकरंजनातून लोकजागृतीच्या दृष्टीने पाहिलं तर असं वाटतं की, रामायणातील राम हा स्वास्थ्याचं प्रतीक मानता येईल, तर लक्ष्मण हा स्वास्थ्याचा उपासक, दास, सेवक मानता येईल आणि सीता म्हणजे एक शक्ती, बळ, तेज मानता येईल. रावण म्हणजे रोग, पीडा, दंभ, अहंकार मानू. खारा समुद्र म्हणजे खारे स्वमूत्र समजू. हनुमान म्हणजे व्यायाम, सदाचार, ब्रह्मचारित्व, उपचार समजू. नल, नील म्हणजे खाऱ्या पाण्यातून तरून जाण्याची विद्या जाणणारे दोन तरुण मानू. अर्थात त्यांना चिकित्सक मानू या.

समुद्रतीरावर लिंगपूजा आणि तीर्थग्रहण म्हणजेच आपल्या लिंगातील मूत्राचं प्राशन. या सर्व मुद्द्यांवरून रामायण समजून घ्यायचं ठरवलं, तर सोन्याच्या मृगाची शिकार करणं म्हणजे झगमगत्या मोहाला वश होणं. चकाकतं ते सर्व सोनं नव्हे. सीतेचं हरण होणं म्हणजे स्वास्थातलं तेज-शक्ती नाहीशी होणं. रावणानं सीता पळवणं, याचा अर्थ रोगानं शक्ती पळवणं. हनुमान हा मित्र, सेवक, दास; अर्थात रामाचा म्हणजे स्वास्थ्याचा आणि व्यायाम,

ब्रह्मचर्य, सदाचार, परोपकार इत्यादी हनुमानाची वैशिष्ट्यं अंगी बाणवण्यातून स्वास्थ्य मिळतं ही तर आपली धारणा आहेच.

अविनाश : म्हणजे रामाची सीता रावणानं हरण केली याचा अर्थ स्वास्थ्याची शक्ती रोगानं नेली, असंच ना?

योगेश : लक्ष्मण हा रामाचा आदर्श भाऊ. सदाचार, विनम्रता हे स्वास्थ्याचे भाऊ.

श्रद्धा : राम-सीता यांनी वनवासात जाऊन कंदमुळं खाल्ली, निसर्गोपचारानं स्वास्थ्याला विश्रांती मिळाली.

नाना :
वीर हनुमान रामाचा आदर्श सेवक ।
व्यायाम, ब्रह्मचर्य, सेवा, स्वास्थास लाभदायक ॥

चिंतूकाका :
रावणाचा वध, सीता परत मिळाली ।
रोगाच्या नाशानं स्वास्थ्य शक्ती परत आली ॥

डॉक्टर : अहो, तुम्ही तर हे सर्व काव्यबद्धच केलंत की!
(सर्वजण खळखळून हसतात. टाळ्या वाजवतात. अंबूकाकू कण्हू लागतात. श्रद्धा जवळ जाते. सगळे तिकडे पाहतात.)

श्रद्धा : काही हवंय का? चहा, कॉफी वगैरे देऊ का तुम्हाला?

डॉक्टर : (खुर्चीतूनच) नको, नको, श्रद्धाताई. त्यांना सध्या तरी चहा-कॉफी देऊन त्यांची प्रकृती बिघडवू नका. अजून आपलं रामायण संपायचं आहे. मधला काही भाग राहिला आहे. त्यांना हवं असल्यास फक्त थोडंसं पाणी द्या.
(श्रद्धा त्या दृष्टीनं पाहते, पण अंबूकाकू मानेनेच नकार देतात. श्रद्धाला तिकडे जाण्यास सांगतात आणि डोळे मिटून पडतात. श्रद्धा परत येऊन सगळ्यात बसते.)

डॉक्टर : हं. जाऊ या ना पुढं?

श्रद्धा : हो तर, जरूर.

डॉक्टर : प्रदीर्घ खाऱ्या समुद्रात सेतू बांधून पैलतीराला जाणं आणि रावणाचा वध करून सीता परत मिळवणं म्हणजे माझ्या मते प्रदीर्घ काळ खाऱ्या स्वमूत्राचा स्वाद घेऊन, दोन आहारात मोठा सेतू बांधून म्हणजेच लंघन करून, रोगाचा समूळ नाश करणं आणि पुन्हा स्वास्थ्य, शक्ती संपादन करणं. दुसरं म्हणजे खऱ्या अर्थानं रामराज्य जर असेल, तर ते 'स्वास्थ्यराज्य' असण्याचीच दाट शक्यता आहे. मला तरी रामायणाबाबतचे अनेक वितंडवाद ऐकताना असंच वाटू लागतं.

योगेश : हा दृष्टिकोन म्हणायचा की तर्कसंगती?

डॉक्टर : प्रत्यक्ष असलेल्या हत्तीचं परीक्षण चार आंधळ्यांनी त्यांच्या हाती लागलेल्या अवयवांवरून करावं, तसंच या ऐतिहासिक-पौराणिक कथांचंही असलं पाहिजे. सत्य तर केवळ नजरेसमोर आणि इतिहास डोळ्यांच्या परोक्ष. त्यात इतिहासकार डोळस-चौकस असतीलच असंही सांगता येत नाही; परंतु एक गोष्ट मात्र मानावीच लागेल; ती म्हणजे ग्रंथ इतिहास, धर्म, पुराण, वेद, मंत्र, महाकाव्य यातून स्वास्थ्याकडे बोट दाखविण्याचा एक सांघिक-प्रामाणिक प्रयत्न दिसून येतो. यावरून असं वाटतं की, 'जे स्वास्थ्यसंमत ते सर्वसंमत' असं म्हणायला हरकत नाही. याच अर्थानं मी याला तर्कसंगती म्हणतो.

श्रद्धा : समुद्रतीरावरच्या पूजेवरून आठवलं, महादेवाच्या पिंडीच्या प्रतिमेतून नेमकं काय व्यक्त होतं?

डॉक्टर : 'पिंड' आपण देहाला म्हणतो, 'महादेव' आत्म्याला अर्थात चैतन्याला म्हणतो, तर 'लिंग' नर-मादीच्या भेददर्शक अवयवाला म्हणतो. हे लिंगद्वार म्हणजे ऊर्जाविसर्जनाचं महाद्वार. खरंतर याला सेफ्टीव्हॉल्वच म्हटलं पाहिजे. वीर्य असो, विटाळ असो, पाणी- क्षार-हार्मोन्स-एन्झाईम्स वा मूत्र काहीही असो, ते घटक देहात नैसर्गिक क्रियेतून किंवा आतल्या यंत्रणेच्या अकार्यक्षमतेमुळे पाझरतात. अशा वाजवी ऊर्जेचं परिवर्तन किंवा रूपांतरण पुन्हा केवळ नैसर्गिक देहातच होऊ शकतं.

श्रद्धा : थोडं खुलासेवार सांगाल का?

डॉक्टर : हो तर! ज्या लिंगमाध्यमांनी आपण जन्मतो, त्याच लिंगभेटीसाठी आयुष्यही वेचतो. ही वस्तुस्थिती आहे. परस्पर लिंगाच्या आकर्षणात विश्वाचं अखंडत्व आहे. ज्या अवयव-माध्यमानं आपण सर्व जन्मतो, त्याच अवयव-माध्यमाद्वारे वाहणाऱ्या पवित्र पाण्यावर आपलं स्वास्थ्य अवलंबून राहावं, यात तसं काहीच गैर नाही आणि नावीन्यही नाही.

स्वमूत्रोपचाराचा प्रथम उच्चार जगात आदिनाथ म्हणजे आदिपुरुष श्री शंकरांनी केलेला पुराणात आढळतो. तिथंच महादेवाच्या पिंडीचं रहस्य उलगडलं आहे. ती पिंडरचना म्हणजे स्त्री व पुरुष या दोन्ही लिंगांची युती आहे. त्यातूनच विश्वाची उत्पत्ती झालेली आहे. पिंडीच्या खाली शिंपल्याच्या आकाराची शाळुंका असते. तिला

कुंकू लावलं जातं, तर वरच्या लिंगास भस्म लावण्याची प्रथा आहे. म्हणजेच हा नर-मादीच्या लिंगांचाच स्पष्ट संकेत आहे. पिंडीच्या प्रतिमेवर केलेल्या अभिषेकाचं पाणी जेव्हा बाहेर पडतं तेव्हा त्याला लिंगतीर्थ म्हणतात आणि ते पूज्य-पवित्र समजून आचमनी घेऊन ओठानं ओढतात. हा झाला तीर्थप्रसाद. त्याचप्रमाणे देहाच्या पिंडीतून वाहणारं पाणीही तीर्थ समजून घेतल्यास स्वास्थ्य प्राप्ती होते.

पुराणात असा उल्लेख आहे की, श्री शंकर म्हणतात, 'लिंगातून उत्सर्जित होणाऱ्या शिवाम्बूवर संपूर्ण जीवनाचं आरोग्य अवलंबून आहे. जे त्याचा शास्त्रशुद्ध उपयोग करतील ते सुरक्षित असतील. जे सुरक्षित असतील तेच मला शोधतील आणि जे मला शोधतील त्यांनाच मी भेटेन.' शारीरिक शक्तीच मुक्तीकडे नेते, म्हणून तीर्थस्वरूपाने शिवाम्बू पंचेद्रियांना श्रद्धापूर्वक लावल्यामुळे कैवल्यज्ञान वा सिद्धी प्राप्त होऊ शकते. म्हणजेच देहपिंडीचं स्वास्थ्य सुधारलं की, शोधकार्य म्हणजेच साधना-तप चांगलं होऊ शकतं. महादेव पिंडीच्या प्रतिमेचा हा खरा अर्थ आहे.

नाना : हा तर फारच मोठा आणि सबळ पुरावा शिवाम्बूच्या उपचाराला लागू पडतो.

डॉक्टर : दुसरी एक गंमत सांगतो! आज आपले शास्त्रज्ञ जे शोध लावतात, त्या शोधांना त्याच शास्त्रज्ञांचं नाव दिलं जातं. मूत्रपान करणारे आणि त्या मूत्रातलं गम्य शोधणारे पहिले एकमेव संशोधक आदि पुरुष आदिनाथ म्हणजे शिवजी शंकर हेच होते. त्यामुळे या शोधाला त्या संशोधकाचं नाव म्हणूनही शिवाम्बू म्हटलं गेलंय.

योगेश : अरेच्चा! हे नव्हतं कधी लक्षात आलं!

डॉक्टर : तुम्हाला सांगितलं तर आश्चर्य वाटेल, पण मध्यंतरी म्हणजे अगदी तारखेसह सांगतोऽऽ... अ ऽऽ... हा आठवलं! ३१ जानेवारी १९८७ च्या रविवारी दूरदर्शनवर 'प्रतिभा आणि प्रतिमा' या नावाचा जो कार्यक्रम प्रसारित करण्यात आला, त्यात 'सिंधुसंस्कृतिकार' श्री. प्र. ला. देशमुख हे वयोवृद्ध वकील स्पष्टपणे म्हणाले की, 'या जगात ध्वनी चित्रांकित करणारी पहिली संस्कृती ही सिंधू संस्कृती आहे. सिमल्याच्या टेकडीपासून आसामच्या आखातापर्यंत १९१८ ते १९२६ च्या उत्खननात ज्या अनेक गोष्टी सापडल्या, त्यात 'लोथेल' नावाचं शहर सापडलं. ते सहा हजार वर्षांपूर्वीचं जुनं

आहे. त्यामध्ये ज्या वस्तू मिळाल्या त्यात टंकलिखित मुद्रणशिल्प हाती लागलं.’ त्याच्यावरच्या ‘ल, इ, का, ल, ई’ अशा अक्षरलिपींच्या शोधातून जो बोध झाला, त्याचा अर्थ सांगताना ते म्हणाले-

‘ल’ म्हणजे घे, ‘इ’ म्हणजे परतीचे, ‘का’ म्हणजे पाणी, ‘ल’ म्हणजे घे, ‘ई’ म्हणजे परत दे.

याचा एकूण अर्थ असा की- घे परतीचे पाणी, परत घे, परत दे... म्हणजे स्वमूत्र परत परत घे, शरीराच्या आरोग्यासाठी शरीरास परत दे.

नाना : हा शिवाम्बूचा सिंधू संस्कृतीतला पुरावा झाला. पण जिला सर्वांत जुनी संस्कृती मानली जाते, त्या जैन संस्कृतीत काही प्राचीन पुरावा आहे का?

डॉक्टर : हो, आहे तर. जैन धर्मात विशेष प्रसंगी प्रतिज्ञा स्वीकारताना मूत्रपानाचा विधी सांगितला आहे. आचार्य भद्रबाहूकृत व्यवहारसूत्रात उपदेश क्र. ९, सूत्र क्र. ३५ मध्ये असलेला संबंधित पाठ असा आहे :

दो पडिमाओ पन्नत्ताओ । तं जहा .... खुड्डिया वा मोयपडिमा, महाल्लिया वा मोयपडिमा । खुड्डियाणं मोयपडिमं पडिवन्नस्स अणगारस्स कप्पइ... से पढमनिदाहकालसमयंसि वा चरमनिदाहकालसमयंसि वा बहिया गामस्स वा (.......) रायहाणीए वा वणंसि वा वणदुग्गंसि वा पव्वयंसि वा पव्वयदुग्गंसि वा भोच्चा आरुभइ चोदसमेणं पारेइ; अमौच्चा आरूभइ सोलसमेणं पारेइ । जाए जाए मोए आईयव्वे दिया आगच्छइ । महल्लियाणं मोयपडिमं जाव पव्वयदुग्गंसि वा भोच्चा आरुभइ सोलसमेणं पारइ; अभोच्चा आरुभई अट्ठारसमेणं पारेइ । जाए जाए मोए आईयव्वे दिया आगच्छइ ।

याचा अर्थ असा की- दोन प्रतिज्ञा त्या याप्रमाणे... छोटी वा मोठी वा दोन प्रतिज्ञांपैकी.... छोट्या प्रतिज्ञेला स्वीकारणारं प्रतीक... ग्रीष्म ऋतूच्या सुरुवातीस अथवा ग्रीष्म ऋतूच्या अखेरीस... गावाच्या बाहेर किंवा राजधानीत... वनात किंवा वनाच्या मध्यभागी... डोंगरातील गुंफेत किंवा डोंगराच्या वर मध्यावर एकांत जागी... चौदा दिवस किंवा सोळा दिवस मूत्र घेण्याचं व्रत करावं... जर महालातून आहार घेऊन मुनिव्रती ही प्रतिज्ञा पाळणार असल्यास... त्यानं सोळा दिवस उपवास करून सलग हे व्रत पाळावं... अन्यथा आहाराशिवाय व्रत घ्यावयाचं असल्यास अठरा दिवस पाळावं... दरम्यान येणारं

मूत्र दिवसाच फक्त घेतलं जावं.

योगेश : डॉक्टर, इस्लाम धर्मीयांमध्ये शिवाम्बूला कसं काय स्थान नाही? उलट प्रचंड विरोध आहे.

डॉक्टर : आपण इतिहासात कुणीतरी 'ध' चा 'मा' नाही का केलाय! 'ध' चा 'मा' करणे हा शब्दप्रयोग आपण नेहमी करीत असतो ना? तसंच विपरीत इथंसुद्धा घडलं आहे. 'अ' च्या ठिकाणी 'ह' शब्द पडला आहे. म्हणजे 'पिशाब 'अ'राम है' च्या ऐवजी 'पिशाब 'ह'राम है,' असा शब्द पडला. हे कुठं, कसं घडलं हे कळत नसलं तरी उर्दूतल्या एका विधानानं याला पुष्टी मिळते.

इस्लाम धर्माचे पैगंबर हजरत मुहम्मद (स. अ. व.) यांचे जावई अलिइब यांनी अबितालिब (स. अ. व.) यांना असा उपदेश केला आहे की,

दवाउक फीक बमा तशउरु,
वदाऊक मिनक बमा तुबसिरु ।

याचा अर्थच असा की, 'तुझं औषध तुझ्याजवळच आहे; परंतु तू ते जाणीत नाहीस आणि तुझ्यामधल्या रोगालाही तू ओळखलेले नाहीस.' जे सत्य आहे ते कोणत्याही धर्मातून बाजूला कसं काय होऊ शकेल? प्रत्येक धर्म सत्यावर अधिष्ठित आहे, यावर तर आपला विश्वास आहे ना?

नाना : व्वा! व्वा! असं कसं? जुन्या संस्कृतीत असा त्रिवार सत्याचा प्रकाश पसरला आहे. पण डॉक्टर, आता एक अगदी प्राथमिक प्रश्न. आमच्यासारख्या जुन्या माणसांनी म्हणजे वृद्धांनी शिवाम्बू कशी घ्यावी आणि काय पथ्य पाळावं, ते सांगाल का?

चिंतूकाका : सांगाल का काय म्हणता? सरळ सरळ विचारा ना. डॉक्टरसाहेब जरूर शंका निरसन करतील. होय की नाही डॉक्टरसाहेब?

डॉक्टर : (हसून) जरूर. वृद्ध आणि अशक्त लोकांच्या शिवाम्बूपानासंबंधी प्राचीन ग्रंथात असा दुजोरा आहे की,

शिवाम्बु चामृतं दिव्यं जरारोगविनाशनम् ।
तदादाय महायोगी कुर्याद्वै निजसाधनम् ॥९॥

याचा अर्थ : शिवाम्बू हे दिव्य असून अमृतच आहे. म्हातारपण, रोग यांचं नाशक आहे. महायोग्यांनी हे प्राशन करून नंतर आपली योग्य साधना करावी. अर्थात संयमी व्यक्तीस धार्जीण.

मुखशुद्धिं विधायाथ कृत्वा चावश्यकीं क्रियाम् ।
पिबेच्छिवाम्बु विमलं जन्मरोगविनाशनम् ।।१०।।

याचा अर्थ : उठल्यावर मुखशुद्धी करावी आणि तदनुषंगिक क्रिया कराव्यात. नंतर केवळ मलविहीन स्वच्छ शिवाम्बू प्याल्याने जन्मापासूनचे रोग नाश पावतात.

पथ्याबाबतसुद्धा श्लोक आहे, तो असा-

अक्षारकटुकान्नाशी साधकः श्रमवर्जितः ।
शयीत लघुभुग्रात्रौ भूमिशायी जितेन्द्रियः ।।५।।

याचा अर्थ : साधकाने क्षार, अर्थात खारट, मीठ, तिखट, कडू, आंबट इत्यादी पदार्थ खाऊच नयेत. अतिश्रम करू नयेत. हलका आहार घ्यावा. इंद्रियांवर काबू असावा आणि भूमीवरच शयन करावं.

शिवाम्बुभक्षणं यस्तु नित्यं कुर्वन् दिने दिने ।
अक्षाराम्लकटून्यत्ति स सिद्धिं शीघ्रमृच्छति ।।३०।।

याचा अर्थ : जो मनुष्य नेहमी शिवाम्बू प्राशन करील, खारट, आंबट किंवा तिखट पदार्थ खाणार नाही, त्या माणसाला लवकर सिद्धी प्राप्त होते.

चिंतूकाका : म्हणजे शिवाम्बू सर्व रोगांवर उपयुक्त असते असं म्हणायला हरकत नाही तर. पण त्यासोबत इतर काही औषधंही घ्यावी लागतात का?

डॉक्टर : यासंदर्भातसुद्धा काही श्लोक आहेत. ते असे-

मधूकफलबीजं च त्रिफलासमभागतः ।
भक्षयेदनिशं तेन जरारोगक्षयो भवेत् ।।३५।।

याचा अर्थ : मोहाच्या वृक्षाचे फळ आणि त्रिफळा ही समभाग घेऊन त्याचं भक्षण केल्यावर शिवाम्बुपान करावं. याने जीर्ण रोग बरा होतो.

गन्धकं धात्रिचूर्णं च जातीफलसमन्वितम्
आदौ जग्ध्वा ततः पेयं शिवाम्बुरुग्विनाशकृत् ।। ३७ ।।

याचा अर्थ : गंधक, आवळकाठीपूड, जायफळ यांचं मिश्रण प्रथम खाऊन त्यावर शिवाम्बुपान केल्यास कोणताही रोग नाश पावतो. याच संदर्भात आणखी एक श्लोक असा आहे की :

कृत्स्नां शुण्ठी युतां चापि चूर्णिता यस्तु भक्षयेत् ।
पश्चाच्छिवाम्बुपानीयं रोगाञ्चयति सुस्फुटम् ॥४१॥

याचा अर्थ : सुंठीचं चूर्ण तोंडात टाकून त्यावर शिवाम्बुपान केल्यास सर्वच रोग नाश पावतात.

चिंतूकाका : खूपच सोपी औषधं आहेत. अनुपान म्हणून रोजच्या उपयोगातसुद्धा सहज आणता येतील. यावरून असं वाटतं की, शिवाम्बू चिकित्सेसंबंधी आपल्या पूर्वजांनी भरपूर संशोधन केलेलं आहे.

अविनाश : यावरून बाबा, असं दिसून येतं की, आम्ही आजचे आधुनिक म्हणवून घेणारेच फक्त चौकस-चिकित्सक नाही आहोत, तर आमच्या पूर्वजांपासून ही परंपरा चालत आलेली आहे.

योगेश : (हसून) मानवाच्या डोकं नावाच्या विभागात होणाऱ्या मेंदूच्या विकासामुळे या आधी सर्व गोष्टींची संशोधनात्मक कारणमीमांसा शोधली गेलेली आहे.

श्रद्धा : (थोडंसं लाजत लाजत) डोक्यावरून आठवलं, अलीकडे माझे केस थोडे थोडे पांढरे व्हायला लागलेत. त्याच्यावर शिवाम्बूचा काही उपयोग होऊ शकेल का?

डॉक्टर : श्रद्धाताई, आपल्याला आश्चर्य वाटेल, पण या गोष्टीचीसुद्धा आपल्या पूर्वजांनी दखल घेतलेली आहे आणि एका श्लोकाद्वारे सांदेश पुरवलाय. तो असा :

मन:शिलां यस्तु योगी चूर्णितान्तु शिवाम्बुके ।
विलेपनादरोग: स्यादंगे कृष्णशिरोरुह: ॥४३॥

अथ लेपनविधि :

याचा अर्थ : मनशिलाचे चूर्ण करून शिवाम्बूमधून त्याचा लेप सर्वांगाला लावल्याने योगी रोगरहित तर होतोच होतो, पण त्याच्या मस्तकावरचे केसही काळे होतात.

श्रद्धा : म्हणजे पूर्वीसुद्धा सौंदर्यसंवर्धनासाठी केसांची जोपासना केली जायची तर...

योगेश : हे केवळ श्लोकातच नाही, आपली प्राचीन शिल्पं पाहिली तरी लक्षात येतं की, केशसंभार आणि त्याची निगा ही आजच्यापेक्षाही पूर्वी अधिक विकसित होती!

श्रद्धा : ते बाकी खरं हं!

नाना : पण मी म्हणतो, केशसंभाराखाली असणाऱ्या डोक्यातल्या बुद्धीवर

काही उपाय आहे का? कारण आम्हा म्हाताऱ्या लोकांना कायमपणे 'साठी बुद्धी नाठी' असं म्हटलं जातं. याबाबत तुमचं शिवाम्बू काही करू शकेल का?

डॉक्टर : नानाआजोबा, बुद्धी आणि वाणी यांच्यावर मेंदूचाच प्रभाव असतो. यासंदर्भात एक श्लोक सांगतो :

मधुशर्करयोपेतं पिबेद् यश्च शिवाम्बुकम् ।
मासषट्कवशेनायं रोगमुक्त: सुवाक्शिरा: ।।४०।।

याचा अर्थ, मध किंवा खडीसाखर घालून शिवाम्बुपान करणाऱ्या वृद्धाच्या वाणीतील आणि मस्तकातील दोष सहा महिन्यात दूर होतात.

त्याचप्रमाणे वृद्धत्वाची बाह्य लक्षणंही नष्ट होतात, अशा अर्थाचाही एक श्लोक आहे :

कोष्ठं शिवाम्बुमिलितं भक्षयेत् क्रमयोगत: ।
द्वादशाब्दप्रयोगेण वलीपलितवर्गित: ।
नागायुतै: समबलो जीवेदाचन्द्रतारकम् ।।२६।।

म्हणजेच योग्य आहार-विहारानं कोष्ठचूर्ण शिवाम्बूमध्ये घालून बारा वर्ष प्यायल्यानं अंगावर पडणाऱ्या सुरकुत्या आणि केस पिकणं वगैरे लक्षणं दिसत नाहीत. दहा हजार हत्तींचं बल प्राप्त होऊन तो नक्षत्रं व चंद्र असेपर्यंत राहील. हा अतिशयोक्तीचा भाग आपण वगळला तर असं म्हणता येईल की, योग्य अनुपानासहित शिवाम्बू घेतली तर अतिशय उत्तम असं दीर्घायुष्य लाभेल.

नाना : पण काय हो डॉक्टर, शिवाम्बूनं माणसाला वृद्धत्व टाळणं शक्य होईल का?

डॉक्टर : सर्व जीवित प्राण्यांसाठी वृद्धत्व ही एक अटळ गोष्ट आहे असं मानलं जातं; परंतु सध्याच्या वैज्ञानिक संशोधनानुसार हेही खोटं ठरत चाललं आहे. ज्यांना वृद्धत्व येऊ शकत नाही अशा प्राणीजाती अस्तित्वात आहेत हे संशोधकांनी मान्य केलेलं आहे. ज्या प्राण्यांमध्ये पूर्ण वाढ झाल्यानंतर एक ठरावीक आकार येतो त्या प्राण्यांमध्येच वृद्धत्वाची लक्षणं आढळून येतात; परंतु अनेक जलचर आणि सरपटणाऱ्या प्राण्यांमध्ये पूर्ण वाढ झाल्यानंतर आकाराची अनिश्चितता आढळून येते. या अनिश्चिततेमुळे त्यांची आयुष्यमर्यादाही अनिश्चित आहे असं आढळून आलेलं आहे. आता शार्क माशासारखे काही प्राणी आणि एका विशिष्ट प्रकारचे कासव यांना वृद्धत्व येत नाही

असं मानलं जातं, पण तरी ते अमर आहेत असंही नाही. याचा अर्थ असा की, सर्वसाधारणपणे जीवशास्त्रीय दृष्टिकोनातून ज्याला आपण वृद्धत्व म्हणतो, ती अवस्था या प्राण्यांच्या बाबतीत येत नाही इतकंच; परंतु याचा अर्थ असा नव्हे की, त्यांना मृत्यूच नाही. मृत्यू हा घडून येणारच. मग त्याची कारणं रोग, शिकारी किंवा अपघात ही असू शकतील.

वृद्धत्वावरच्या संशोधनाचा इतिहास हा केवळ वीस वर्षांचा आहे. त्यापूर्वी वृद्धत्व हा विषय वैज्ञानिक संशोधनासाठी मान्यता पावलेला नव्हता. आज वृद्धत्वाचं विज्ञान जेरॉन्टॉलॉजी संशोधनाच्या दृष्टीनं महत्त्वाचं ठरलं असलं तरी या शास्त्राची आजची परिस्थिती मध्य-युगातल्या कोणत्याही धातूला परिसस्पर्श घडवून आणणाऱ्या रसायनशास्त्रासारखी आहे.

अविनाश : वृद्धत्वाचा परिणाम कोणत्या वयापासून होतो असं समजायचं?

डॉक्टर : साधारणत: वयाच्या तिशीनंतर वृद्धत्वाची लक्षणं दिसायला सुरुवात होते असं मानलं जातं. आज हृदय, फुफ्फुसं, मूत्राशय आणि मेंदू यांच्या बाबतीतलं वृद्धत्व शोधून काढण्यासाठी विश्वासार्ह असं तंत्रज्ञान उपलब्ध आहे. मात्र वयाचा परिणाम प्रत्येक माणसावर सारख्याच प्रमाणात होत नाही. काही माणसांच्या बाबतीत हृदयाची प्रक्रिया अधिक लवकर थकण्याचा संभव असतो, तर एखाद्याच्या बाबतीत मज्जातंतू-संस्था कमकुवत होण्याची शक्यता असते.

योगेश : व्यक्ती तितक्या प्रकृती असण्याचं कारण काय?

डॉक्टर : याला तीन कारणे दिली गेली आहेत. रोग, आनुवंशिकता आणि जीवनाची पद्धती. या तिनापैकी एक किंवा सर्व कारणांमुळे हा फरक पडतो.

श्रद्धा : आयुष्याच्या मर्यादेबाबत तज्ज्ञांचं मत काय आहे?

डॉक्टर : विश्वातल्या विविध प्राणीजातींच्या अस्तित्वाचा विचार करायचा झाला तर माणसानं आपल्या वयाच्या तीस वर्षांपेक्षा अधिक आयुष्य जगून काहीही फायदा नाही, असं ज्येष्ठ वैज्ञानिकांचं मत आहे. शंभरीच्या आयुष्यमर्यादेपर्यंत पोहोचणारे काही समाज जगाच्या पाठीवर आहेत. रशियामधला काही भाग आणि अँडेस या देशातली जनता या वयोमानापर्यंत सहज जातात. याचं कारण म्हणजे अगदी बेताचा आणि त्यातही खूप कमी कॅलरीज असणारा आहार!

चिंतूकाका : डॉक्टर, शिवाम्बुपानात कडुनिंब समाविष्ट आहे का? कडुनिंबाचा नि आमचा संबंध फक्त गुढीपाडव्याच्या दिवशीच येतो; बाकी

वर्षभर कडुनिंबाचं नाव नाही. पण कडुनिंब प्रकृतीस चांगला असतो असं म्हणतात म्हणून म्हटलं विचारावं.

डॉक्टर : कडुनिंबाच्या पानांचाही स्वास्थ्यासाठी उपयोग आहे. तो उल्लेख असा आहे,

निम्बस्य पत्रजरसं तन्मिश्रं च शिवाम्बुना ।
यः सेवते योगयुक्तो स भवेदमरोपमः ॥३२॥

म्हणजेच : निंबाच्या पानांचा रस शिवाम्बूमध्ये घालून सेवन केल्यास योगी, साधक मनुष्य देवाप्रमाणे म्हणजे कांतिमान होतो.

नाना : वा! सदा निरोगी, आनंदी राहण्याचा हा उपाय अजबच म्हणायला हवा.

डॉक्टर : श्लोकात स्पष्टपणे म्हटलंय की,

सर्वोपद्रवनिर्मुक्तः सदाशिववपुर्धरः ।
ब्रह्माण्डगोलके क्रीडन् देववन्मोदतो चिरम् ॥३१॥

म्हणजे पथ्यपूर्ण शिवाम्बुपानानं शिवाम्बुधारक सर्व उपद्रवांपासून मुक्त राहून त्याला शंकरासारखं तेजस्वी शरीर प्राप्त होतं; त्याला ब्रह्मांडामध्ये क्रीडा करता येते आणि तो देवाप्रमाणे म्हणजे सदोदित आनंदी राहतो.

(अंबूकाकू कण्हतात. पोटावरून हात फिरवतात. ते पाहून श्रद्धा धावतच त्यांच्या जवळ जाते. अंबूकाकू पुन्हा निपचित पडतात. श्रद्धा आपल्या जागी येऊन बसते.)

श्रद्धा : शिवाम्बुसंहितेत उदररोग आणि वातरोगावर काही अनुपान सुचवलं आहे का?

डॉक्टर : हो, आहे तर! -

गन्धकं चाभ्रसत्त्वेन मिश्रितं क्रमयोगतः ।
भक्षयेदम्बुमात्रं यः सहितेन शिवाम्बुना ॥२८॥
नाशयेदौदरान् रोगान् तथा वायुसमुद्भवान् ।
बलवान् दिव्यकान्तिश्च दीर्घायुः कालवञ्चकः ॥२९॥

याचा अर्थ : अभ्रकाचं सत्त्व आणि गंधक यांचं मिश्रण क्रमाक्रमानं पाण्याच्या थेंबाइतकं शिवाम्बूमध्ये घालून घेतल्यास उदररोग आणि वातरोग नाश पावतात. तो शिवाम्बुधारक बलवान, दिव्य कान्तीचा, दीर्घायुषी, कालवंचक म्हणजे काळालाही फसविणारा असा होतो.

श्रद्धा : अय्या ऽऽ म्हणजे सौंदर्यकांती खुलवण्यासाठी शिवाम्बूबरोबर योग्य

अनुपान घेतलं तर त्याचा खूप चांगला प्रभाव दिसून येईल नाही?

डॉक्टर : एवढंच नव्हे, तर रोजच्या वापरातले मिरे आणि त्रिफळाचूर्ण यांच्या मिश्रणानं शिवाम्बू घेतली तरी देवकान्ती प्राप्त होते. यासंदर्भातला श्लोक असा आहे :

मरीचं त्रिफळाचूर्णं मिश्रितं च शिवाम्बुना ।
एतद्योगप्रयोगेण जायतेऽप्यमरद्युतिः ॥२७॥

नाना : खरंच डॉक्टर. हे एक एक साधे, सरळ उपाय अक्षरशः थक्क करून सोडणारे आहेत!
(बाहेर पिसाळलेली कुत्री भांडत असल्याचा कर्कश आवाज.)

चिंतूकाका : अवि... बघ जरा कुणाची कुत्री आहेत ते आणि हाकलून दे त्यांना. वैताग आणलाय या कुत्र्यांनी!

नाना : कधीकधी अंगावरही धावून येतात, तेव्हा भीती वाटते. कुत्र्याची नव्हे, तर त्या चौदा इंजेक्शनांची.

योगेश : डॉक्टर, कुत्रा किंवा उंदीर, साप, विंचू चावण्यातून जी विषबाधा होते, ती शिवाम्बुधारकाला होते की नाही?

डॉक्टर : बिलकूल नाही, असा अनेकांचा अनुभव आहे. शिवाय शिवाम्बूसंहितेत असा श्लोकही आहे.

द्वादशाब्दप्रयोगेण जीवेदाचन्द्रतारकम् ।
बाध्यते नैव सर्पाद्यैर्विषाद्यैर्न विहिंस्यते ।
न दह्यतेऽग्निना क्वापि काष्ठवत्तरते जलम् ॥२१॥

म्हणजेच बारा वर्षांच्या अखंड प्रयोगानंतर शिवाम्बुधारकाला सर्पादिक प्राण्याचे विष बाधणार नाही आणि तो पाण्यावर लाकडाप्रमाणे विहार करू शकेल.

अविनाश : म्हणजे सापाच्या विषाची ही तऱ्हा, तर मग गंजलेलं लोखंड लागून उद्‌भवणारा धनुर्वात वगैरे होण्याची तर भीती बाळगण्याचं काहीच कारण नाही, होय ना?

डॉक्टर : जो सतर्क राहून संपूर्ण शिवाम्बु-संहितातंत्र हाताळीत असेल, त्याला कोणत्याही इंजेक्शनची, लसीची, गोळ्यांची, डॉक्टरांची, तज्ज्ञांची आवश्यकता भासणार नाही.

योगेश : आता माझ्या लक्षात आलं की, इतर डॉक्टर या उपचाराला विरोध का करताहेत ते!

नाना : एवढ्या बहुगुणी औषधांचा प्रभाव जर का जनमनावर पडला, तर

डॉक्टरांच्या महागड्या पेट्रोल गाड्या शिवाम्बूवर चालणार आहेत थोड्याच?

श्रद्धा : म्हणजेच दुर्धर रोग होऊ नयेत आणि झालेले असतील तरीसुद्धा त्यातून सहीसलामत सुटका व्हावी यासाठी 'तुझं आहे तुजपाशी...'

चिंतूकाका : खरंच हा उपचार जनमानसात जर रुजला, तर औषधं तयार करणाऱ्यांपासून ते विकणाऱ्यांपर्यंत बहुसंख्य लोकांवर त्याचा नक्की परिणाम होईल. त्यामुळे मला वाटतं की, शिवाम्बू वेस्ट प्रॉडक्ट आहे, निर्दोष नाही इत्यादी विधानं जनमनात रुजवली गेलेली आहेत.

अविनाश : खरंतर सरकारनं आता याकडे लक्ष पुरवलं पाहिजे.

योगेश : धीर धर वत्सा, आज जरी राज्ययंत्रणेची याकडे डोळेझाक झालेली असली, तरी कालांतरानं शिवाम्बूला लोकमान्यतेबरोबरच राजमान्यताही नक्की प्राप्त होईल. (सर्वजण हसतात.)

श्रद्धा : काय हो डॉक्टर, पूर्वीचे राजेलोक शिवाम्बूला कितपत मानत?

डॉक्टर : त्याचं असं आहे, पूर्वीचे राजे ज्ञानी, पंडित, ऋषिमुनी यांचा खूपच आदर करीत आणि ही मंडळी जनतेचं सर्वांगीण आरोग्य सुदृढ कसं होईल, ते पाहत. त्यामुळे 'राजा बोले, तैसी प्रजा चाले' या उक्तीप्रमाणेच 'विद्वान बोले, वही राजा बोले' अशी प्रजाहितदक्ष व्यवस्था होती.

नाना : याच्या उलट आजचं दर्शन आहे. कारण आजची प्रजा, आजचे विद्वान, आजचे राजे सर्वच बहकलेले आहेत.

डॉक्टर : छे! छे!! असं म्हणून कसं चालेल? आजही विद्वान बरेच आहेत. ते विकोपाला गेलेल्या समाजापुढं येऊन आपला निभाव लागेल का, याचा कानोसा घेताहेत.

चिंतूकाका : अशी काही उदाहरणं आहेत का? उल्लेखण्यासारखं एखादं तरी...?

डॉक्टर : एखादंच का? अनेक देता येतील. फक्त भारतातलीच नव्हे; तर परदेशातसुद्धा याची तुतारी निनादत आहे. जे. डब्ल्यू. आर्मस्ट्राँग यांनी 'वॉटर ऑफ लाइफ' नावाचं पुस्तक लिहिलेलं आहे. हे लेखक स्वत:च या उपायानं असाध्य रोगातून बाहेर पडले आहेत. तसंच, मुंबईचे वकील जी. के. ठक्कर यांनीसुद्धा शिवाम्बूचा स्वत: उपयोग करून त्यावर एक प्रबंध लिहिला आणि तो 'दि ओपन इंटरनॅशनल युनिव्हर्सिटी फॉर कॉम्प्लिमेंटरी मेडिसिन्स'मध्ये सादर केला. यामुळे आज त्यांना यू. एस. ए. मध्ये अधिक संशोधन करण्यासाठी आणि व्याख्यानांसाठी खास आमंत्रण आलेलं आहे.

काहीजण तर केवळ कर्णोपकर्णी मिळणाऱ्या माहितीवरून याचा लाभ उठवत आहेत. अनेक संस्थाही याच्या प्रसारासाठी स्थापन झाल्या आहेत. मग सांगा, आणखी काय पाहिजे तुम्हाला?

अविनाश : तुम्ही तर डॉक्टर 'हा सूर्य नि हा जयद्रथ' अशी ग्वाही दिल्यासारखं प्रतिपादन करत आहात!

डॉक्टर : अगदी बरोबर आहे! प्रत्यक्ष अनुभवच आहे माझा तसा आणि त्याची दुसरीही एक बाजू आहे. मी ॲलोपॅथीची प्रॅक्टिस खेड्यापाड्यात करताना तिथलं दारिद्र्य पाहिलं, प्रसंगी आ पसरून बसलेली तिथली हवालदिल माणसं पाहिली, डॉक्टरबद्दल त्यांना वाटत असलेला जिव्हाळा बघितला आणि त्यांचे खासगी वार्षिक खर्चाचे हिशेबही पाहिले. माझ्या असं लक्षात आलं की, त्यात पोटासाठी केलेल्या खर्चाहूनही वार्षिक औषधांचा खर्च प्रचंड होता आणि ज्या घरात सर्वांनी शिवाम्बूचा वापर सुरू केला होता, तिथल्या सर्वांचा डॉक्टरी खर्च शून्य होता.

श्रद्धा : अय्या! कमालच म्हणायची की!

डॉक्टर : त्यामुळेच मला वाटू लागलं की, जर शिवाम्बूमुळं लोकांचा पैशाचा, श्रमाचा अपव्यय टळत असेल, तर आपण त्याबाबत अधिक काही केलं पाहिजे. खरोखरच शिवाम्बू कल्पविधीमुळे शांती आणि सुबत्ता येईल.

नाना : म्हणून तुमचा हा एवढा आटापिटा चाललाय ना?

डॉक्टर : खरं आहे! आडवा झालेला पेशंट उठून स्वत:च्या पायांवर उभा राहतो आणि चालू लागतो, त्या क्षणी जो आनंद आमच्या वाट्याला येतो, तो आगळाच! त्याची सर नाही येऊ शकणार कशाला. आणि हेच साध्य करायचं असतं मला.

(अंबूकाकू खाकरतात, सर्वांना जवळ बोलावतात, सर्वजण त्यांच्या जवळ जातात.)

डॉक्टर : कसं काय काकू? ठीक वाटतंय ना?

अंबूकाकू : (चेहऱ्यावर हास्य) डॉक्टर... (हात जोडून) फार उपकार झालेत तुमचे, शिवाम्बू एक दुवा देणारी दवा आहे. फार मोठी पुण्याई तुम्ही मिळवत आहात. (कण्हते)

अविनाश : (आनंदाने) डॉक्टर, आईला चांगलीच शुद्ध आल्यासारखी वाटते.

श्रद्धा : सासूबाई, तुम्ही आमची मघापासूनची चर्चा ऐकलीत वाटतं. (अंबूकाकू काकांचा हात हातात घेतात, दोघांचेही डोळे पाणावतात.)

चिंतूकाका : हे सर्व योगेशच्या प्रसंगावधानाचं फळ आहे. समजलं का?
(काकू मान हलवतात. योगेश काकींजवळ येतो.)

योगेश : माझं कसलं प्रसंगावधान? ही तर डॉक्टरांची कमाल आणि चिकाटी.

डॉक्टर : छे हो! हा तर तुमच्या घरच्या शिवाम्बूचा चमत्कार. मी संयोग घडवून आणणारा एक निमित्तमात्र सेतू झालो इतकंच. आता काकूंच्या सहयोगावर पुढलं आरोग्य अवलंबून राहील.

अंबूकाकू : तुम्ही जे सांगाल, ते ते करीन मी. तुमचं मघापासूनचं बोलणं मी ऐकलं आहे. औषधाला लाज नाही. मर्यादा नाही. बरं करणारं, बरं ठेवणारं जे जे असतं ते सर्व औषधच. मग ते कडू असो, आंबट असो, नाहीतर दर्पयुक्त असो.

डॉक्टर : म्हणजे तुम्हाला ते पटलेलं दिसतंय तर.

चिंतूकाका : (स्वगत) सुटलो बुवा मोठ्या संकटातून!

डॉक्टर : मग मी आता निघू? बराच वेळ झाला आहे. (अंबूकाकूंना) बरंय, तुम्ही विश्रांती घ्या.

योगेश : मी सोडून येतो डॉक्टरांना.
(सगळेजण उठून डॉक्टरांना पोहोचवण्यासाठी दारापर्यंत जातात.)

डॉक्टर : (अंबूकाकूंना) शिवाम्बू घेण्याचे टाळू नका. यांना फक्त हलकासा परंतु पातळ आहार द्या. उद्या येईन मी पुन्हा.

चिंतूकाका : (सद्‌गदित होऊन) इतकी सगळी औषधं केली; पण शिवाम्बूच्या एका पेल्यानं हे सर्व कार्य केलं.

अविनाश : खरंच, शिवाम्बूचा एकच पेला रोजच्या रोज घ्यायलाच हवा.

डॉक्टर : बरोबर आहे तुमचं म्हणणं. 'शिवाम्बूचा एकच पेला' सांभाळावाच.

सर्वजण : 'शिवाम्बू एक दिव्य बिंदू'
(सर्वजण हसतात. डॉक्टर व योगेश निघून जातो. सर्वजण अंबूकाकूंकडे वळतात.)

अंबूकाकू : खरं आहे अवि, 'शिवाम्बूचा एकच पेला, श्वास माझा मोकळा केला.'

(पडदा पडतो.)

◆

अंक दुसरा

प्रवेश पहिला

(चिंतूकाकांच्या घरातील दिवाणखाना. सकाळचे दहा वाजले आहेत. चिंतूकाका पेपर वाचत बसले आहेत. अंबूकाकू पलंगावर बसल्या आहेत. चिंतूकाका त्यांना वाचून दाखवत आहेत. श्रद्धा आपल्या कामामध्ये व्यग्र आहे. इकडून तिकडे धावपळ करताना ती मधेच अंबूकाकूंना काही हवे का, म्हणून विचारते. काकू हाताच्या खुणेनेच नकार देतात. श्रद्धा स्वयंपाकघरात निघून जाते. अविनाश बाहेरून येतो. हुश्श करून बसतो.)

अविनाश : (बुटाची नाडी सोडत) झाली एकदाची दोन दिवसांची रजा मंजूर.

चिंतूकाका : म्हणजे?

अविनाश : अहो बाबा, आमच्या साहेबांकडून रजा मिळणं महाकठीण; पण आईच्या तब्येतीमुळे एकदाची मिळाली म्हणायची. शिल्लक असूनही रजा देत नाहीत.

चिंतूकाका : पण रजा काढायचं कारणच काय?

अविनाश : एरवी कधी मिळत नाही म्हणून! दोन दिवस चांगला आराम करता येईल आणि महत्त्वाचं म्हणजे आपल्या शिवाम्बूच्या डॉक्टरांकडून शिवाम्बूबद्दल अधिक माहिती मिळवायला वेळ मिळेल.
(योगेश हे सर्व दारातून ऐकत ऐकत आत प्रवेश करतो.)

योगेश : हे मात्र निश्चित खरं की, शिवाम्बूबाबतची जिज्ञासा पूर्ण करून घेणं हे आता आपल्या सर्वांच्या अत्यंत गरजेचं झालेलं आहे.
(सर्वजण हसतात.)

चिंतूकाका : अजून डॉक्टर कसे काय आले नाहीत? (श्रद्धा येते.)

श्रद्धा : येतीलच आता, माझा स्वयंपाकही उरकला. म्हणजे मीसुद्धा तुमच्यात सामील व्हायला मोकळी झाले. (नाना येतात.)

चिंतूकाका : या नाना, या. नमस्कार. बसा...

नाना : नमस्कार. काय म्हणताय काकू? ठीक आहात ना?

अंबूकाकू : बरं वाटतंय आता. पण पूर्ण बरी नाही हो अजून!

चिंतूकाका : हळूहळू होणार. अगं, तूप खाल्ल्याबरोबरच रूप येतं का? तसंच हे.

नाना : अच्छा, डॉक्टर आले नाहीत वाटतं?

श्रद्धा : नाहीत ना. आम्ही पण त्यांचीच वाटत पाहातोय.
(एक मुलगा आत येतो.)

मुलगा : चिंतूकाकांचं घर हेच का?

चिंतूकाका : (त्याच्याजवळ जात) होय होय, हेच ते. काय काम आहे...?

मुलगा : मी डॉक्टरांकडून आलोय. त्यांनी तुम्हाला द्यायला एक चिठ्ठी दिलीय. ही घ्या.
(चिठ्ठी देतो व निघून जातो.)

चिंतूकाका : (त्याच्यामागे जात) अरे, अरे थांब! अरेच्चा! काय पोरगा आहे!! धूम पळाला.
(सर्वजण चिंतूकाकांकडे पाहतात.)

योगेश : काय लिहिलंय डॉक्टरांनी?

अविनाश : आमची रजा फुकट जातेय वाटतं.

चिंतूकाका : माझा चश्मा कुठं आहे? (शोधू लागतात.)

नाना : चिंतूकाका, द्या ती चिठ्ठी. योगेश, वाच पाहू.

योगेश : (काकांकडून चिठ्ठी घेऊन वाचू लागतो) '...श्री चिंतूकाकांना, सप्रेम नमस्कार. काही अपरिहार्य कारणास्तव मी थोडा उशिरा येत आहे. एकच्या दरम्यान येईन. तसदीबद्दल क्षमस्व. आपला, स्वास्थेच्छू डॉक्टर...'

अविनाश : बरं झालं. मला वाटलं दांडी मारतात की काय... आता?

श्रद्धा : आता काय, आता जेवणं उरकून घेऊ. म्हणजे मग निवांतपणे बसता येईल.

चिंतूकाका : तेही खरंच म्हणा. (अंबूकाकूंना) तू काय घेणार गं?
(अंबूकाकू मानेनंच नकार देतात.)

श्रद्धा : त्यांना रस काढून ठेवला आहे. शिवाय त्यांची शिवाम्बू त्यांना देणं

चालूच आहे. (काकूंकडे वळून) आम्ही जेवून घेऊ का?

अंबूकाकू : घ्या तुम्ही, मला बरं वाटतंय आता. मी निवांत पडते थोडी. जा तुम्ही. जेवून घ्या.
(सर्वजण जेवायला जातात. नाना, योगेशही निघतात.)

नाना : चला, आम्हीही जेवून येतो.

योगेश : मीसुद्धा एक वाजता येतो परत.

अविनाश : हो, हो. जरूर.
(दिवे हळूहळू मंद होत काळोख)

प्रवेश दुसरा

(रंगमंच उजळतो तेव्हा चिंतूकाका आरामखुर्चीत विश्रांती घेत आहेत. अंबूकाकू पलंगावर झोपल्या आहेत. श्रद्धा स्वयंपाकघरात आवराआवर करीत असल्याचे आवाज ऐकू येत आहेत. फक्त अविनाश पेपर चाळत बसला आहे. योगेश प्रवेशतो.)

योगेश : आलेत का डॉक्टर?

अविनाश : (घड्याळ पाहून) आत्ताशी कुठं एक वाजतोय. त्यांना यायला अजून अर्धा-पाऊण तास तरी लागेल. (नाना प्रवेशतात.)

नाना : (खाकरत) हं, अजून प्रतीक्षा चाललीय तर! (घड्याळ पाहतात.) बंद पडलं वाटतं. (कानाला लावतात.) चालू आहे! किती वाजले बरोबर?
(इतक्यात एकचा टोला पडतो आणि डॉक्टरही येतात)

डॉक्टर : येऊ का आत? आहे ना परवानगी?

अविनाश : हो, हो, या ना!

योगेश : तुमचीच तर प्रतीक्षा करीत आहोत आम्ही सगळे.
(चिंतूकाका जागे होतात. अंबूकाकूही जाग्या होतात. उठू लागतात.)

डॉक्टर : झोपा तुम्ही काकू, विश्रांती घ्या. काय म्हणते तब्येत?

अंबूकाकू : (हात जोडून) ठीक आहे आता.

डॉक्टर : बरं, म्हणजे प्रगती आहे म्हणायची तर!

अंबूकाकू : हो तर!

श्रद्धा : (आत येत) तुमचीच कृपा म्हणायची.

डॉक्टर : मी कालच सांगितलं आहे की, ही सगळी तुमच्या शिवाम्बूची कृपा आहे. बरं... अच्छा. (सर्वांकडे पाहत.) मग काय म्हणतायत अविनाशबाबू?

अविनाश : काय म्हणणार? खास रजा काढलीय दोन दिवसांची, शिवाम्बूबद्दल सगळी माहिती घेण्यासाठी.

डॉक्टर : अस्सं? अरे वा! मग तर मला थांबलंच पाहिजे.

योगेश : हो तर, त्यासाठीच तर आम्ही आलोय.

डॉक्टर : तर मग मी तुम्हाला फारच वेळ प्रतीक्षा करायला लावली. सॉरी हं!

चिंतूकाका : नाही, नाही! काही विशेष नाही. तेवढ्या वेळात जेवण उरकून घेतलं.

नाना : म्हणजे निवांतपणे बसता येईल. डॉक्टर, तुमचं झालंय ना जेवण?

डॉक्टर : हो तर, माझं जेवण भूक लागेल तेव्हाच होतं.

नाना : म्हणजे? तुम्ही वेळेला महत्त्व देता की भुकेला?

डॉक्टर : महत्त्व भुकेला असतं, वेळेला नाही. या जगात बारकाईनं पाहिलं तर आपल्याला असं आढळतं की, 'ना जन्माला वेळ आहे, ना मरणाला.' प्रत्येक प्राणीदेखील पाहा, प्रत्येक कृती गरजेपोटी करीत असताना दिसतो.

योगेश : आम्ही तर वेळेवर झोपावं, वेळेवर जेवावं... किंबहुना प्रत्येक गोष्ट वेळेवर करावी, असंच ऐकत आलोय लहानपणापासनं.

डॉक्टर : ही चूक म्हणावी लागेल. जेवण असो, झोप असो वा विश्रांती असो. जेवण म्हणजे तर इंधन, ऊर्जा मिळवण्याची योजना... ती आपली ऊर्जा खर्च होण्यावर शरीर त्याची मागणी करीत असतं. तुम्ही ती ऊर्जा वापरलीच नाही, तर देह त्या प्रमाणात किंवा त्या विशिष्ट वेळी इंधनाची मागणी करणारही नाही. आपण आपल्या गाडीत तेल भरताना वेळेवर थोडंच भरतो? रिझर्व्हला आल्यावरच भरतो ना? म्हणजे त्याच्या वापरावर तेल भरण्याचा काळ दूर किंवा जवळ येत असतो.

नाना : हे मात्र अगदी बरोबर आहे डॉक्टर. आम्ही आपले भूक असो नसो, बारा वाजले म्हणून जेवायला बसतो. स्वयंपाकाच्या माणसांना मोकळं करायचंय, चला जेवा. ऑफिसला जायचंय, उरका जेवण. भूक आहे का नाही, याचा आम्ही कधी विचारच करत नाही.

डॉक्टर : म्हणून तर ही वजनसमस्या आहे, बद्धकोष्ठता आहे, विविध व्याधी

आहेत. यामुळे पचनसंस्थेवर फाजील ताण पडून ती कमजोर होते. साधी चूल पेटवतानासुद्धा आपण पोकळ सरपण भरतो. जळेल तसंच सरपण प्रमाणात पुढे सरकवतो. नाहीतर चूल विझते. धूर होतो. आतल्या या जठराग्नीचंदेखील नेमकं असंच शास्त्र आहे. धूर होणं म्हणजेच जेवणानंतर अस्वस्थता वाटणं, जडत्व जाणवणं आणि चूल विझणं म्हणजेच गॅस धरणं, पोट फुगणं वगैरे.

योगेश : मग मलमूत्रविसर्जनाबाबत काय? ती तर वेळेवर...

डॉक्टर : जे आहाराबाबत, तेच मलमूत्रविसर्जनाबाबतही... नॅचरल कॉल आला की ताबडतोब जा, अवरोध नको; वेळेवरच जाईन, म्हणून त्याच्यावर शिस्तीचे धडे नकोत. ज्याचं जीवनच अनिश्चित आहे, ज्याचं काम अनिश्चित आहे, कोणता प्रसंग कोणत्या वेळी येईल याची जर निश्चितता नाही, किती धावावं लागेल, किती श्रम घ्यावे लागतील, विश्रांती मिळेल वा नाही, याची जर कोणतीही खात्री नाही, तर अशा माणसानं केवळ आहार आणि मलमूत्रालाच शिस्तीचे धडे का द्यायचे? केवळ त्याच्यावरच वेळेचं बंधन का घालायचं? तसं केलं तर एक प्रकारे तो संपूर्ण देहावरच अन्याय होईल. या अन्यायापोटीच तर अपचन, गॅसेस, ॲसिडिटी वगैरे समस्या उभ्या राहतात.

नाना : म्हणजे मग नेमकं योग्य काय म्हणायचं?

डॉक्टर : अहो, पोटात कावळे ओरडताच जेवण घ्या. कॉल येताच मलमूत्र विसर्जन करा. अवरोध नको. कोणताही प्राणी याबाबत कोणतंच बंधन पाळत आलेला दिसत नाही. इकडे कडबा खातोय नि तिकडे मागे शेण टाकतोय. पाहिलंय की नाही कधी? शेजारी कोण आहे, काय आहे, काही पर्वा नसते त्याला. त्याला ज्या भावना झाल्या, त्या त्वरित करून तो मोकळा. म्हणून तर ही जनावरं माणसापेक्षा स्वास्थ्याच्या बाबतीत पुष्ट आणि निरोगी असतात.

योगेश : हो डॉक्टर, आपण मात्र साधं गॅस सोडायचा झाला तरी प्रथम सर्वांची हजेरी लक्षात घेतो. कारण आपण घाबरतो, आपल्या इमेजचं काय? म्हणजे बेगडी प्रतिष्ठेखाली आपलं नैसर्गिक जीवन आपण दडपून टाकतो.

नाना : सर्दी होते, तेव्हा आपण नाकातून बाहेर डोकावणाऱ्या शेंबडाला सर्वशक्तीनिशी आत खेचतो आणि थुंकायलाही जागा नाही, म्हणून कधीकधी गिळतोदेखील. माणसाची सुधारणा सुधारणा म्हणतात

ती हीच. इतर प्राण्यांच्या तुलनेनं ही प्रगती आहे म्हणे माणसाची...!

डॉक्टर : अगदी खरं आहे. यामुळेच अनंत समस्या उभ्या होत आहेत.

योगेश : याचा अर्थ डॉक्टर, भूक लागली की जेवावं, झोप आली की झोपावं, तहान लागली की पाणी प्यावं; म्हणजे शरीरातल्या अंत:प्रेरणेनुसार वागण्यामुळेच स्वास्थ्य टिकून राहील, असंच म्हणायचंय ना तुम्हाला?

डॉक्टर : होय, अर्थात या सर्व गोष्टी प्रामाणिक असाव्यात.

नाना : म्हणजे... यात आणि प्रामाणिकपणा तो कोणता?

डॉक्टर : तुमच्या या भावना किंवा जाणिवा शारीरिक स्तरावर आहेत की मानसिक, हे पाहायला हवं. शारीरिक असेल तर... योग्य; परंतु सर्वस्वी मानसिक स्तरावर असतील तर अयोग्यच. बऱ्याच वेळा आपण काय करतो की, मानसिक स्तरावरच हे निर्णय घेत राहतो. जेवण चांगलं खमंग आहे, तर मग चला, घ्या लवकर जेवून. म्हणून जेवायला बसतो. खरं पाहता पोट रिकामं आहे म्हणून माणसानं जेवायला बसायला हवं. एखाद्याच्या आग्रहाचा अवमान नको, म्हणूनही कधीकधी आपण मर्यादेपलीकडे खातो किंवा हे अन्न महागाचं आहे, आपण खाल्लं नाही तर उद्यापर्यंत टिकणार नाही, म्हणूनही खातो. बहुधा स्त्रियांना या समस्येला नेहमी तोंड द्यावं लागतं. त्यामुळेच त्यांच्या अनंत समस्या असतात.

नाना : म्हणजे भूक शारीरिक स्तरावरची असणं हेच योग्य तर!

डॉक्टर : निश्चित! भूकच रुची वाढवते, लाळ सोडते, जाठर रस आणि अन्य रसांना स्रवू देते. त्यामुळे ते अन्न योग्य ऊर्जेत रूपांतरित होतं. थोडी भूक शिल्लक आहे, तोवरच जेवण थांबवलं तर पुढल्या भोजनापर्यंत प्रसन्नता राहते. धगधगत्या चुलीमध्ये सुक्याबरोबर एखादं ओलं सरपणही पेट घेतं. त्याप्रमाणे अति भुकेच्या वेळी एखादा पचनाला जड म्हणजेच स्वास्थ्याला मारक ठरलेला अन्नपदार्थ खाल्ला, तरी तो पचून जातो, खपून जातो. म्हणून प्रथम भूक समजून घ्या नि मग खा.

योगेश : म्हणजे दिवसाचे बारा वाजले म्हणून जेवण्यापेक्षा भूक लागली म्हणून जेवावं. पण डॉक्टर, रात्रीचे बारा वाजले नि भूक लागली, तरी उठून जेवावं का?

डॉक्टर : हो हो, काय हरकत आहे? पण एक लक्षात ठेवा. बैठं काम

करणाऱ्या बुद्धिजीवी लोकांनी जड पदार्थ झोपण्यापूर्वी चार-पाच तास आधी घ्यावे. म्हणजे प्रातर्विधी साफ होतो आणि प्रातर्विधी साफ झाला की, भूकही चांगली लागते. रुचकर गोड लागलेलं अन्न पचनी पडतं नि आपण निरोगी राहतो. झोपही चांगली लागते. त्यात स्वप्नं किंवा स्वप्नदोष यांचा उपद्रव नसतो.

योगेश : आपण सांगत आहात ते पटतंय; परंतु या अशा मोठ्या शहरात नि धकाधकीच्या जीवनात हे सर्व प्रत्येकवेळी शक्य होईलच, असं वाटत नाही. ही आमची एकंदर वस्तुस्थिती जाणून काही सुचवाल तर बरं होईल.

डॉक्टर : निसर्ग म्हणाल, तर हा असा नागडा उभा आहे. या प्रकृतीला अनुसरून आपली संस्कृती हवी. तरच ती 'सुसंस्कृती' असेल. संस्कृतीला अनुसरून प्रकृतीनं वळणं घ्यावीत हे कसं शक्य आहे? तडजोड कोणी करायची? रस्त्यावरच्या दगडानं बाजूला व्हायचं की, दगड पाहून माणसानं बाजू धरायची? तुम्हीच सांगा!

नाना : मला तरी वाटतं, निसर्गानुरूप वळण घेणं हेच शहाणपणाचं आहे. यालाच 'जगण्याची कला' म्हणता येईल.

डॉक्टर : अनाठायी परिग्रह आणि संचय करण्यामध्ये आपल्या संस्कृतीने रस घेतल्यामुळे जो तो असा व्यग्र आणि व्यस्त आहे. रोज संध्याकाळी कमळाच्या पाकळ्या मिटतात याची जाणीव विसरलेला अधाशी, भ्रमिष्ट भ्रमर कोमल, नाजूक पाकळ्यांत अडकून पडावा; कठीण लाकडामध्ये छिद्र पाडण्याची क्षमता असणारा भ्रमर केवळ भान हरपल्यानं बळी पडावा, अगदी त्याचप्रमाणे आजच्या समाजाचं चाललंय. आपल्याला जणू दहा पिढ्यांचा मक्ता घ्यायचाय असं समजून आणि निसर्गबाह्य वर्तन ठेवून तो भिन्न-भिन्न रोगांना केवळ फुरसत नाही म्हणत म्हणत बळी पडतो आहे आणि आपलं निरोगीपण गमावतो आहे, असं अनेक ऐशारामी आणि व्यस्त लोकांना पाहाताना वाटतं.

चिंतूकाका : खरं आहे डॉक्टर तुमचं म्हणणं... पण आता तुम्ही निरोगी असा शब्द वापरलात; मला सांगा, आम्ही निरोगी कोणाला समजावं?

डॉक्टर : निरोगीपणाचं उत्तम लक्षण म्हणजे ज्याच्या शरीराचे अवयव त्याच्या संवेदनशील बिंदूला आपली उपस्थिती दाखवून सारखं सतावीत नाहीत, तोच निरोगी समजायचा. अन्यथा तुमचं शरीर रोगग्रस्त असतं. म्हणजे जेव्हा तुमचं डोकं दुखतं, तेव्हा खास करून

तुम्हाला डोक्याचीच आठवण होते; जेव्हा अंगठा दुखतो तेव्हा अंगठ्याचीच आठवण होते किंवा दाढ ठणकू लागते तेव्हा दाढेची आठवण होते. एखाद्या अवयवाची जाणीव होणं म्हणजे उत्तम आरोग्याची उणीव असणं असं खुशाल समजा. जे शुद्ध शाकाहाराला अनुसरून निसर्गास अनुकूल आणि अनुत्तेजक आहार घेतात, त्यांच्या मलविसर्जनानंतर गुदद्वार बिलकूल घाण होत नाही. म्हणजेच ज्यांचं गुदद्वार मलविसर्जनाच्या आधीप्रमाणेच मलविसर्जनानंतरही स्वच्छ राहतं ते निरोगी होत, असं इंग्लंडचे प्रख्यात निसर्गतज्ज्ञ डॉ. लुई कुन्हे यांचं म्हणणं आहे.

नाना : माणसानं किरकोळ रोगांना कितपत महत्त्व द्यावं?

डॉक्टर : रोग छोटा काय किंवा मोठा काय, नित्याच्या व्यवहारात तो एक सर्वस्वी व्यत्ययच. पण आपल्या शरीरावरल्या तिळाइतक्या फोडालादेखील सर्वस्वी जबाबदार आपण आणि आपला आहारविहारच असतो. फक्त आपल्याला ते कळत नाही इतकंच. आपल्या देहात जेव्हा विजातीय असा एखादा 'घटक' प्रवेश करतो तेव्हा शरीर त्याच्याशी सर्वशक्तीनिशी संघर्ष करतं, शत्रूच्या बळानुसार आपल्या शरीरातून विविध योजना राबवल्या जातात. उदाहरणार्थ, सायनसमध्ये स्थानबद्ध झालेले विजातीय घटक नाकामार्गे जेव्हा बाहेर काढण्याचे प्रयत्न होतात तेव्हा त्याला आपण सर्दी म्हणतो. जी विजातीय द्रव्यं जाळल्याशिवाय जळू शकत नाहीत, त्यांना जाळण्यासाठी शरीराचं तापमान वाढतं, मग त्याला आपण ताप आला म्हणतो. या विजातीय द्रव्यांचं पूर्ण ज्वलन होताच ताप ओसरू लागतो. या सर्व घटना आपल्या शरीरात स्वाभाविक रोग प्रतिकारक शक्तीकडून अहर्निश चालू असतात. याच शक्तीला अधिक जोड देण्याचा प्रयत्न निसर्गोपचारात केला जातो; ज्यामुळे रोगाचं दमन न होता शमन होतं. मात्र काही वेळा देहाला प्रथम उपचार म्हणून पूर्ण 'विश्रांती' दिली गेली तरी पुरे असते.

अविनाश : माणसाला हे जे वेगवेगळे रोग होतात, त्याची कारणं काय?

डॉक्टर : तसं पाहिलं तर मानवाला अनंत रोग आहेत. पण खरं सांगू का? तसा रोग एकच आहे आणि तो म्हणजे देहांतर्गत सजातीय रसायनांमध्ये बाहेरून विजातीय रसायनांचा किंवा घटकांचा कमीजास्त झालेला प्रवेश. हीच द्रव्यं किंवा घटक विविध रोगांच्या मुळाशी असतात. देहाच्या ज्या भागावर किंवा अवयवावर या विजातीय

द्रव्यांचा परिणाम होतो, त्या भागाचा रोग झाला असं म्हटलं जातं. तात्पर्य, विजातीय द्रव्यं हे कारण असून, त्याच्या परिणामालाच आपण रोग म्हणतो. त्यामुळे रोगाची लक्षणं दाखवणाऱ्या अवयवांवर उपाय करण्यापेक्षा, तो कारण असणाऱ्या मुळावर होणं आवश्यक असतं.

चिंतूकाका : रोगाच्या निर्मूलनासाठी औषधांची गरज असते का?

डॉक्टर : जी पीडा औषधाशिवाय निर्माण झालेली आहे त्याच्या निर्मूलनासाठी तरी औषधांची गरज काय? मुळात इथूनतेथून सर्व औषधं ही विजातीय द्रव्यंच असतात. तेव्हा आधीच गेलेल्या विजातीय द्रव्यांना काढण्यासाठी पुन्हा शरीरात औषधं, गोळ्या, इंजेक्शनं याद्वारे विजातीय घटक कोंबणे याचा ताबडतोब नसला तरी केव्हा तरी अनिष्ट परिणाम हा होणारच.

चिंतूकाका : बऱ्याचदा केवळ संपूर्ण विश्रांती हेसुद्धा जालीम औषध ठरतं.

डॉक्टर : बरोबर आहे. खूप धावणाऱ्यांसाठी 'थांबणं' हे औषध होईल, खूप बडबड करणाऱ्यांसाठी 'मौन धरणं' हे उपयुक्त ठरेल; तर अष्टोप्रहर खाणाऱ्यांसाठी 'अन्नाशिवाय काही दिवस काढणं' हा उपाय होऊन जाईल. मानवी विकार हे मलिन शरीरातच वास्तव्य करतात. या निसर्गोपचाराने मलविहीन अवस्था औषधाशिवाय प्राप्त करता येते.

अविनाश : आधीच रोग त्यात पुन्हा लंघन म्हणजे...

डॉक्टर : नाही, नक्कीच नाही! विश्रांतीच्या किंवा लंघनाच्या काळामध्ये देहात असलेली प्रतिकारशक्ती एक मुखाने रोगाशी सामना द्यायला प्रयत्नशील ठरते. नेहमीचाच खाल्ला जाणारा आहार आणि तो पचवण्यासाठी चाललेली धडपड लंघनाच्या काळात ठप्प होते. ती सगळी ऊर्जा रोगाशी दोन हात करणाऱ्या संरक्षक ऊर्जेला जाऊन मिळते आणि अनिर्णीत राहिलेला सामना निर्णयाप्रत येऊन पोहोचतो.

अविनाश : यासाठी शरीराची आंतररचनासुद्धा माहीत असणं आवश्यक आहे असं वाटतं.

योगेश : माझ्या मते सगळ्यात आधी मलविसर्जन करणाऱ्या अवयवांची माहिती करून घेणं जास्त गरजेचं आहे. त्यातल्या त्यात मूत्रपिंडाची.

नाना : डॉक्टर, मूत्रपिंडाबाबत थोडं सांगणार का?

डॉक्टर : हो, जरूर. योगेश म्हणतोय ते बरोबर आहे. मलविसर्जनाची, त्यातल्या त्यात मूत्रपिंडाची माहिती सांगणं जास्त गरजेचं आहे. ज्याच्यावर जीवन अवलंबून, त्याचीच जर माहिती नसेल तर

काय? (डॉक्टर त्यांच्या बॅगेतून एक चित्र काढतात आणि सर्वांना दिसेल असं टांगून ठेवतात.) हं, ही आहेत मूत्रपिंडं. प्रत्येक माणसाच्या शरीरात काजूच्या बियांच्या आकाराची दोन मूत्रपिंडं पाठीमागच्या बाजूला छातीच्या फासळ्यांच्या खाली, मध्य रेषेच्या दोन्ही बाजूंना एकेक अशी असतात. या मूत्रपिंडांमध्ये जे मूत्र तयार होतं, ते गबानीमध्ये म्हणजेच युरेटरमध्ये सोडलं जातं.

युरेटर (Uretar) म्हणजे करंगळीहून लहान आणि आतून पोकळ अशी स्नायूंची लांब नळी असते. यातून मूत्र सरकत सरकत ओटीपोटाशी असलेल्या मूत्राशयात जमा होत असतं. हा मूत्राशय ठरावीक प्रमाणात भरला की, आपल्याला लघवीची संवेदना होऊन ते मूत्र बाह्य मूत्रमार्गावाटे म्हणजेच युरेथ्रा (Urethra) मधून बाहेर टाकलं जातं. आपल्या मूत्रपिंडांना हंसाची उपमा देता येते. हंस ज्याप्रमाणे दुधातील पाणी वेगळं काढतो, तसं मूत्रपिंडंसुद्धा रक्तातली जास्ती झालेली अथवा अनावश्यक द्रव्यं बाहेर काढतात. अशा रीतीने ही क्रिया दिवसातून चोवीस तास अव्याहतपणे चालू असते. या मूत्रपिंडाची आंतररचना जर वैज्ञानिक भिंगातून पाहायची ठरवली तर ती अद्भुत आणि विचित्र आहे असं जाणवेल.

माणसाची 'किडणी' ही एक अत्यंत नाजूक; पण अजोड, उत्तम अशी गाळणी आहे. शुद्धीकरणाच्या आजपर्यंतच्या निघालेल्या फिल्टर प्रक्रियेत कोणालाच हिची बरोबरी करता आलेली नाही. या दोन किडनींमध्ये मिळून ७० मैल लांबीची एक सूक्ष्मतम नलिका असते. तिलाच 'नेफ्रोन' असे म्हणतात. मात्र या किडन्या दीड इंच लांबीपेक्षा मोठ्या असत नाहीत. याहीपेक्षा आश्चर्याची गोष्ट म्हणजे, ही किडन्यांची जोडी शरीराच्या दहापट पाणी प्रतिदिवस गाळत असतात. याद्वारे गाळलेलं द्रव्य व्यर्थ जात नाही. यातील तत्त्वं रक्त पुन्हा शोषून घेत असतं. समजा, आपण प्रतिदिवस ३०० लीटर द्रव गाळतो; परंतु २९८ लीटर द्रव रक्ताद्वारे ग्रहण करतो. म्हणजे त्यातल्या केवळ दोन लीटरचंच मूत्रात रूपांतर होतं. जे मूत्राशयातून मूत्रनलिकेमार्फत शरीराबाहेर टाकलं जातं.

किडन्या दिवसरात्र मूत्र तयार करीत असतात. कमीत कमी ३०० मिलिलीटर मूत्र त्या बनवतातच. आपलं आरोग्य, द्रवपदार्थांचं सेवन आणि वातावरण किंवा ऋतूमान यानुसार मूत्राचं प्रमाण कमी-अधिक होत असतं. नेफ्रोनचं कार्य केवळ रक्तशुद्धीचंच

असतं. म्हणजे वाजवी हार्मोन्स, एन्झाइम्स, पाणी, क्षार आणि इतर अनंत ज्ञात-अज्ञात गोष्टी बाहेर पडत असतात.

नाना : हे मूत्र बनतं तरी कसं?

डॉक्टर : मूत्र बनण्याची प्रक्रिया अत्यंत क्लिष्ट आहे. सर्वप्रथम रक्त ग्लोमेरयुलसमध्ये जातं. हे सुईच्या टोकाप्रमाणे सूक्ष्म असतं. हे खूपच बारीक झालरीमध्ये असतं. ज्यातून केवळ सूक्ष्म अणू पार होऊ शकतात. यातून गाळलेल्या द्रावाला 'प्लाझ्मा' असं म्हणतात. हा पुढं जातो तेव्हा त्यातली न्यूट्रीन्स आणि अन्य जीवनसत्त्व पुन्हा शोषली जातात; तेव्हा अमोनिया, यूरिया इत्यादी पदार्थ शिल्लक राहतात. नेफ्रोनच्या भिंतीवरील सूक्ष्म कोशच हे सर्व कार्य करीत असतात. बस्स! विज्ञानानं इथवरच मजल मारलेली आहे. अजूनही बऱ्याच गोष्टी अज्ञात आहेत.

श्रद्धा : ही झाली रचना; पण मूत्रपिंड शरीरात नेमकं काय कार्य करतात?

डॉक्टर : शरीर निरोगी ठेवण्याच्या दृष्टीने मूत्रपिंड ही अतिशय प्रमुख अवयवांपैकी एक आहेत. आपल्या शरीरातील रक्त आणि इतर पेशींमधील क्षार आणि पाणी यांच्या समतोलत्वाचं काम मूत्रपिंडं करतात. क्षार वा पाण्याचं प्रमाण वाढलं तर हानिकारक होऊ शकतं. म्हणून वाढलेले अनावश्यक क्षार आणि पाणी, मूत्रपिंड मूत्रमार्गाद्वारे बाहेर टाकतात. आपल्या शरीरात वेगवेगळी पचनाची क्रिया चालू असते; बदल घडत असतात. त्यावेळी निर्माण होणारी अनावश्यक द्रव्यं, काही बाहेरून आलेली विषारी द्रव्यं, त्याचप्रमाणे त्या क्षणाला अनावश्यक असणारी हार्मोन्स इत्यादी द्रव्यं शिवाम्बूच्या रूपानं बाहेर पडतात.

शिवाय महत्त्वाचं म्हणजे मूत्रपिंडं रक्तदाब मर्यादित ठेवतात. जास्त रक्तदाब असणाऱ्या बऱ्याच रुग्णांमध्ये मूत्रपिंडात काहीना काही दोष आढळतो. त्यामुळे अलीकडे संशोधकाचं हृदयाबरोबरच मूत्रपिंडांवरही लक्ष केंद्रित झालेलं आहे. त्याचप्रमाणे शरीराला आकार आणि रूप देणारी हाडं, अस्थिधातू मजबूत राहावेत म्हणून मूत्रपिंड कार्यरत असतात. आपल्या रक्तातल्या प्राणवायूची वाहतूक करणारा हिमोग्लोबिन (Himoglowbin) नावाचा जो घटक असतो, तो तयार करण्याच्या कामास मूत्रपिंडं मदत करीत असतात.

अविनाश : समजा काही कारणास्तव यात बिघाड झाला, तर सर्वसामान्यप्रमाणे कोणते रोग उद्भवतात?

डॉक्टर : तसे अनेक विकार आहेत; पण त्यातल्या त्यात मूत्रमार्गदाह हा एक

नेहमी आढळणारा विकार आहे. आपल्या देशात नेहमी दिसून येणारा आणखी एक विकार म्हणजे मुतखडा. सर्वांगावर सूज आणणारा नाळगुंद किंवा सर्वांगसूज म्हणजे नेफ्रोटिक सिन्ड्रोम (Nephritic Syndrom) हाही एक रोग आहे. तसंच मूत्रपिंडाच्या विशिष्ट भागावर येणारी सूज आहे, ज्याला शास्त्रीय भाषेत नेफ्रायटीस (Nephritis) असं म्हणतात.

योगेश : यातला जास्त प्रमाणात आढळणारा विकार कोणता?

डॉक्टर : नेहमी आढळणारा म्हणजे मूत्रमार्गदाह. साधारण मूत्रपिंडात कोणताही दोष निर्माण झाला की, बोलीभाषेत ज्याला 'उन्हाळी लागणे', 'आग होणे' म्हणतात, तोच हा. शास्त्रीय भाषेत जंतुसंसर्ग झाला म्हणतात. हा विकार पुरुष-स्त्रिया दोघांना होत असला, तरी स्त्रियांना अधिक जाणवतो. प्रत्येक स्त्रीला तिच्या जीवनात हा अनुभव केव्हा ना केव्हा तरी येतोच येतो.

श्रद्धा : स्त्रियांमध्येच जास्त आढळण्याचं काय बरं कारण?

डॉक्टर : स्त्रियांमध्ये बाह्यमूत्रमार्ग अतिशय लहान म्हणजे केवळ ४ सें. मी. इतकाच असतो. पण पुरुषांमध्ये जवळजवळ तो दुप्पट म्हणजे ८ सें. मी. इतका असतो. आतड्यातून शौचामार्गे विविध जंतू बाहेर जात असता स्त्रियांच्या बाह्यमूत्रमार्गामध्ये तोंडाशी आलेले असतात. काही कारणानं शरीराची प्रतिकारशक्ती कमी झाली किंवा हे जंतू मूत्रमार्गातून मूत्राशयात जाऊ शकले, तर तेथे त्यांची अमर्याद वाढ होते आणि मूत्रमार्गदाह या विकारास प्रारंभ होतो. याशिवाय शरीरसंबंधाच्या वेळीसुद्धा या जंतूंना स्त्रियांच्या मूत्राशयात जाण्याची संधी लाभते. गरोदर स्त्रियांमध्ये शेकडा एकीला तरी हा जंतुसंसर्ग बाधतोच. लग्नानंतर काही मुलींमध्ये हा विकार पहिल्या काही दिवसांतच दिसून येतो. म्हणून यास डॉक्टरी भाषेत 'हनिमून सिस्टॉसिस' असं समर्पक नाव दिलं आहे. म्हणजे 'मधुचंद्रदाह.'

योगेश : म्हणजे डॉक्टर, मधुचंद्रालाही दाह होतो तर! (सर्वजण हसतात.)

डॉक्टर : हो तर! शिवाय जंतुसंसर्ग होण्याचं आणखी कारण म्हणजे मूत्रमार्गात अडथळा निर्माण झाला, तर मूत्रमार्गात कुठंही मूत्र साचून राहतं आणि जंतूंना वाढायला चांगलाच वाव मिळतो. पुरुषांना प्रोस्टेट ग्रंथी वाढून हा विकार होताना आढळतो. त्यामुळं मुतखडे होतात. काहींच्या शिश्नाच्या पुढील बाजूस असलेलं त्वचेचं छिद्र बारीक असतं. अशांना सुन्ता किंवा सरकमसिझन ही शस्त्रक्रिया करून

घ्यावी लागते. परंतु या सर्व बाबींमुळे मूत्रमार्गात अडथळा निर्माण होऊन जंतुसंसर्ग होत असतो. पाठीच्या मणक्याच्या वेगवेगळ्या आजारांमध्ये मूत्रमार्गात अडथळा निर्माण होतो. उदा. पाठीचा कॅन्सर, स्त्रियांच्या गर्भाशयाचा कॅन्सर, ज्यामुळे मूत्राला संवेदना देणाऱ्या मज्जासंस्थेवर आघात पोहोचतो. त्यामुळे मूत्राच्या चलनवलनावर परिणाम होतो. अशावेळी जंतुसंसर्ग पटकन होऊ शकतो. शरीरातील प्रतिकारशक्ती कमी होण्याची कारणंदेखील अनेक असतात. माणूस विशेषत: मधुमेह, क्षय, कर्करोग, शारीरिक कुपोषण, मानसिक ताण, त्रास यांच्यामुळे मूत्रमार्गातील रोगांना बळी पडतो.

श्रद्धा : हा रोग संसर्गजन्य आहे का? म्हणजे उन्हाळे लागलेल्या व्यक्तीच्या मूत्रावर जर आपण लघवी केली, तर आपल्यालाही हा विकार होऊ शकेल का?

डॉक्टर : संसर्गजन्य रोग म्हणजेच एका माणसाकडून दुसऱ्यास होणारा रोग. जर एखाद्या व्यक्तीला जंतुसंसर्ग झाला असेल, तर ती व्यक्ती त्या अवयव माध्यमानं जोपर्यंत इतरांशी संपर्क ठेवीत नाही, तोवर कोणताच संसर्ग होत नाही. म्हणजेच दोषपूर्ण लघवीवर आपल्या लघवी करण्यातून कोणताच संसर्ग होऊ शकत नाही.

श्रद्धा : या मूत्रमार्गदाहाची लक्षणं कोणती आणि त्यावर सरळ, सोपे घरगुती उपाय आहेत का?

डॉक्टर : हो, आहेत तर! प्रत्येक व्यक्तीला मूत्रमार्गदाह झाला आहे हे कळू शकतं. लघवी करताना जळजळणं, जोर करावा लागणं, आग होणं, जोर करूनसुद्धा बाहेर येणाऱ्या लघवीचं प्रमाण कमी असणं किंवा ओटीपोटात दुखणं ही याची लक्षणं आहेत. यावर घरच्या घरी करण्याचे उपाय म्हणजे भरपूर पाणी प्यावं.

अविनाश : भरपूर म्हणजे तरी किती?

डॉक्टर : साधारणपणे दिवसातून आठ ते दहा वेळा लघवी होईल आणि रात्री तीन ते चार वेळा लघवी होईल, इतकं पाणी प्यावं. शिवाय स्वमूत्र घेणं चालू ठेवल्यास अगदी लवकरच हा त्रास नाहीसा झालेला दिसतो. जळजळतं, आग होते म्हणून रुग्ण पाणी कमी पितो. त्यामुळे त्रास कमी होण्याऐवजी उलट वाढतो. ज्यांना आग होते, त्यांनी अर्धा चमचा खाण्याचा सोडा, पाव लिंबू, एक कप पाणी असं दिवसातून तीन ते चार वेळा घ्यावं. तसंच आमसुलाचं सार तीन ते चार वेळा घ्यावं. थोडं मीठ, अर्धा चमचा धने, दोन मुठी

साळीच्या लाह्या कपभर पाण्यात घालून उकळावं आणि गार झाल्यावर गाळून दिवसातून तीन ते चार वेळा पाणी प्यावं. ज्यांच्या ओटीपोटात खूप दुखतं, त्यांनी जर कपभर दूध सुपारीइतका गुळाचा खडा टाकून दिवसातून तीन ते चार वेळा घेतलं तर हा त्रास कमी होईल. अशाप्रकारे या मूत्रल औषधानं मूत्र जास्त बनू लागतं आणि त्यामुळे जंतूंचा निचरा पटकन होऊन मूत्रमार्गदाह पूर्णत: कमी होऊ शकतो.

चिंतूकाका : अनेकांना ही गोष्ट वारंवार होत असते. तेव्हा यासाठी काही काळजी घेता येईल का?

डॉक्टर : ही गोष्ट वारंवार अनुभवणारे रुग्ण हे बहुधा पथ्य न सांभाळणारे असतात. लघवी लागली तर तिचा अवरोध होऊ देऊ नये; त्वरित ती विसर्जित करावी. मुद्दाम बळेबळे किंवा घाईघाईतसुद्धा करू नये. स्त्रियांच्या बाबतीत महत्त्वाची सूचना देणं आवश्यक आहे. शरीरसंबंधाआधी आणि नंतर स्त्रियांनी लघवी करीत करीतच हातानं लिंगजागा, गुदद्वार साफ करून पाण्यानं धुतलं, तर हा त्रास होऊ शकत नाही. याशिवाय खाण्यातलं तिखट-मीठ, जागरण करणं, अतिश्रम करणं हेही कमी करावं.

योगेश : सर्वत्र ऐकिवात असलेला सामान्य विकार म्हणजे 'मुतखडा'. हा विकार व्हायला विशिष्ट कारणं कोणती घडतात?

डॉक्टर : छान प्रश्न केलात. मूतखडा हा मूत्रपिंडाच्या दृष्टीनं अत्यंत महत्त्वाचा विकार आहे. ज्या प्रदेशांमध्ये उष्ण आणि कोरडं हवामान अधिक आढळतं, उदा. पंजाब, काठियावाड, कच्छ किंवा आपल्या महाराष्ट्रात पाहायचं झालं तर नगर, सोलापूर जिल्हा, खानदेश अशांसारख्या उष्ण आणि कोरडं हवामान असलेल्या प्रदेशात हा विकार हमखास अधिक प्रमाणात दिसतो. अशा प्रदेशात दर हजारी लोकसंख्येमध्ये रोज एका नवीन माणसाला मुतखडा होत असतो. याची जी साधारण कारणं आहेत, ती म्हणजे पाणी कमी पिणं, जास्त क्षार असलेलं जड पाणी पिणं किंवा दही-डाळीचे पदार्थ अधिक खाणं, कोणतंही प्रमाण-बंधन न ठेवता मांसाहार, अंडी-मासे खाणं, कमी प्रमाणात पालेभाज्या खाणं किंवा आनुवंशिकता. यापैकी कोणतंही कारण असू शकतं किंवा इतरही काही कारणं असू शकतात.

नाना : ही झाली मुतखड्याची कारणं, पण सर्वसामान्य माणसाला मुतखडा झालाय हे कळणार कसं?

डॉक्टर : त्याचीसुद्धा लक्षणं आहेत. मुतखडा झाला की, पोटात मूत्रपिंडाच्या जागी किंवा पोटावर एका बाजूला मरणप्राय वेदना होतात, चक्कर येते, आग होऊन लघवीतून रक्त बाहेर पडतं. अशी लक्षणं दिसू लागली की, रुग्णानं समजावं आपल्याला बहुधा मुतखडा झाला असावा. महत्त्वाची आणखीन एक गोष्ट अशी आहे की, काही मुतखडे मूत्रपिंडाच्या पोकळीतच निर्माण होतात. अशावेळी ही आता जी सांगितली, ती लक्षणं दिसून येत नाहीत; परंतु एक्स-रे काढला तर मोठमोठे खडे झालेले आढळतात.

श्रद्धा : अशावेळी तर शस्त्रक्रियेशिवाय उपाय नसेलच मुळी, की काही रास्त उपाय आहे यावर?

डॉक्टर : शस्त्रक्रिया हा यावरचा प्रमुख उपाय असला, तरी केवळ खडा काढून ही समस्या सुटू शकत नाही. त्याच त्या वातावरणात, तेच ते पाणी आणि त्याच त्या सवयी यामुळे पुन्हा तसाच खडा निर्माण होऊ शकतो. खडा काढणं हा त्या कारणांचा परिणाम काढण्यापैकी आहे. खरंतर त्याचं कारण शोधून ते दूर करणं हा उपाय होऊ शकेल. तसं ते अज्ञात कारण आणि त्यावर नेमका उपाय म्हटला, तर 'स्वमूत्रपान' हीच एक नैसर्गिक योजना म्हणावी लागेल. जसे खड्यावर एकेक क्षाराचे थर चढून त्याच्या जाडीत म्हणजे आकारमानात वाढ होत असते, तशीच स्वमूत्रपानानं त्याच्या उलट क्रिया होऊन एक एक थर मूत्रामार्गे विरघळून बाहेर पडत असताना दिसतो. शिवाय रोजच्या मूत्रपानानं पुन्हा मुतखडा निर्माण होण्यास वाव राहत नाही. इतर औषधांनी अथवा शस्त्रक्रियेनं एखाद्या झाडाची फळं, पानं, फुलं काढल्यासारखं होतं, पण झाड मात्र तसंच राहतं. त्यामुळे त्याला पुन्हा नवीन पानं, फुलं, फळं येतात. स्वमूत्रपानानं तर रोगाचं झाडच उपटून टाकलं जातं; आणि तेही मुळासकट. त्यामुळं हा विकार उद्‌भवू नये, म्हणूनसुद्धा स्वमूत्रपान करावं. शिवाय नित्याच्या स्वमूत्रपानानं मुतखडा विरघळून बारीक होत होत मूत्रवाहिन्यांतून प्रवास करू शकेल इतका होतो आणि मूत्रप्रवाहाबरोबर बाहेर पडतो, अशीही अनेक उदाहरणं आहेत; परंतु मोठ्या आकाराचे खडे झाले असतील, लघवीतून खूप रक्त जात असेल, मूत्रपिंडावर मुतखड्यामुळे दाब येत असेल, पाठीत दुखत असेल आणि काही उपाय चालत नसेल, तर मग मात्र शस्त्रक्रिया हाच एक तातडीचा उपाय ठरू शकतो. रोगाची लक्षणं दिसू लागताच पाणी भरपूर

पिणं, शिवाम्बू घेणं, लंघन करणं चालू केलं आणि तज्ज्ञांचा सल्ला घेतला, तर कोणताच त्रास उद्‌भवणार नाही.

श्रद्धा : नाही पण मूतखड्यासाठी मूत्रपानाबरोबरच घरच्या घरी करण्यासारखे अन्य काही उपाय नाहीतच का?

डॉक्टर : हो, आहेत की! नैसर्गिकरीत्या तो खडा पडला किंवा अन्य उपायांनी काढला, तर त्या खड्याची मेडिकल टेस्ट करून घ्यावी.

नाना : म्हणजे? खड्याची तपासणी करून काय होणार?

डॉक्टर : फक्त तपासणी नव्हे. त्याचं रासायनिक पृथक्करण. म्हणजे खड्याचं नेमकं कारण त्याच्या घटकांवरून कळू शकेल आणि पुन्हा होऊ नये म्हणून घरगुती औषधोपचारांनी किंवा तदानुषंगिक पथ्यांनी तो कायमचा दूर करता येईल. यासाठी काही पथ्यं कानाला खडा लावूनच लक्षात ठेवली पाहिजेत.

चिंतूकाका : कानाला खडा चालेल, पण मुतखडा नको (सर्वजण हसतात.)

डॉक्टर : तर ती पथ्यं सांगतो. युरिक ॲसिडचे खडे असणाऱ्यांनी दिवसातून तीन ते चार वेळा साधारणपणे अर्धा चमचा खाण्याचा सोडा आणि पाणी घ्यावं. मांसाहार आणि सर्व प्रकारचे प्राणिजन्य पदार्थ- अगदी दूधसुद्धा प्रकर्षाने टाळावं, म्हणजे खडे विरघळून जातील. फॉस्फेट खडे वारंवार होणाऱ्यांनी आपल्या लघवीमध्ये 'क' जीवनसत्त्व किंवा लिंबूपाणी एकत्र करून दिवसातून तीन-चार वेळा घ्यावं. अशा रुग्णांनी डाळीचे पदार्थ अजिबात खाऊ नयेत. पाठीत दुखत असेल, तर गरम पाण्यानं सोसवेल असं कटिस्नान घ्यावं किंवा मूत्राच्या चार पदरी घड्या ठेवून गरम विटेनं शेकून काढावं. तसंच गोकर्ण, धमसा, हिरडा, पाषाणवेल, बावल्याचा मगज आणि वायूवरणा प्रत्येकी तीन-तीन ग्रॅम घेऊन त्याचा काढा करावा आणि तो सकाळ, संध्याकाळी घ्यावा. असं चार-सहा महिने केलं म्हणजे मोठमोठे खडेसुद्धा विरघळून पडून गेल्याची अनेक उदाहरणे आहेत.

अविनाश : डॉक्टर, हा झाला मुतखडा आणि मूत्रमार्गदाह याविषयीचा खुलासा. परंतु 'किडनीफेल' हा एक नवीन शब्द 'हार्ट-फेल'प्रमाणेच आता प्रचारात येऊन रुळला आहे. तेव्हा मूत्रपिंड निष्क्रिय होणं म्हणजे नेमकं काय होतं?

डॉक्टर : या मूत्रपिंड-बिघाडाबाबत समाजात भीती आणि गैरसमज फारच आहेत. हा काही वेगळा विकार अथवा रोग नाही. आता आपण चर्चा केलेल्या वेगवेगळ्या तक्रारींचा समुच्चय होऊनच शेवटी

मूत्रपिंड निष्क्रिय होतात. यालाच 'अॅक्यूट किडनी फेल्युअर' असं आम्ही म्हणतो. साधारणपणे ही मूत्रपिंड तात्पुरती, पण काही वेळेस कायमचीसुद्धा बिघडतात. त्याला 'क्रॉनिक किडनी फेल्युअर' असं म्हणतात. मूत्रपिंडाकडून मलशोषण आणि विसर्जन हे कार्य दुरावलं की, मूत्रपिंडात बिघाड सुरू होतो.

चिंतूकाका : ही बाधा एकदा झाली की, त्या किडन्या बदलाव्याच लागतात का?

डॉक्टर : अगदी नेमका प्रश्न विचारलात तुम्ही. ही बाब जरी चिंताजनक असली, तरी घाबरण्याचं कारण नाही. मात्र एक गोष्ट लक्षात ठेवली पाहिजे, कोणत्याही मोठ्या व्याधीची सुरुवात छोटीच असते. योग्य काळजी घेतली नाही तर प्रथमत: निर्माण झालेल्या तात्पुरत्या किडनीदोषातूनच कायमचा किडनीदोष निर्माण होतो. आपणाला दोन किडन्या असतात. एक खराब झाल्यावर दुसऱ्या किडनीवर कामाचा ताण पडतो आणि त्याच क्रमानं किंवा काहीही उपाययोजना न केल्यास दुसरीही किडनी कालांतराने बिघडू लागते.

यासाठी रोग्यांनी अशी काळजी घेतली पाहिजे की, रोजच्या रोज आपलं वजन पाहावं, सूज वाढली आहे काय? जडत्व जाणवतं काय? झोप, ग्लानी येत राहते काय? पायांवर, डोळ्यांवर झोपेनंतर सूज दिसते काय?- यावर बारीक लक्ष ठेवावं. वजन आणि सूज वाढत असेल, तर गोकर्णीचा पाला, पुनर्नवासव, सराट्याचे काटे, पळसाची फुलं यासारखी मूत्रल औषधं घ्यावीत. जास्त उष्मायुक्त पदार्थ घ्यावेत. उदाहरणार्थ, गव्हाचा शिरा, खजुराचं पाणी, आइसक्रीम, आकडी दूध असे पदार्थ खावेत. यामुळे शरीरात युरियासारख्या घटकांची वाढ होण्याचं प्रमाण घटतं. तसंच, मानसिक संतुलनसुद्धा नियमित ठेवावं. जर समजा, यूरियासारखे विषारी पदार्थ भरपूर वाढले असतील, तर दरम्यान डायलेसिससुद्धा करून घ्यावं. मग शिवाम्बू घेऊन किडन्या हळूहळू दोषमुक्त होत जाऊन सक्रिय होत असल्याचं लक्षात येईल. अशा प्रयत्नानं याच्यावर मात करता येते.

नाना : हे जे तुम्ही 'डायलेसिस' करून घ्यावं म्हणालात, म्हणजे नेमकं काय करून घ्यायचं?

डॉक्टर : 'डायलेसिस' म्हणजे 'कृत्रिम मूत्रपिंड' म्हणता येईल. नैसर्गिक मूत्रपिंडाचं मलोत्सर्जनाचं कार्य, कृत्रिमरीत्या एका कार्यक्षम

उपकरणामार्फत केलं जातं. ज्या मूत्रपिंडविकारात रक्तातले यूरियासारखे विषारी पदार्थ बाहेर काढण्याचं काम थंडावलेलं असतं, तेव्हा एका यंत्राच्या साह्यानं रक्तवाहिन्यांतून एकसारखं रक्त बाहेर काढलं जातं. त्यातला विषारी भाग वेगळा केला जातो आणि शुद्ध केलेलं रक्त पुन्हा याच वेगानं दुसऱ्या रक्तवाहिनीतून शरीरात सोडलं जातं. यामुळे रक्तातल्या विषारी पदार्थांचं प्रमाण कमी होतं आणि वजन घटतं.

योगेश : डॉक्टर, हे डायलेसिस पुन:पुन्हा करावं लागतं का? शिवाय ते खिशाला कितपत परवडणार? आयुष्यभर करायचं म्हणजे...

डॉक्टर : बऱ्याच जणांचे याबाबतही गैरसमज आहेत. आयुष्यभर डायलेसिसची गरज नाही. ज्यांचा तात्पुरता मूत्रपिंड बिघाड झाला आहे, त्यांचं आठवड्यातून एक-दोनदा किंवा तीनदा डायलेसिस करून रक्त शुद्ध केलं जातं आणि जसा काळ जाईल, तसे मूत्रपिंडातले दोष जाऊन ते आपोआप परस्पर मलविसर्जन करू लागतात. हेच डायलेसिसचं काम शिवाम्बुपानानंसुद्धा होत असलेलं आम्ही पाहिलं आहे. अर्थात त्याकरता पंचकर्मचिकित्सा आणि तज्ज्ञांच्या देखरेखीखाली राहून त्यांचं मार्गदर्शन घेणं महत्त्वाचं असतं. कायम स्वरूपात मूत्रपिंडबिघाड झालेल्या रुग्णांना मात्र दर दोन दिवसांनी डायलेसिस करून घ्यावं लागतं. अशा रुग्णांवरसुद्धा वेळीच शिवाम्बुउपचाराचा अचूक मारा केला गेला आणि प्रसंगी डायलेसिसचा आधार घेतला, तर कायम स्वरूपाचा मूत्रपिंडं बिघाड पूर्णपणे नाहीसा झाल्याचीही उदाहरणं आहेत.

श्रद्धा : डॉक्टर, मूत्रपिंड बिघडली आहेत हे कसं समजायचं? आणि रुग्णाला डायलेसिसवर नेलं पाहिजे, हे कसं ओळखायचं?

डॉक्टर : याबाबतीत नेहमीच दिसून येणारी लक्षणं अशी आहेत :
साधारणत: जोराच्या उलट्या होणं किंवा जुलाब होणं किंवा शरीराच्या वेगवेगळ्या भागांतून रक्तस्राव होणं, हृदयाचं काम मंदावणं किंवा रक्तदाब एकदम वाढणं किंवा कमी होणं, उचक्या लागणं अशी कारणं मूत्रपिंड बिघडण्याला आणि डायलेसिसची आवश्यकता निर्माण होताना दिसून येतात. सर्वसाधारणपणे बऱ्याच वर्षांचा मधुमेह, रक्तदाब, तसंच वारंवार होणारे मुतखडे यामुळे किंवा मूत्रपिंडावर विपरीत परिणाम करणारी औषधं बरेच दिवस घेण्यामुळे, किंवा तयार डबाबंद पदार्थ, हॉटेलमध्ये चटकमटक पदार्थ, तेलकट,

तुपकट, मसालायुक्त प्राणिजन्य जड पदार्थ यांची विल्हेवाट लावताना मूत्रपिंडं थकतात. मुदतीच्या तापाची आणि वेदनाशामक औषधंसुद्धा मूत्रपिंडावर अनिष्ट परिणाम करतात आणि त्यात कायमचा बिघाड निर्माण होतो. जिभेला सांभाळायचं ठरवलं की, मूत्रपिंडांचं कार्य वाढलंच म्हणून समजा.

अविनाश : मग मी म्हणतो, आत साठलेल्या मूत्राचे जर दुष्परिणाम होत असतील, तर मग पुन्हा स्वमूत्रपान करून शरीरात विषाची आणखी भरती केल्यासारखं नाही का होणार?

डॉक्टर : तुमचं म्हणणं अगदी बरोबर आहे. अनेक धूर्त मंडळींनी विचारलेला रास्त प्रश्न आहे हा आणि साहाजिकच आहे. कोणालाही असंच वाटणारी गोष्ट आहे ही. कारण देहात नाकेबंदी झालेल्या मूत्राची ही पीडा आहे, तर नव्यानं पुन्हा मूत्रपान करून धोका कमी कसा होणार? आता हेच पाहा. किडनीपासून अनावश्यक द्रव्यांचा निचरा मूत्रवाहिन्यांमार्फत होतो. मूत्रातील बऱ्याच द्रव्याचा निचरा त्या क्षणाला एक अत्यावश्यक गरज म्हणून होत असतो. ती लघवी पुन्हा प्राशन केल्यानं अन्नपदार्थाप्रमाणे मुखाद्वारे लाळेतून, जठरातून, आतड्यातून जात ज्ञात-अज्ञात अनंत प्रक्रियांतून त्यातली आवश्यक द्रव्यं पुन्हा शोषली जातात आणि त्यातले विषारी पदार्थ मलावाटे बाहेर टाकले जातात. ही प्रक्रिया म्हणजेच नैसर्गिक डायलेसिस होय. प्याले गेलेले मूत्र काही सरळ रक्तात जात नाही, तर पचनसंस्थेच्या अनेक नियोजित रसायनांद्वारे त्यातल्या विषारी मलाचं विभाजन होऊन अन्नरसाबरोबर त्याचं रक्तात रूपांतर होतं आणि मल शौचावाटे बाहेर फेकला जातो. हीच क्रिया वारंवार शिवाम्बूलंघनामध्ये झाल्यामुळे रक्तातल्या प्राणवायूची वाहतूक करणाऱ्या हिमोग्लोबिन या घटकाची वाढ प्रचंड झाल्याची जाणीव शिवाम्बूलंघनाच्या सातव्या दिवसापर्यंत होते. त्यामुळे जीभ, नखं, त्वचा यांच्या रंगकांतीत ताम्रवर्णप्रधानता आलेली दिसते. त्या क्षणाचा त्यांचा उत्साह उपोषणकाळ असूनसुद्धा शिगेला पोहोचलेला दिसतो. मात्र एक लक्षात ठेवायचं- सुरी सोन्याची असली, तरी ती उरात खुपसून घ्यायची नाही. त्याचप्रमाणे शिवाम्बू ही उत्तम संजीवनी असली, तरी ती सरळ शिरेतल्या रक्तात मिसळू द्यायची नाही, म्हणजे झालं.

नाना : शिवाम्बू इंजेक्शनद्वारे कधी उपयोगात आणली आहे का? किंवा तसा प्रयोग करून पाहिलाय का?

डॉक्टर : मी स्वत: दहा सी. सी. पर्यंत मांसामध्ये इंजेक्शनं दिली आहेत. ज्यांना खूप वेदना होत होत्या, झोप लागत नव्हती, भयानक दमा होता, कोणत्याही इलाजाचा उपयोग होत नव्हता, त्यांनाच इंजेक्शनद्वारे शिवाम्बू देण्याचा प्रयोग करून पाहिला. त्या रुग्णांवर अनुकूल परिणाम झालेला दिसून आला. दम्याची तीव्रता अमिनोफायलीन, ॲड्रिनलिन दिल्याप्रमाणे कमी झाली. शरीरातल्या वेदना ताबडतोब कमी झाल्या. झोप न लागणाऱ्यांना झोप लागली. अर्थात सर्वांनाच शिरेतून इंजेक्शन देणं अयोग्यच होईल. ज्यांना ही इंजेक्शनं दिली, तेसुद्धा त्याचं स्वमूत्र होतं. शिवाम्बूलंघनातील बहात्तर तासांनतरचं, निर्जंतुक काचपात्रात काढून स्थिर ठेवलेलं आणि निर्जंतुक सिरिंजमध्ये घेऊन टोचलं होतं. त्यामुळे पू होणं वगैरे काहीही झालं नाही.
(इतक्यात अंबूकाकू कूस बदलतात.)

अंबूकाकू : सूनबाई ऽ ऽ ऐकलंस का?

श्रद्धा : (बसल्या जागेवरून उठत) आले हं.
(अंबूकाकूंच्या जवळ जाते. सर्वजण तिकडे पाहू लागतात. श्रद्धा अंबूकाकूंना उठवून बसवते आणि एक पेला काकूंच्या हाती देऊन त्यांना आधार देत बाथरूमकडे नेते.)

चिंतूकाका : डॉक्टर, तुम्ही काहीही म्हणा, शेवटी हिला शिवाम्बुमहिमा पटू लागला म्हणायचा.

डॉक्टर : (हसत) ते तुम्हा सर्वांचं नशीबच म्हणायचं.
(श्रद्धा अंबूकाकूंना आधार देत हळूहळू चालवत आणते.)

चिंतूकाका : म्हणतात ना, बुडत्याला काडीचा आधार!

डॉक्टर : मरता क्या नही करता?
(सगळे हसतात, टाळ्या वाजवतात. श्रद्धा अंबूकाकूंना पुन्हा कॉटवर झोपवते आणि बैठकीमध्ये येऊन बसते.)

चिंतूकाका : चला, माझी चिंता मिटली म्हणायची.

नाना : म्हणजे इथून पुढं तुम्ही काकींकडे मुळीच लक्ष देणार नाही म्हणता की काय?

चिंतूकाका : तसं नव्हे नाना, डॉक्टर सुचवतील ती काळजी अधिक घ्यायची, पण आता बरं होणार नाही हा विचार मात्र सोडून द्यायचा.

डॉक्टर : अगदी बरोबर.

योगेश : डॉक्टर, शिवाम्बूत म्हणजे मानवमूत्रात शरीराच्या स्वास्थ्याला अनुकूल अशी कोणती घटक-द्रव्यं आहेत की, ज्यामुळे काकूंचा हा रोग

संपुष्टात येऊ लागलाय?

डॉक्टर : सांगतो. हे तुम्ही जाणून घेणं आवश्यक आहे. शिवाम्बूचं कार्य जाणण्याआधी आपण मूत्र म्हणजे काय हे समजून घ्यायला हवं. विज्ञानाच्या परिभाषेत मूत्र हा एक जटिल प्रक्रियेचा परिणाम आहे. आपल्याला माहीत आहेच की, आपल्या शरीरामध्ये रक्ताचं शुद्धीकरण होत असतं आणि या शुद्ध केलेल्या द्रव्यामधला अधिकांश भाग मूत्रपिंड हंस पक्ष्याप्रमाणे शोषतात. यातल्या एकंदर घटकांचं थोडक्यात विश्लेषण पाणी, मीठ, ग्लुकोज, यूरिया, बायकार्बोनेट वगैरे असतं. नेफ्रोनद्वारे प्रत्येक क्षणी गाळण्याची क्षमता आणि मूत्रातलं घटकांचं रोजचं प्रमाण याप्रमाणे सांगता येईल :

मूत्रामधील प्रमुख घटक	नेफ्रोनद्वारे रोज गाळण प्रमाण	मूत्रातून येणाऱ्या घटकांचे प्रमाण
पाणी	१५० ली. रोज	१.५ ली. रोज
मीठ	१२०० ग्रॅम रोज	१५ ग्रॅम रोज
ग्लूकोज	१७० ग्रॅम रोज	--
यूरिया	५० ग्रॅम रोज	३० ग्रॅम रोज
बायकार्बोनेट	१५० ग्रॅम रोज	०.१ ग्रॅम रोज

सामान्यत: १०० मि. ली. मूत्रामध्ये जी द्रव्यं असतात, त्याचं प्रमाण असं असतं :

अ. नं.	घटक	प्रमाण
१.	यूरिया नायट्रोजन	६८२
२.	यूरिया	१४५९
३.	क्रिएटिनिन नायट्रोजन	३६
४.	क्रिएटिनिन	९७.२०
५.	यूरिक ॲसिड नायट्रोजन	१२.३
६.	यूरिक ॲसिड	३६.९०
७.	अमिनो नायट्रोजन	९.७०

८.	अमोनिया नायट्रोजन	५७.००
९.	सोडियम	२१२.००
१०.	पोटॅशियम	१३७.००
११.	कॅल्शियम	१९.५०
१२.	मॅग्नेशियम	११.५०
१३.	क्लोराईड	३१४.००
१४.	टोटल सल्फेट	९१.००
१५.	इनऑरगॅनिक सल्फेट	८३.००
१६.	इनऑरगॅनिक फॉस्फेट	१२७.००
१७.	पी.एच.	६.४०
१८.	एन / १० ॲसिड	२७.८०

याखेरीज विशेष म्हणाल तर, सामान्यत: मूत्रामध्ये जो स्वच्छ पिवळा द्रव आहे, त्यामध्ये म्युकसचं प्रमाण अधिक असतं आणि याला जो वास असतो, तो त्यातल्या आम्लीय आणि खारट पदार्थ खाल्लेल्याचा परिणाम असतो. मूत्रात साधारणत: ९६% पाणीच असतं. यूरिया २% सापडतो आणि सोडियम क्लोराईड, लोहजीवनसत्त्वं, फॉस्फेट, पोटॅशियम, कॅल्शियम, मॅग्नेशियम, आयोडीन, तांबं इत्यादी पदार्थ असतातच. प्रोटीन्सच्या चयापचयानंतर अन्य पदार्थांपैकी क्रियेटीनाईन, यूरिक ॲसिड, प्युरिन बॉडी, ऑक्सलेट, फॉस्फेट, सल्फेट्स, शिवाय युरेट्स अमोनिया, एस्कॉर्बिक ॲसिड, एमाईल्स, हिप्पुरिक ॲसिड, इनडिकॉन, इलॅन्टॉईन, ॲसिटोन, काप्रोपोरफिरिन, फेनॉलस तसंच हार्मोन्स, एन्झाइम्स, व्हिटॅमिन्स इत्यादी द्रव्यं असतात. ॲलोपॅथिक डॉक्टर जी औषधं देतात, त्या औषधांमध्ये प्रामुख्यानं या घटक-द्रव्यांचीच कमी-अधिक प्रमाणात मिश्रणे असतात.

योगेश : मुळात मानवी शरीरातली मूलतत्त्वं किंवा घटकद्रव्यं कोणती?

डॉक्टर : मानवी शरीरात प्रामुख्याने कार्बन, नायट्रोजन, ऑक्सिजन आणि हायड्रोजन असून, इतर काही मूलतत्त्वं अल्प किंवा नगण्य प्रमाणात असतात. तथापि साधारणपणे १०० किलोग्रॅम वजनाच्या मानवी शरीरात जी मूलतत्त्वं आढळतात, त्याचं प्रमाण असं असतं -

घटक व त्यांचे प्रमाण

ऑक्सिजन - ६३ कि. ग्रॅ.	हायड्रोजन - ९ कि. ग्रॅ.
नायट्रोजन - ५ कि. ग्रॅ.	कॅल्शियम - १ कि. ग्रॅ.
फॉस्फरस - ००.७०० ग्रॅ.	सल्फर (गंधक) - ००.२६० ग्रॅ.
सोडियम - ००.२६० ग्रॅ.	पोटॅशिअम - ००.२२० ग्रॅ.
क्लोरिन - ००.१८० ग्रॅ.	मॅग्नेशियम - ००.४० ग्रॅ.
आयर्न (लोह) - ००.३ ग्रॅ.	आयोडिन - ००.०३ ग्रॅ.

याशिवाय फ्लुओरिन, ब्रोमाईन, मँगेनीज, तांबे वगैरे घटकही काही अल्प प्रमाणात असतात. अन्य इतरही काही मूलतत्त्वं असतात; त्यापैकी काही रासायनिक प्रक्रियेत फारसा भागही घेत नाहीत. पण एक मात्र खरं की, जी तत्त्वं देहात असतात तीच मूत्रात असतात.

अविनाश : तर मग डॉक्टर, जर ही घटक-द्रव्यं शरीराला उपयुक्त आहेत, तर मग मुळात ती मूत्राद्वारे बाहेर पडतातच का?

डॉक्टर : जेव्हा एखादा अवयव, ग्रंथी, स्नायू किंवा शरीराचा विशिष्ट भाग कमकुवत होतो, अशक्त होतो किंवा रोगग्रस्त होतो, तेव्हा त्याच्या कार्यक्षमतेकरता बनविण्यात आलेली घटक-द्रव्यं त्या अवयवाच्या अकार्यक्षमतेमुळे वापरली जात नाहीत. अर्थात ती घटक-द्रव्यं त्या क्षणाला आत राहू शकण्याची सोयही नाही. त्यामुळे ती द्रव्यं मूत्रामार्गे बाहेर पडतात. त्यांचा तुटवडा, अभाव ज्याला डिफिशिअन्सी असं डॉक्टर म्हणतात, तीच घटक-द्रव्यं औषधांमार्फत कृत्रिमरीत्या विपुल प्रमाणात देऊन भरून काढला जातो.

त्याऐवजी ही द्रव्यं सप्रमाणित असलेल्या स्वमूत्राद्वारे ज्याची त्यांनी वरचेवर घेण्यामुळे संबंधित अभाव भरून निघू लागतो. जेव्हा व्हिटॅमिन 'बी' कॉम्पलेक्सची कॅप्सूल घेतली जाते तेव्हा लघवी खूपच काविळीसारखी पिवळी होऊ लागते. कारण अनावश्यक औषधी द्रव्यं मूत्रपिंडं लघवीमार्फत बाहेर फेकतात. थोडक्यात काय, तर तुम्ही पोटाला दिलेले अन्नरस आपल्या अकार्यक्षमतेमुळे ज्या अवयवाकडून ग्रहण केले जाऊ शकत नाहीत, त्याचा वाटा मूत्रामार्फत बाहेर ढकलण्याची नैसर्गिक सोय किडनीत आहे. ज्याप्रमाणे शेतातील अनावश्यक द्रव्यं पावसाच्या पाण्याबरोबरच नदीत आणि नदीतून समुद्रात येऊन क्षारतत्त्वात भर घालतात, त्याचप्रमाणे ती

द्रव्यं मूत्रात येऊन मिसळतात.

चिंतूकाका : याचा अर्थ शिवाम्बूचं निसर्गाशी बरंच संतुलन जुळतं म्हणायचं.

डॉक्टर : अर्थातच! जे जे म्हणून या ब्रह्मांडात आहे, ते ते सर्व या पिंडातही आहे. 'मातीवर चढणे एक नवा थर अंती' हे त्रिवार सत्य तर सर्वांना माहीत आहे. तेव्हा पृथ्वीचं- मातीचं स्वरूप कुठंतरी देहाशी निगडित असलंच पाहिजे. या दृष्टिकोनातून पाहता दोन्हीत अंतर नसल्याचं आढळेल. दोहोतले घटक, उष्णतामान, उत्सर्जित पदार्थ आदी एकच असतात. पृथ्वीतली उष्णता, भूकंप, पर्जन्यवृष्टी, वादळ, दुष्काळ, ऋतुमान, प्रलय इत्यादींचे बरेवाईट परिणाम सृष्टीवर आणि देहावर होतात, म्हणून दोघांचा उपचार पण एकच. पाऊस हा सर्वस्वी समुद्राच्या खाऱ्या पाण्याच्या बाष्पीभवनावर अवलंबून असतो. दुष्काळ ओला किंवा कोरडा हा पावसावर अवलंबून असतो. त्याप्रमाणे आपला आजार हा अवयवांचा दुष्काळ असून, त्याला उतारा आपल्या देहाचं खारं पाणी म्हणजे स्वमूत्र असतं.

नाना : म्हणजे पिंडी ते ब्रह्मांडी हेच खरं!

डॉक्टर : अगदी बरोबर! आता हेच पाहा ना. ब्रह्मांडही याच पाच महातत्त्वांवर उभं झालं आहे आणि पिंडही याच पाच तत्त्वांवर आरूढ झालेला आहे. ब्रह्मांडातील घनपदार्थांच्या ७५% पाणी खारं आहे, तर शरीराच्या म्हणजेच पिंडाच्या बाबतीतही ८५% टक्के पाणी क्षारयुक्त आहे. समुद्राच्या खाऱ्या पाण्यावर जीव आणि वनस्पती-सृष्टीचं भवितव्य अवलंबून आहे, तर इकडे खाऱ्या स्वमूत्रावर पिंडाच्या नाडीची स्पंदनं अवलंबून आहेत. ब्रह्मांडातला दुष्काळ हा रोग असून, समुद्रातून येणाऱ्या काळ्या ढगांच्या ताफ्यानं दुष्काळाचं निवारण होतं; तसाच शरीरातल्या रोगग्रस्त अवयवांमार्फत फेटाळलेला अन्नरस पुन्हा पुढच्या नजीकच्या स्वमूत्रपानानं वारंवार त्या विशिष्ट अवयवाला उद्युक्त करीत राहतो आणि त्याचं ऊर्जेत रूपांतर होऊन आपली रोगांतून सुटका होत होत आरोग्याकडे वाटचाल घडू लागते.

(अंबूकाकू श्रद्धाला बोलावतात.)

अंबूकाकू : सूनबाई, घसा कोरडा वाटतो, पाणी देतेस का बाळ?

श्रद्धा : देते हं.

डॉक्टर : पाण्यामध्ये थोडं लिंबू पिळून द्या. म्हणजे घसा कोरडा होणार नाही.

(श्रद्धा बरं म्हणून आत जाते.)

अविनाश : डॉक्टर, मी यासंबंधात असं ऐकलं होतं की... की शिवाम्बूनं पुरुषत्व कमी होतं म्हणून...

डॉक्टर : (हसतात) शिवाम्बूनं पुरुषत्व कमी होत नसून, उलट लिंग-अवयवाचं योग्य नियोजन होतं. अतिरेक कमी होतो आणि निष्क्रियताही संपते. अतिरेक कमी झालेल्याला आपल्यात काही चांगल्या प्रकारे बदल झालेला, म्हणजेच नियंत्रण येऊन अतिरेक वजा झालेला जाणवतो; तर निष्क्रियता असलेल्यांमध्ये काहीतरी जमा झाल्याची जाणीव होते. शेवटी कोणतंही 'अति' तेवढं वाईटच. विजातीय द्रव्यांच्या फाजील संचयामुळे निर्माण झालेली लिंगाची अवाजवी उत्तेजितता आणि लिंगदौर्बल्य यांचं संतुलन होऊन कामशास्त्रातील रसानुभव उपभोगता येतो. समागमानंतर काही गमावल्याची खंत न राहता काही मिळाल्याचा आनंद अनुभवता येतो आणि संयमी होता येतं. आता तर जपाननं गरोदर स्त्रियांच्या मूत्रापासून पुरुषवृद्धी करणारं औषध शोधलं आहे.

योगेश : या तुमच्या विधानाला वैज्ञानिक पुरावा आहे काय?

डॉक्टर : हे पाहा, आपल्या पिच्युटरी ग्रंथीमार्फत ग्रोथ हार्मोन्स- जी लहान मुलांच्या मूत्रात सापडतात, तसंच अॅड्रिनोकॉर्टिकोट्रॉफिक हा हार्मोन (A. C. T. H.) एफ. डब्ल्यू ४५०० अॅड्रिनल कॉर्टेक्सला कॉर्टिजोनमध्ये निर्माण होण्यास उत्तेजित करतो. थायरोट्रॉफिन (T. A. H. M. W.) २८००० थॉयरॉइड ग्लॅन्डला उत्तेजित करून शरीरातली शक्ती नियंत्रित ठेवतात. ल्युटेनाईजिंग हार्मोन (L. H.) या सेक्स हार्मोन्सकडून कामशक्तीच्या निर्मितीस उत्तेजना मिळते. फॉलिकल स्टिम्युलेटिंग हार्मोन्स (F. S. H.) हासुद्धा एल. एच. प्रमाणे कामशक्ती उत्तेजित करतो. पण स्त्रियांमध्ये मासिक स्राव आणि गर्भावस्थेला सुरक्षितता देण्याचं काम याचंच असतं. थोडक्यात स्त्रीमधली स्त्रीतत्त्वं वाढून त्या नाजूक व तजेलदार दिसू लागतात, तर पुरुषामधली पुरुषतत्त्वं वाढून ते राकट मर्द दिसू लागतात. (श्रद्धा सासूबाईंना शिवाम्बू पाजून त्यांच्यामध्ये येऊन बसते.)

डॉक्टर : काय दिलंत काकूंना?

श्रद्धा : शिवाम्बूच की!

डॉक्टर : ...तर मी काय सांगत होतो? हं... थॉयराईड आणि पॅराथॉयराईड ग्रंथीमार्फत सेक्स हार्मोन्स अॅन्ड्रिजन्स प्रोजेस्टेरॉन आणि अॅस्ट्रोजन्स

यातले अधिक हार्मोन्स लिव्हरमध्ये पडून राहतात आणि नंतर वाजवी हार्मोन्स मूत्राबरोबर विसर्जित होतात. यात थोड्या प्रमाणात काही मौलिक अणूही असतात. टेस्टॉस्टेरॉन इत्यादी प्रमुखत: पुरुषात असतात, तर प्रोजेस्टरॉन म्हणजे ॲस्ट्रोजन प्रामुख्यानं स्त्रियांच्या मूत्रात आढळतो. महिलांच्या जननशक्तीस म्हणजेच प्रसवशक्तीस शिवाम्बुपान खूपच फलदायी ठरतं. यामुळे स्त्रियांचं कृत्रिम बाळंतपण म्हणजे सिझरिंग, क्युरेटिंग (डी ॲन्ड सी), गर्भपात, बालमृत्यू, बाळंतरोग, गर्भपीडा, जीव घेणारे डोहाळे, उतारवयात गर्भाशय कॅन्सर इत्यादी स्त्रीरोगांपासून स्त्रीला सहीसलामत राहता येतं.

श्रद्धा : म्हणजे डॉक्टर, स्त्रियांनासुद्धा हा उपचार इतका फलदायी आहे तर!

नाना : अर्थात! लक्षात ठेवा, जिथं तलवारीचं भय आहे, तिथंच ढालीचं नियोजनपण आहे. सृष्टीची लीला अगाध आहे!

चिंतूकाका : खरंच, 'तुझं आहे तुजपाशी, परि जागा चुकलासी!' बेंबीतल्या कस्तुरीच्या गंधानं सैरभैर होऊन केवळ अज्ञानामुळे माथा झाडाला थडकून डोकेफोड करून घेणाऱ्या कस्तुरीमृगाला नावं ठेवण्यात काय अर्थ? हा असाच मूर्खपणा आजपर्यंत आपणसुद्धा करत आलो.

योगेश : पण आता लवकर शहाणं व्हायला पाहिजे, नाहीतर बैल गेला आणि झोपा केला असं व्हायचं.

श्रद्धा : डॉक्टर, मुलगा किंवा मुलगीच होण्यासाठी काही खास योजना असेल, तर सांगा ना!

अविनाश : कमाल असो! काय विचारावं नि काय नको, याचं तरी काही भान...

डॉक्टर : हे बघा अविनाश, मी डॉक्टर आहे. विचारलं मला तर काय हरकत आहे? ...सांगतो. एका समागमात गर्भद्वारासमोरच्या मैदानात अगणित शुक्रजंतू विखुरलेले असतात. तिथूनच तर माणसाच्या जीवनात जीवघेणी स्पर्धा आलेली दिसते. एकमेकांना रेटारेटी करीत जो त्या गर्भाशयात प्रवेश मिळवायला समर्थ होतो, त्या एकाला घेऊन गर्भाशय आपलं द्वार बंद करतो. नि मग हळूहळू त्याची वाढ सुरू होते.

मासिक पाळीनंतर पहिल्या पंधरवड्यात गर्भाशयाचा व्यास

अरुंद होत जातो. दुसऱ्या पंधरवड्यात ते पूर्णत: बंद असतं. जितक्या अरुंद छिद्रातून एखादा शुक्रजंतू प्रवेश करण्यास समर्थ ठरतो, तितका तो भावी जीवनात कर्तव्यदक्ष आणि पराक्रमी होतो असं आढळलं आहे. मासिक पाळी सुरू झालेला दिवस पहिला धरला, तर चौथा दिवसही पाळीतच जातो. नंतर पाचवा, सातवा, नववा, अकरावा आणि तेरावा या विषम दिवशी केलेल्या समागमातून मुलगी होण्याची शक्यता राहते. सहावा, आठवा, दहावा, बारावा व चौदावा असे समदिवस उपयोगात घेतले, तर मुलगा होतो, असा ग्रंथाधार आहे. याशिवाय उभयतांचा श्वासोच्छ्वास उजव्या नाकपुडीतून चालू असेल तर मुलगा होण्याची खात्री अधिक असते. ज्यांची उजवी नाकपुडी चालू नसेल त्यांनी डाव्या कुशीवर पाच-दहा मिनिटे झोपल्यास आणि नंतर दीर्घ श्वास घेतल्यास उजवी नाकपुडी सुरू होते. अशा उभयतांच्या प्रयोगांतून मनोवांच्छित पुत्रप्राप्तीचा लाभ घेता येईल.

नाना : या माध्यमाच्या द्वारे कुटुंबनियोजन करता येईल का?

डॉक्टर : मासिक पाळीच्या दुसऱ्या पंधरवड्यात मुलं न होण्याचा काळ अर्थात नियोजनाचा काळ समजायला हरकत नसून मादीनं नराच्या मूत्राचा गंध घेतला आणि मग समागम झाला तरी फलधारणा होऊ शकत नाही, असं शिवाम्बू चिकित्सकाचं भाष्य आहे.

नाना : कमाल आहे बुवा! हे एक-एक ऐकल्यावर आश्चर्यच वाटतं.

अविनाश : शिवाम्बूवर आजवर पांघरुणं टाकणाऱ्यांची चीड येते.

नाना : आता आपल्याला समजलं आहे, तर आपण ते काढून टाकू. नुसतं चिडून काय फायदा? काय डॉक्टर, बरोबर आहे ना?

डॉक्टर : अगदी बरोबर. आता हेच पाहा ना. जन्माआधी मातेच्या स्तनांत दूध तयार ठेवून, अर्भकाच्या आगमनाची वाट पाहिल्या जाणाऱ्या व्यवस्थेला तुम्ही काय म्हणाल? तुमच्यात रोग जन्मण्याच्या आधी रोगनिर्मूलनाची पूर्वनियोजित तयारी असावी, याला तुम्ही काय म्हणाल? तुमच्या जन्माबरोबरच दूध, तुमच्या विकासाबरोबरच तुमचा अंगरक्षक शिवाम्बू याची सर्वांना समान सोय करून देणाऱ्या महान निसर्गशक्तीस लाख लाख प्रणाम...!

(सगळेजण थोडावेळ स्तब्ध)

योगेश : (चुळबुळत) ...जरा थोडं विषयांतर करतो.

डॉक्टर : काय म्हणता बोला!

योगेश : सध्या मी एका योगासनांच्या क्लासला जातो. आमचे योगशिक्षक माझ्याकडून 'पातंजलयोग विद्या' यांची शास्त्रशुद्ध यौगिक क्रिया करून घेत असतात. त्यासंदर्भात माझ्या असं वाचनात आलं, की पूर्वी 'आम्रोली' शरीरशुद्धीकरता वापरली जात असे आणि ती 'आम्रोली' म्हणजे स्वमूत्र असावं, असं मला आता वाटतंय.

डॉक्टर : खरं आहे ते. आम्रोली म्हणजेच स्वमूत्रच.

योगेश : पण तसा कुठे उल्लेख मिळतो का?

डॉक्टर : हो तर! याचा स्पष्ट उल्लेख हठयोगप्रदीपिकेतल्या श्लोकातून मिळतो.

पित्तोल्वणत्वात्प्रथमांबुधारां विहाय निःसारतयांत्यधाराम् ॥
निषेव्यते शीतलमध्यधारा कापालिके खंडमतऽमरोली ॥९६॥
अमरीं यः पिबेन्नित्यं नस्यं कुर्वन्दिनेदिने ॥
वज्रोलीमभ्यसेत्सम्यगमरोलीति कथ्यते ॥९७॥

(हठयोगप्रदीपिका, 'तृतीयोपदेश')

याचा अर्थ असा की,

पित्ताच्या उग्रतेमुळे स्वमूत्राची पहिली धार टाकून देऊन व शेवटच्या धारेत सत्त्वं नसल्यानं तीही सोडून देऊन थंड अशा मधल्या धारेचं सेवन केलं जाणं या प्रकाराला कापालिकाच्या खण्डमताप्रमाणे 'आम्रोली' असं म्हणतात.

'अम्बुधारा' हा शब्द शिवाम्बुधारा या पारिभाषिक शब्दाऐवजी वापरला आहे, असं हठयोगप्रदीपिकेच्या ब्रह्मानंद टीकाकारानं आपल्या ज्योत्स्ना नावाच्या संस्कृत टीकेत स्पष्टपणे सांगितलं आहे. त्याचप्रमाणे आता सांगितलेल्या ९७ क्रमांकाच्या श्लोकाचा अर्थ आहे, जो मनुष्य नेहमी नाकानं स्वमूत्र पितो आणि मैथुनाद्वारा वज्रोलीचा उत्तम प्रकारे अभ्यास करतो, त्या मुद्रेला कापालिक आम्रोली म्हणतात.

नाना : या हठयोगप्रदीपिकेमध्ये आमची दृष्टी, पचनशक्ती, सर्दी, खोकला यांच्यावर काही खास उपाय सुचविले आहेत का?

डॉक्टर : नानासाहेब, आतापर्यंत झालेल्या चर्चेत हा विषय आलाच आहे, तरीसुद्धा यासंदर्भात एक श्लोक सांगतो.

मानुषं क्षारकटुकं मधुरं लघु चोच्यते ।
चक्षुरोगहरं बल्यं दीपनं कफनाशनम् ॥

- हारित (प्र. अ. ९, मूत्रवर्ग)

म्हणजे, शिवाम्बूच्या प्राशनानं डोळ्यांचे रोग, पचनशक्ती व सर्दी-खोकला यांपासून कायमची मुक्ती मिळते.

चिंतूकाका : इतक्या सगळ्या गोष्टींचा उल्लेख जर आपल्या पूर्वजांनी केला आहे, तर मग अध्यात्मशास्त्रात शुचिर्भूतसंहितेत मल-मूत्रांना, रजस्रावांना, केसांना, नखांना आतापर्यंत निषिद्ध मानून 'अशुचि असा हा देह' असं का बरं म्हटलं आहे?

डॉक्टर : चिंतूकाका, तुम्हाला संस्कृत येतं ना?

चिंतूकाका : हो, येतं की!

डॉक्टर : तर मग तुमच्या विचारांच्या संदर्भात हा मी एक श्लोक तुमच्यासमोर ठेवतो.

धर्माधर्मपरिज्ञानना सकलेऽपि पवित्रता ।
विष्ठामूत्रस्त्रीरजो वाऽपि नखास्थि सकलं प्रिये ।
विचारयेत् मन्त्रवित्तु पवित्राण्येव सुव्रते ।
नानाविद्या हि देवेशि देवता सलिलस्थिता: ।।
तेनोदकेन यज्जातं मूत्र कस्मातु दूषयेत् ।

(ज्ञानार्णव तन्त्र -२२ वाँ पटल)

याचा अर्थ, धर्म-अधर्माचे हे व्यापक अर्थ लक्षात आल्यावर सर्व तत्त्वांत पवित्रता प्रतीत होऊ लागते. जसे मल-मूत्र, स्त्रीरज, नखे, अस्थी आदींमध्ये सुद्धा व्रतीक मांत्रिकाने पवित्रतेचाच विचार केला पाहिजे. हे देवी, विद्या व देवता पाण्यात राहतात; म्हणून या पाण्यानं उत्पन्न झालेलं अद्‌भुत मूत्र दूषित कसं होऊ शकेल?

नाना : डॉक्टर, शिवाम्बूवर मास्टरी मिळवलेली दिसते. आमच्या प्रत्येक शंकेला आपण शास्त्रीय, वैज्ञानिक किंवा आध्यात्मिक, पारंपरिक अनुभूतीचा आधार देत आहात.

डॉक्टर : अहो, मी तुम्हाला सांगतो, या ज्या तुमच्या शंका आहेत ना, त्या आम समाजाच्या शंका आहेत आणि या अशा अनेक प्रश्नांवर यापूर्वी अनेकवेळा अनेकांना सांगून झालं आहे. त्यामुळे हा रोजचा विवाद, माझा शिवाम्बुसुसंवाद झाला आहे.

अविनाश : आपल्या देशात शिवाम्बूला इतका प्राचीन इतिहास आहे, पण परदेशांत त्याचं काय स्वरूप आहे?

डॉक्टर : परदेशांत अनेक ठिकाणी शिवाम्बूच्या म्हणजे स्वमूत्राच्या गुणांविषयींचा उल्लेख प्राचीन साहित्यातही आढळतो आणि आधुनिक साहित्यामध्येही

आढळतो. 'दि वॉटर ऑफ लाइफ' नावाच्या एका खास पुस्तकानं भारत देशात नव्यानं मानवमूत्राची तार छेडली आहे. या पुस्तकाचा लेखक स्वर्गीय जॉन डब्ल्यू. आर्मस्ट्रॉंग यानंसुद्धा प्राचीन बायबलमधून प्रेरणा घेतली आहे. ते बायबलमधलं एक वाक्य सांगतात की,

'Drink water out of thine own cistern'

म्हणजे आपल्याच हौदातील पाण्याचे (मूत्राचे) पान करा.

दुसऱ्या एका वाक्यानं मूत्रलेपनाचा संदेश बायबलमधून मिळाला; तो असा की-

'When thou fastest anoint thy head and wash thy face' मूत्रपानाबरोबर मूत्रमसाजही केला पाहिजे, म्हणून त्यानं मालिश हा या उपचाराचा महत्त्वाचा भाग आहे, हे पटवून दिलं. यामुळे बायबलमधल्या उपदेशाची यथार्थता त्याच्या चांगली लक्षात आली आणि त्यानं आपल्या आयुष्यात ४० हजार लोकांना पीडामुक्त केलं. स्वत: टी. बी.सारख्या जीर्ण सांसर्गिक व्याधीतून स्वमूत्रोपचारानं बरा झाला आणि आपली चिरंतन मौलिक स्मृती मागे ठेवून कालवश झाला.

योगेश : मध्यंतरी कुठेसं ऐकलं की, गुजरातमध्ये एक मिशनरी डॉक्टर आपल्या उपचार-पद्धतीमध्ये पेशंटची लघवी तपासण्यासाठी म्हणून घेत आणि तीच त्यांना किरकोळ औषध टाकून पाजीत असत. त्यामुळे तो डॉक्टर अधिक प्रसिद्धीला आला होता. पण त्याच्या उपचाराचं गुपित केवळ त्याचे सहायक कर्मचारीच जाणत होते.

डॉक्टर : गेल्या शतकाच्या सुरुवातीला एक अद्भुत पुस्तक प्रकाशित झालं होतं. 'वन थाउजंड नोटेबल थिंग्ज' (एक हजार जाणण्यायोग्य गोष्टी) त्यामध्ये मूत्रोपचाराचा स्पष्ट उल्लेख आहे. तो असा की,

१) देहाच्या आतील आणि बाहेरील प्रत्येक रोगावरचा उत्तम उपाय म्हणजे रोज सलग नऊ दिवसांपर्यंत आपलं मूत्र प्या, म्हणजे विषद्रव्यं संपुष्टात येतील आणि आपलं शरीर हलकं आणि प्रफुल्लित बनेल.

२) या प्रकारच्या उपायांनी जलोदर आणि कामला हे रोग नामशेष होतात.

३) गरम मूत्रानं कान धुतल्यास बहिरेपणा, कान वाजणं आणि कानाचे इतर अनेक रोग दूर होतात.

४) डोळे मूत्रानं धुतल्यामुळे त्यांची पीडा, लाली, सूज निघून जाते.

दृष्टी सुधारते आणि तेज येतं.

५) मूत्रानं हात धुतल्यास आणि मालिश केलं गेल्यास हातातील जडत्व कमी होतं. त्यानं त्वचा फुटणं थांबतं. त्याची कात दूर होते आणि सांधे लवचीक होतात.

६) मूत्रानं ताज्या जखमा धुतल्यास त्या लवकर बऱ्या होतात आणि व्रणाची खूणही शिल्लक राहत नाही.

७) मूत्राच्या मालिशमुळे आग व खाज थांबते.

८) गुदद्वार प्रत्येक शौचाच्या वेळी मूत्राने धुतल्यास मूळव्याध आणि तिथले इतर रोग शमतात.

याशिवाय इ. स. १६६५ मध्ये 'सॉलोमन इंग्लिश फिजीशियन' नावाच्या प्रकाशित झालेल्या पुस्तकात मूत्रासंबंधी अजब अनुमाने काढलेली आहेत; त्यांच्या मते मनुष्य आणि इतर चतुष्पाद जनावरांचे मूत्र अनेक रूपांत उपयोगात आणता येते. यात असे म्हटले आहे की,

१) मानवी मूत्राचा उपयोग मुख्यत: भौतिक विज्ञान अर्थात रसायन-शास्त्रामध्ये, सौंदर्यप्रसाधनात होतो.

२) मूत्र हे रक्ताचं कच्चं स्वरूप आहे.

३) हे विजातीय द्रव्यसमूहाला साफ करतं, त्यामुळे कुजणं व सडणं थांबतं.

५) विषारी हत्यारांच्या जखमा भरून काढतं.

६) मूत्रात हवेत उडून जाणारे काही घटक आहेत. ते शरीरातल्या आम्लतेस सामावून रोगाचं मूळ नष्ट करतं. मूत्र धारोष्ण असताना घ्यावं.

७) मूत्र मूत्रपिंडातील अवरोधक, क्षार विरघळवून मूत्रखडा बाहेर काढतं. उन्हाळे अर्थात झोंबून, दाह होऊन लघवी होण्याच्या आजारावर हा उत्तम इलाज आहे.

फ्रान्समध्ये अठराव्या शतकात मूत्राचा उपयोग केला जात असे. पॅरिसचे दंतवैद्य मूत्रानं दात धुऊन सर्व रोग दूर करीत होते.

इंग्रज शरीरशास्त्रज्ञ एलिस बारकर याचं असं मत होतं की, 'आमचं शरीर कोणत्याही प्रभावी औषधापेक्षा अधिक चमत्कारिक द्रव्य बनवत आहे; जे स्वयंपूर्ण आहे आणि ज्याच्यात विषारी द्रव्यांना नष्ट करण्याचं बळ आहे आणि ते द्रव्य म्हणजे आपलंच मूत्र होय.'

इंग्लंडचे एक प्रसिद्ध डॉ. टी. विल्सन डिचमेन (P. H. C. M. D.) यांनी एका पत्रकात असं स्पष्ट केलेलं आहे की, 'प्रत्येक रोग्याच्या शरीरातील भिन्न भिन्न रोग-कारणांमुळे त्यांच्या मूत्राचे स्वरूप भिन्न भिन्न होते. यामुळे शरीरात होणाऱ्या अभाव-विभावांतून होणारे सर्व रोग (फक्त अपघातातले रुग्ण वगळता) ठीक करण्यास स्वमूत्र अत्यंत उपयोगी आहे. औषधांची संख्या तीन हजारापेक्षा अधिक असल्याने योग्य औषधाच्या निवडीमध्ये होणाऱ्या चुकीतून 'मूत्र' डॉक्टरांना वाचवते. शरीरातील आंतरशक्ती ज्या रोगास बऱ्या करू शकत नाहीत, त्याला बाहेरील कोणतीच शक्ती ठीक करू शकत नाही.

सिरील स्कॉट हे एक लेखक असून, त्यांनी आपल्या 'डॉक्टर्स, डिसिजेस अँड हेल्थ' (डॉक्टर, रोग आणि स्वास्थ्य) या पुस्तकामध्ये इंग्लंडमधल्या बक्सटरच्या मूत्रप्रयोगाचं रोचक वर्णन दिलं आहे. ते थोडक्यात असं की, 'बक्सटर महाशय रोज आपलं मूत्र पितात आणि त्यांनी याबाबत अनेक लेख लिहिले आहेत. त्याचं आयुष्य बरंच लांबलं होतं. आपल्या अतिभयंकर कॅन्सरच्या रोगावर मूत्रपट्टी ठेवून ते रोगमुक्त झाले होते. इतर रोगांवरसुद्धा ते हाच उपाय करीत.'

श्रद्धा : शिवाम्बूचा देश-परदेशांत इतका बोलबाला होऊनसुद्धा त्याला विज्ञानाचा सौभाग्यतिलक अद्यापपर्यंत का नाही लाभला, हे मात्र कळत नाही. शिवाम्बूच्या गळ्यामध्ये विज्ञानसूत्र नाही... वगैरे वगैरे नाकं मुरडण्याचं काम आमचे हे मघाशी करीत होते, म्हणून म्हटलं.

डॉक्टर : श्रद्धाताई, आपल्या अविनाशचं काय घेऊन बसलात? 'अविनाशी' राहू इच्छिणाऱ्या, स्वत:ला आधुनिक समजणाऱ्या किंवा धर्माच्या शुचिर्भूततेचं स्तोम माजवणाऱ्या आणि मलमूत्राला शीऽऽ शीऽऽ म्हणून देहात डांबणाऱ्या या सर्व लोकांनी, 'शिवाम्बू' या गोंडस नावाखाली हा काहीतरी फालतू प्रकार चाललेला आहे, याला विज्ञानाची मान्यता नाही वगैरे आक्षेप घेऊन शिवाम्बूला कैद करून ठेवलेलं आहे. पण शिवाम्बूचा प्रभाव अविनाशरावांच्या जसा लक्षात आला, तसाच इतर मंडळींच्याही आता लक्षात यायला लागला आहे. आता ही मंडळी शिवाम्बूला कमीत कमी नाक तरी मुरडणार नाहीत. इथून पुढे सर्व स्वास्थ्यप्रेमी शिवाम्बुप्रेमी होतील.

शिवाम्बूचा एक पेला जरी त्यांच्या मुखाद्वारे शरीरात प्रवेश करू शकला, तरीसुद्धा त्यांच्यामध्ये परिवर्तन होऊ शकेल आणि स्वास्थ्याच्या दिशेनं त्यांची वाटचाल सुरू होईल.

अविनाश : खरंच डॉक्टर! शिवाम्बूचा पहिला पेलाच आपल्या स्वास्थ्याचा आरंभबिंदू आहे असं वाटू लागलंय मला.

योगेश : म्हणूनच म्हणावसं वाटतं, 'शिवाम्बूचा एकच पेला, तारी सकलांना!'

नाना : प्रत्येक थेंबानं जो आरोग्य देतो,

चिंतूकाका : सर्व रोगांतून जो मुक्त करतो,

सर्वजण : (मोठ्याने) तो शिवाम्बूचा एकच पेला!!

(सर्वजण हसत हसत उभे राहून एकमेकांना टाळ्या देतात.)

(पडदा पडतो.)

◆

अंक तिसरा

(दुपारी साडेबाराची वेळ. अविनाश, चिंतूकाका जेवण उरकून बैठकीच्या खोलीत येतात. अंबूकाकू पलंगावर बसून नुकत्याच जेवल्या आहेत. श्रद्धा येऊन खरकटे ताट उचलून आत जाते. इतक्यात नाना येतात.)

नाना : काय येऊ का?

चिंतूकाका : हो हो, या ना.

अविनाश : जेवण झालं का, नाना?

नाना : हो तर. डॉक्टर येणार आणि आपण जेवायला जाणार असं व्हायला नको, म्हणून अगोदर जेवण उरकून घेतलं. तुमचं?

चिंतूकाका : आत्ताच झालं.

नाना : काकू काय म्हणतायत? काय काकू, जेवलात की नाही?

अंबूकाकू : (ठीक आहे, असं हाताने, मानेने खुणावत) आत्ताच थोडं खाल्लं.
(इतक्यात योगेश येतो.)

योगेश : नमस्कार काका, नमस्कार नाना.

चिंतूकाका : ये, ये. बैस.

अविनाश : अद्याप डॉक्टर कसे आले नाहीत?

योगेश : येतील आता.

श्रद्धा : (हात पुसत पुसत येते.) झालं बाई एकदाचं आवरून.
(डॉक्टर येतात.)

अविनाश : आलेच डॉक्टर.

डॉक्टर : नमस्कार.

सर्वजण : (उठून उभे राहत) नमस्कार डॉक्टर.

डॉक्टर : अरे वा! सूर एकदम जुळले वाटतं.

चिंतूकाका : हिचा सुरेख सूर लागल्यामुळे घरात आपोआपच आनंदाचे सूर उमटले.

डॉक्टर : चांगली गोष्ट आहे. (काकूंकडे जातात) मग काय म्हणताय काकू? कसं वाटतंय आता?

अंबूकाकू : (हळूहळू उठून बसतात. हात जोडून नमस्कार करतात.) ठीक आहे आता. तुमच्यामुळे माझा प्राण वाचला म्हणायचा.

डॉक्टर : मी फक्त निमित्त आहे. तुमचा प्राण तुमच्याच शिवाम्बूनं वाचवला. अच्छा, चालता-फिरता येतं का? ही तरतूद निसर्गाची, बरं...

अंबूकाकू : हळूहळू येतं.

चिंतूकाका : डॉक्टर, बरीच सुधारणा आहे आता.

डॉक्टर : छान झालं. अच्छा, मग काकू येताय का बैठकीमध्ये?

अंबूकाकू : नको आता. अजून अशक्तपणा जाणवतोय.

डॉक्टर : ठीक आहे. तुम्ही पडून रहा इथं आम्ही बसतो थोडा वेळ.

चिंतूकाका : चला, तर...

(सर्वजण एकत्र येऊन बसतात.)

योगेश : कालच्याच चर्चेतली एक शंका विचारायची राहिली होती.

डॉक्टर : विचारा ना!

योगेश : शिवाम्बूची शास्त्रीय कसोटी म्हणजे काय?

डॉक्टर : महत्त्वाचा प्रश्न राहिलाच होता तर! असो. एखाद्या पदार्थाचं ठरावीक मिश्रण उंदीर, ससा, घूस, मांजर, डुक्कर वगैरे प्राण्यांना ढोसून किंवा टोचून त्यांच्यावर घडणाऱ्या प्रतिक्रिया अजमावणं आणि तो निष्कर्ष प्रसिद्धीस आणणं म्हणजेच वैज्ञानिक कसोटीला उतरणं. यालाच आपण सायन्सनं शिफारस केली असं म्हणतो.

पण आज आम्ही प्रत्यक्ष मानवावरती म्हणजेच मातब्बर डॉक्टरांनी असाध्य ठरवलेल्या रुग्णांवरती प्रयोग करून रुग्णासह ओरडून सांगत आहोत की, शिवाम्बू हे प्रभावी दिव्यामृत आहे. असं असताना, परत त्याला सायन्सची मान्यता नाही म्हणून ते नाकारणं म्हणजे आग लागलेल्या ठिकाणी पाणी उपलब्ध असूनही परवानगीची वाट पाहण्यासारखं मूर्खपणाचंच आहे, नाही का? ज्याचं घर जळेल, तोच रडेल. त्यालाच कळेल.

नाना : खरं आहे डॉक्टर तुमचं म्हणणं. ज्यांना त्रास होतो, त्यांनाच कळतं.

चिंतूकाका : पुरातन वाङ्‌मयात शिवाम्बूचे उल्लेख आहेत किंवा आता आधुनिक पुस्तकांतही शिवाम्बूचा प्रसार होतो आहे. पण 'शिवाम्बु' हा शब्द आम्हा बहुतेकांच्या कानांवर तरी मोरारजींच्या निमित्तानं 'मराठा' वगैरे वृत्तपत्रांतून अत्र्यांसारख्या मंडळींनी केलेल्या टीकेच्या स्वरूपातच वारंवार पडत होता. तेव्हाच काय तो हा शब्द थोडासा नावारूपाला आला. बाकी तोपर्यंत कुठंच मी शिवाम्बूची वाच्यता ऐकली नव्हती.

नाना : ते का चिंतूकाका, अहो, आपण नेहमी कंजूष माणसाला म्हणत नसतो का की, 'लेकाचा कुणाच्या कापल्या करंगळीवरसुद्धा मुतणार नाही!' म्हणजे मूत्रात जखम वाळवून ती बरी करण्याची महान शक्ती असते हे आपल्या पूर्वजांना माहीत होतं. ग्रामीण भागात आडरानात गवत वगैरे कापताना विळा लागला, तर तिथे स्वमूत्राशिवाय आणखी कोणता प्रथमोपचार उपलब्ध असतो?

चिंतूकाका : हे बाकी खरं आहे हं! पण मी शिवाम्बू या संज्ञेविषयी म्हणत होतो.

नाना : एकंदरीत काय तर मूत्र म्हणजे लघवी, हिन्दीमध्ये पेशाब, प्राकृतमध्ये लघुशंका, इंग्रजीमध्ये युरिन, कन्नडमध्ये कालमडगी हे शब्द ऐकिवात आहेत. पण त्या सर्व शब्दांचा नव्यानं शिवाम्बू म्हणून पूर्वीच जीर्णोद्धार झाला होता, हे आज लक्षात आलं आहे.

डॉक्टर : मला वाटतं आता 'मूत्र' या शब्दातली अस्पृश्यता संपून या शब्दाला आपल्या नेहमीच्या भाषेतल्या तंत्र, मंत्र, मित्र, रात्र, शास्त्र, मात्र, सूत्र इत्यादी शब्दमालिकेत मांडीला मांडी लावून बसण्याची नव्यानं संधी मिळेल. मूत्र हे काही आता क्षुद्र राहिलेलं नाही. त्यानं दलितोद्धाराप्रमाणे स्वास्थ्योद्धाराचं कार्य हाती घेतलेलं आहे. याचं ज्ञान आपल्याला आज झालं इतकंच!

योगेश : (गमतीच्या सुरात) मला वाटतं डॉक्टर, 'लघवी' याचा मूळ शब्द 'लाघवी' असा असेल का? कारण लाघवी म्हणजे आकर्षक. म्हणजेच मूत्र हे इतकं आकर्षक गुणांचं असल्यामुळे लघवी ही उपाधी अपभ्रंश स्वरूपात का असेना, प्रचारात आली असेल.
(सगळेच खो खो हसतात.)

अंबूकाकू : अहो, आपण घरशुद्धीकरता गोमूत्र पवित्र भावनेतून नाही का वापरीत? ३३ कोटी देवांचं अस्तित्व गाईत आहे, असं समजून तिचं मूत्र तीर्थ म्हणून आपण ग्रहण नाही का करीत?

श्रद्धा : अरे वा! सासूबाईसुद्धा आता आपल्या शिवाम्बू संवादात भाग घेतील असं दिसतंय.

डॉक्टर : गाईच्या मूत्राला तर आमच्या मूत्रमय निसर्गोपचारामध्ये आणि आयुर्वेदामध्ये फार मोठं स्थान आहे. कारण स्वमूत्र म्हणजे 'सौ सुनारकी' आणि गोमूत्र म्हणजे 'एक लुहारकी!' म्हणजेच तुमच्या मूत्राचे शंभर डोस गाईच्या मूत्राच्या एका डोसाबरोबर आहेत. जेव्हा स्वमूत्रानं शौचमार्गे शरीरशुद्धी होऊ शकत नाही, तेव्हा ताज्या गोमूत्राचा डोस घेतल्यास कोठा साफ होतो असा अनुभव आहे. त्यामुळे स्वास्थ्य शिखरावर लवकर पोहोचणं शक्य होतं. गोमूत्र म्हणजे वादळी पाऊस, गडगडून, खळबळून वृष्टी करणारा, शेतातील बांध तोडून वाहणारा, वृष्टीनंतर स्वच्छ वातावरणात मातीतील सुगंध दरवळणारा. ही किमया शरीराच्या अंतर्गत भागात गोमूत्रामुळे घडून येते; परंतु परिणामकारक असलं तरी अशक्त, आजारी माणसांनी गोमूत्र तज्ज्ञांच्या सल्ल्यानंच घ्यावं. 'अशुभात असे शुभाचा अंश, मंथन करून शोधतो अवशेष' या उक्तीनुसार आयुर्वेदात रोगनाशासाठी विविध प्राण्यांच्या मलमूत्राला मोलाचं औषध मानलं आहे. त्यावर 'मलौषधिसंहिता' नावाचा स्वतंत्र ग्रंथही आहे.

नाना : तुम्हाला सांगायचं म्हणजे सर्व 'चतुष्पाद' प्राणी आपलं किंवा दुसऱ्याचं मूत्र बिनधोकपणे पीत असलेले दिसतात. जेव्हा ते मूत्र पितात, तेव्हा शेतकरी अथवा सभ्य म्हणविणारे लोक त्यांना आखडून बांधतात किंवा त्यांनी मूत्र पिऊ नये म्हणून काळजी घेतात. प्रसंगी त्यांना मारहाणसुद्धा करतात. हे कितपत योग्य आहे?

डॉक्टर : मनुष्येतर सर्व प्राण्यांची घ्राणेंद्रिये तीक्ष्ण असून, दूरच्या व्याधींच्या जीवाणूंची चाहूल त्यांना प्रथमच लागते. संभाव्य रोग आपल्याला होऊ नयेत, म्हणून मूत्र पिऊन ही जनावरं पूर्वतरतूद करीत असतात. मला वाटतं, हे सर्व प्राणी घाट्या, फऱ्या, घटसर्प अशांसारख्या जीवाणूंचा संसर्ग होऊन आपल्याला इजा पोहोचू नये म्हणून स्वमूत्र अथवा परमूत्र पिऊन, म्हणजेच एका अर्थी रोगप्रतिबंधक नैसर्गिक लस पिऊन स्वत:ची काळजी वाहत असतात. त्यांना या गोष्टीपासून दूर ठेवल्यानं, मारल्यानं ती आजारी पडतात. प्रसंगी मृत्युमुखी पडतात. तेव्हा हीच माणसं, आमची जनावरं मूत्र प्याल्यानं खंगली आणि मृत्युमुखी पडली असा गैरप्रचार करतात. तेव्हा माझ्या मते

मूत्र पिणाऱ्या जनावरांना मुद्दाम मूत्र पाजणं हे त्यांच्या स्वास्थ्याच्या दृष्टीनं हितावह ठरेल.

अविनाश : डॉक्टर, मी एके ठिकाणी वाचलेलं आठवतं की, राजस्थानात वाळूत चालून चालून उन्हाच्या माऱ्यानं थकलेले अशक्त उंट जेव्हा जमीन पकडून बसतात, तेव्हा ती मंडळी सरळ आपल्या चढावात स्वमूत्र घेऊन ते उंटांना पाजतात. मूत पिताच ते उंट अंग झाडून खडबडून उठतात आणि चालायला लागतात! आहे की नाही करामत?

डॉक्टर : हेच काय, सध्या जनावरांवर असे अनेक प्रयोग ठिकठिकाणी चालू असल्याचं दिसतं. इतर इंग्लिश औषधांपेक्षा मूत्र पाजलेल्या दुभत्या जनावरांनी अधिक घट्ट आणि भरपूर प्रमाणात दूध दिल्याचं आढळलेलं आहे. शिवाय रेसच्या लाखो रुपयांच्या घोड्यांनासुद्धा अंगी विशिष्ट चपळता आणण्यासाठी काही पशुतज्ज्ञ मंडळी मूत्र पाजतात असं आढळलेलं आहे.

श्रद्धा : प्रसंगी कोणाचंही मूत्र कोणालाही दिलं तर चालतं का?

डॉक्टर : परवाच आपण पाहिलं नाही का? आपल्या काकूंचं मूत्र मिळू शकलं नाही. तेव्हा इतरांचं मूत्रच उपयोगात आणलं आणि त्याचा इच्छित परिणाम झाला. मूत्र हे अत्यंत सूक्ष्म वाहिन्यांतून दीर्घ प्रवास करून बाहेर विसर्जित होत असतं. जसं खताच्या खड्ड्यात किंवा दलदलीच्या घाणीत एखादं हापूस आंब्याचं झाड फोफावतं. त्यावेळी त्याच्या मुळाशी असलेल्या घाणीचा प्रवास जसाच्या तसा आंब्यात न होता अगणित तंतूच्याद्वारा सुगंधी मधुर रसात, हापूस आंब्यांच्या स्वरूपात त्याचं रूपांतर होतं. त्याचप्रमाणे मूत्रपिंडातल्या नेफ्रोन नावाच्या अतिसूक्ष्म अगणित नलिकांमार्फत गाळून शिवाम्बू मूत्राशयात येतं. याच्याइतकं शुद्ध रसायन बनवणं आता अशक्य असल्याचा निर्वाळा शास्त्रज्ञ, किडनीतज्ज्ञ, मूत्रतज्ज्ञ देतात. त्यामुळे कठीण प्रसंग गुदरलाच तर कोणाचंही मूत्र उपयोगात आणून आडवा मनुष्य उभा केला तर काही हरकत नसते.

योगेश : जसं कोणाचंही रक्त- अर्थात रक्तगट पाहून पण वेळप्रसंगी- दुसऱ्याला चढवलं जातं, तसंच. जगातल्या कोणत्याही माणसाचं रक्त अशाप्रकारे कोणालाही देता येतं. पुरुषांचं पुरुषांना वा स्त्रियांचं स्त्रियांना असा भेदभाव नसतोच. फक्त चतुष्पाद प्राण्याचं रक्त मात्र दिलं जात नाही. आजकाल तर 'रक्तदान अर्थात जीवदान' असा संदेश सर्वत्र

दिला जातो आणि रक्तदान हे श्रेष्ठ मानलं जातं.

डॉक्टर : त्याचप्रमाणे प्रथमोपचारप्रसंगी प्रासंगिक धोका टळावा म्हणून कोणाचंही मूत्र कोणालाही औषध म्हणून देता येईल. हे मूत्र पोटात स्वीकारायचं असल्यामुळे त्याच्या गटाची वर्गवारी किंवा इतर चाचण्या करण्याचं कारण नाही. कारण आतड्यांमधून, यकृतामधून त्यातल्या दोषांचं त्वरित विभाजन होतं. गाय या मानवेतर प्राण्याचं मूत्र 'गोमूत्र' या पवित्र भावनेनं पितोच ना?

नाना : डॉक्टर, मला वाटतं इतिहासामध्ये पांडवांचे आजोबा भीष्माचार्य शरपंजरी पडले असताना, अर्जुनानं बाण मारून पाताळधारा काढली आणि ती पाजून त्यांना चेतना प्राप्त करून दिली. तेव्हा त्यानं गुडघे टेकून बाण मारला होता. पण मला वाटतं, गुडघे टेकून पाताळातलं म्हणजे कमरेखालचं मूत्र त्यानं पाताळधारा म्हणून दिलं असावं. बाण मारून याचा अर्थ बाणाप्रमाणे हुकमी गुण देणारी औषधी आणि त्यामुळे शरपंजरी पडलेल्या भीष्माचार्यांना आपल्या अंबूकाकींप्रमाणे चेतना आली.

चिंतूकाका : नाना, तुमच्या बोलण्यातही तथ्य असावं, असं वाटतं.

डॉक्टर : प्राचीनकाळी शिवाम्बुपानाची साधना ही आध्यात्मिक साधनेपैकी एक मानली जात होती. त्यामुळे तिचा ऊहापोह ऋषिमुनी, गुरु-शिष्य यांच्यापर्यंतच मर्यादित राहिला; परंतु युगपरिवर्तनाबरोबरच या साधनेची दीक्षा सर्वसामान्यांपर्यंत येऊन पोहोचली.

तुम्हाला सांगायचं म्हणजे, भगवान श्री शंकरांनी पार्वतीपुत्राचं शिर तोडून त्यावर हत्तीचं शिर बसवलं आणि त्याला गणपती केलं, हा एक दृष्टान्त आहे. आपण या गणपतीला निर्माता, सर्वांचा पालनहार मानून कोणत्याही कार्याचा प्रारंभ 'श्रीगणेशाय नमः'नं करतो, शिवाय त्याला विघ्नहर्ता-सुखकर्ता मानतो. त्याची गणेशचतुर्थीला स्थापना करून अनंत चतुर्दशीला विसर्जन करतो. या सर्वांचा अन्वयार्थ काही विद्वान मंडळी काय लावतात माहीत आहे?

पुरुषाची लिंगरचना म्हणजे मुंडकं नसलेलं, पण सोंड असलेलं ओघळलेलं. पुरुषलिंगांचे आठ प्रकार म्हणजेच अष्टविनायक रूपांतील गणपती, म्हणजे गणांचा पती. पतीचा मर्दपणा हा त्याच्या लिंगाच्या कार्यशक्तीवर अवलंबून असतो. त्याच्यातून नव्याची निर्मिती होते, म्हणून हा निर्माता. हा आद्य मानून त्याचंच प्रथम पूजन केलं जातं.

तसंच यातून येणाऱ्या तीर्थामुळे- मूत्रामुळे विघ्नहरण होतं, देहाचं सुयोग्य पालन-पोषण होतं, म्हणून हा विघ्नहर्ता, सर्वांचा पालनहार आणि समूहांची निर्मिती लिंगमाध्यमातूनच होते, म्हणून याला संघनायक अर्थात गणपती, अधिपती म्हणावं लागेल.

त्याचप्रमाणे तरुणपणात स्थापना आणि चौथ्या चरणात म्हणजेच वृद्धावस्थेत कामशक्तीचं विसर्जन असा स्पष्टीकरणात्मक अर्थ शंकर कुटुंबातील वारसपुत्राचा दिला गेला, तर ते शंकर शिवाम्बुसंहितेला अशोभनीय ठरणार नाही. काही ठिकाणी पुरुष आणि स्त्रीलिंगाची नग्न पूजा केली जात असे. त्यावर परवा परवाच बंदी घातली गेली आहे.

अविनाश : खरंच, असंच असलं पाहिजे हे. हत्तीच्या तोंडाचा गणपती, सोंड आणि हत्तीचं तोंड म्हणजे वृषण वगैरे... अगदी तंतोतंत जुळणारी अर्थसंगती आहे ही.

योगेश : गुदद्वाराला आतून तिळाच्या तेलाच्या बोटानं स्पर्श करण्याच्या कृतीला 'गणेशक्रिया' ही संज्ञा पारंपरिक योगप्रदीपिकेत असल्याचं आमचे योगशिक्षक सांगतात. हे विधानही याला अनुलक्षून आलं असावं, असं आता वाटतं.

नाना : अहो, आणखी एका पौराणिक घटनेचा अन्वय याच संदर्भाने आपण लावू शकतो. आपण जे ऐकतो की, अगस्ती ऋषींच्या मार्गात समुद्र आला, म्हणजे काय झालं? त्यांनी तो आचमनानं प्याला, म्हणजे काय प्यालं? तेव्हा कुठं वाटेतला मार्ग खुला झाला म्हणजे अरिष्ट टळलं. त्याचं असं कोणतं अरिष्ट टळलं? आणि त्यांनी ते सर्व पाणी पुन्हा सोडून दिलं, म्हणजे काय सोडलं? सोडलेलं पाणी पूर्णत: खारं झालं, म्हणजे काय खारं झालं? ते म्हणजे दुसरं तिसरं काहीच नसून स्वमूत्रच असलं पाहिजे हेच यावरून सिद्ध होतं.

चिंतूकाका : डॉक्टर, यंत्र-तंत्र-मंत्र-जादूटोणा या हातचलाखीच्या योजनेत भैरव तंत्रविज्ञानानं बऱ्याच रहस्यांचा उलगडा केला गेला असल्याचा उल्लेख मी वाचलाय.

योगेश : काका, भैरव तंत्रविज्ञान हा शिव-भगवंताचाच विषय आहे. पण एक प्रश्न मला नेहमी पडतो, शिव-भगवानांच्या पेहरावाचा काही गर्भितार्थ असावा का? समुद्रमंथनावेळचं विषप्राशन म्हणजे नेमकं काय?

डॉक्टर : शंकराच्या गळ्यातला काळसर्प म्हणजे विषाची निर्भयता. हातात त्रिशूल म्हणजे बाल-युवा आणि वृद्ध या अवस्थांमध्ये, सकाळ-दुपार-संध्याकाळ या त्रिकाळी शिवाम्बूशी संपर्क ठेवता येईल याची सूचना. त्याला बांधलेला डमरू म्हणजे, या उपासनेच्या जाहिरातीचा सुस्पष्ट आवाज. भेदक पाणीदार, अर्धोन्मीलित डोळे म्हणजे अनुक्रमे साहस, सतर्कता आणि अंतमुर्खता याचं प्रतीक. भालप्रदेशावरील तिसरा नेत्र म्हणजे चेतवलेला विवेक. जटेतून वाहणारी पवित्र गंगा म्हणजे शरीरातून वाहणाऱ्या मूत्राची शुद्धता आणि त्याची पवित्रता यांची बुद्धीने घेतलेली जाणीव. अर्धचंद्र हा अर्धमेल्या, अप्रकाशित रोगग्रस्तांना थंड-शीतल मार्गदर्शक. रुद्र म्हणजे राक्षस. तेव्हा रुद्राक्षमाळा म्हणजे क्रोध, कठोरता आणि संताप यापासून दक्ष राहण्याचं बंधन. शुभ्र भस्म हे देहाचं शेवटचं रूप म्हणजे मृत्यू अर्थात रूपांतरणाची जाणीव. काळा-सावळा रंग म्हणजे विपुल लोह जीवनसत्त्वांनी पुष्ट असा समुचित देह. तांडवनृत्य म्हणजे जोम आणि उत्साहाचा अभिनिवेश. समुद्रमंथन म्हणजे समुद्रासारख्या अथांग मनात चाललेल्या विचारांचं मंथन आणि हलाहल विषप्राशन म्हणजे, जहरी विष पिऊनदेखील बचावाचा प्रत्यक्ष केलेला प्रयोग.

अंबूकाकू : धन्य आहे तुमची डॉक्टर! काय गर्भितार्थ सांगितलात तुम्ही! पण मी एक प्रश्न विचारते.

डॉक्टर : हं. विचारा ना. (सर्वजण कुतूहलाने पाहतात.)

अंबूकाकू : शिवाम्बू कुठल्या विशिष्ट पात्रातून घेतलं तर ते अधिक परिणामकारक होईल, असं काही आहे का?

डॉक्टर : शिवाम्बू कोणत्याही पात्रातून घेता येईल, या संदर्भातले चार श्लोक सांगतो.

अथ वक्ष्ये महेशानि । क्रियाः सिद्धिप्रदायिनीः ।
पात्राणि विहितानीह शास्त्रविद्भिः प्रयत्नतः ।।१।।
सौवर्णं राजतं ताम्रं कास्यजं रीतिजं तथा ।
आयसं मृण्मयं चैव नागजं काचसंभवम ।।२।।
वैष्णवं काष्ठसंभूतं बिल्वजं चाम्बूसंभवम ।
अस्थिजं चर्मजं चैव पात्रं वै पर्णसंभवम् ।।३।।
एषामन्यमते पात्रे धारयेच्च शिवाम्बुकम ।
उत्तमं मृण्मयं पात्रं ताम्रजं देवि सूत्तमम ।।४।।

याचा सारांश असा की- हे पार्वती, शास्त्रज्ञ लोकांनी प्रयत्नांनी सिद्ध केलेली काही योग्य शिवाम्बू-पात्रं म्हणजे सुवर्ण, रूपं, कासं, तांबं, पितळ, लोखंड, कथील, काच, माती, द्रोण, लाकूडपात्र, भोपळापात्र, हाडं, चामडेपात्र इत्यादी. यापैकी कोणत्याही पात्रातून शिवाम्बू धारण करता येईल. पैकी मातीहून तांब्याचं पात्रं उत्तम, असा स्पष्ट उल्लेख केला आहे. आता आजच्या काळात आम्हाला काचेचं पात्र योग्य वाटतं. फक्त ते स्वच्छ साबणानं घासून-धुऊन-पुसून ठेवलं, म्हणजे झालं.

चिंतूकाका : हे सगळं ऐकून फार आश्चर्य वाटतं बुवा! शिवाम्बूसाठी कोणतं पात्र वापरावं याबाबतही श्लोक लिहिले गेले, तरीसुद्धा या चिकित्सापद्धतीची समाजाकडून इतकी उपेक्षा का झाली?

डॉक्टर : माझ्या मते पूर्वी संसारापासून अलिप्त असणारे, दऱ्याखोऱ्यात राहणारे, मुक्तीची दिशा हाताळणारे, समाजाला निरुपद्रवी असलेले असे ऋषीमुनी शिवाम्बूचा उपयोग करीत असत. कारण तपश्चर्येला लागणारी एकाग्रता, धैर्य, स्वास्थ्य यांची पूर्तता यातून होत होती. हीच सुविधा उपद्रवी, समाजकंटक, चोर, दरोडेखोर, खुनी या मंडळींना समजली, तर याचा दुरुपयोग होऊ शकेल, अनर्थ घडेल, म्हणून शेवटच्या श्लोकात शंकर भगवान दक्षता म्हणून पार्वतीला सूचना देताना म्हणतात :

इदं शिवाम्बुकल्पाख्यतंत्रं ते वर्णितं प्रिये ।
गोपनीयं प्रयत्नेन न देयं यस्य कस्यचित् ॥१०७॥

हे देवी! याप्रमाणे शिवाम्बुकल्प तंत्राचं तुला वर्णन करून सांगितलं आहे. प्रयत्नानं गुप्त ठेवावंस, कोणालाही सांगू नकोस. हे एक शास्त्रीय कारण म्हणावं लागेल. दुसरं कारण म्हणजे, पारंपरिक घृणेबाबतचं सामाजिक धोरणही यामागे असू शकेल. एका उत्सर्जित टाकाऊ पदार्थातून स्वास्थ्य मिळणं कसं शक्य आहे, ही तार्किक मानवी मानसिक धारणासुद्धा याला कारणीभूत असली पाहिजे. परंतु काही बुद्धिजीवी मंडळी शिवाम्बू घेत असूनदेखील लोकांत हसं नको, म्हणून 'तेरी भी चूप, मेरी भी चूप' ही पद्धती अवलंबतात. यामुळेसुद्धा ही पुरातन आणि अत्यंत समर्थ अशी उपचारपद्धती पूर्णपणे उपेक्षिली गेली असेल.

नाना : डॉक्टर, खरंच कमाल आहे तुमची! किती कळकळीनं तुम्ही या सर्व गोष्टी जगापुढं उघडपणे मांडीत असता याचं खरंच विशेष वाटतं!

डॉक्टर : तुम्ही आधुनिक जग म्हणालात, म्हणून सांगतो. जे प्राचीन आहे, त्याला विसरणं म्हणजे आधुनिकता म्हणता येईल का? प्राचीन म्हणजे अनुभवी वृद्ध आणि आधुनिक म्हणजे अजाणती मुलं. आज म्हाताऱ्यांचं ऐकायचं नाही असं ठरवलं म्हणून म्हणा, आपलं जीवन अल्पायुषी झालं आहे. पस्तीस-चाळीस वर्षं सरासरी वयोमान झालं आहे. आधुनिक शास्त्र याच वेगानं पुढं निघाल्यास निश्चित खड्ड्यात गाडणारं ठरेल.

आता हेच पाहा ना, एकविसाव्या शतकातसुद्धा मानवी देहाचं रहस्य उमगू न शकलेल्या अनंत दुःखपीडितांना, असाध्य रोगग्रस्तांना आज स्वास्थ्याची गरज आहे. कारण प्रत्येक जिवाला स्वास्थ्य मिळवण्याचा हक्क आहे आणि जो मी मिळविला तो इतर गरजूंनाही मिळावा, ही माझी नैसर्गिक ऊर्मी आहे. आज सशक्त दिसणाऱ्या कित्येक स्त्रियांचं बाळंतपण नैसर्गिकपणे न होता, ते कृत्रिमपणे करावं लागतं. ही गोष्ट प्रगत विज्ञानाला नामुश्कीची आहे. प्रगत म्हणविणारं विज्ञान की अज्ञान, याचं चिंतन करण्याची आता वेळ आली आहे.

पूर्वीची दीर्घायुषी मंडळी शंभर-दीडशे वर्षं सहज जगत होती. पण आज माणसाच्या आयुष्यापेक्षाही त्याच्या पायातील वहाणा, भांडी, कपडे, घरं यांची आयुर्मर्यादा वाढविण्यासाठी जास्त विचार होताना दिसतो आहे. याला तुम्ही प्रगती म्हणाल काय? उपभोग्य वस्तूपेक्षा उपभोगणारी व्यक्ती दुय्यम झाली आहे. म्हणूनच शिवाम्बू उपचार-पद्धतीने आजच्या या ढासळणाऱ्या वस्तुस्थितीला सावरण्याचा प्रामाणिक प्रयत्न व्यक्तीनं केला पाहिजे, असं मला मनापासून वाटतं.

यासाठी मी दहा-पंधरा रुग्णांची उत्तम व्यवस्था होईल अशी एक वास्तू उभी केली आहे. जसजसे अंबूकाकूंसारखे अत्यवस्थ रुग्ण बरे होऊन भरल्या समाजात वावरू लागतील, तसतशी या उपेक्षित उपचाराची प्रतिष्ठा वाढू लागेल. आपणच रोगी आणि आपणच डॉक्टर, आपल्या रोगावर आपलंच औषध हे सहज, सोपं समीकरण जेव्हा माणसाला कळतं, तेव्हा त्याचं त्यालाच खूप आश्चर्य वाटतं. गेली पंधरा वर्षे केवळ शिवाम्बू पंचकर्म चिकित्सेनं हजारो रुग्ण बरे झाले असल्याची ग्वाही त्या रुग्णांनीच दिलेल्या अभिप्रायातून मिळालेली आहे. यासाठी कोणतीही अवास्तव

जाहिरातबाजी आम्ही केली नाही. उलट बरे झालेले रुग्णच इतर रुग्णांना पाठवतात हीच आमच्या रुग्णालयाची परंपरा आहे.

श्रद्धा : खरंच बाई, ही उपचार पद्धती माणसाला थक्क करून सोडणारी आहे.

अविनाश : पण काय हो डॉक्टर, ही उपचार पद्धती अमलात आणताना तुम्हाला कोणी सप्रमाण विरोध नाही का केला?

डॉक्टर : विरोध होत होता की! परंतु जेव्हा आपण एका विशिष्ट ध्येयाने प्रेरित होऊन दहा-पंधरा वर्षं अखंडपणे एकाच विषयाचा पाठपुरावा करतो, तेव्हा अशा क्षुल्लक गोष्टी गळून पडतात. शिवाय आजपर्यंत या साधनेच्या विरोधात सप्रमाण माहिती प्रकाशित झालेली नाही. स्वमूत्रोपचाराची जाणीव नाही, असा एकही मनुष्य आता मिळणं दुर्लभ झालं आहे. प्रत्येक लघवी करणाऱ्यापर्यंत तो परिचयाचा झाला आहे. फक्त मानवप्राणी हं. (सर्व हसतात.) अन्यथा कापल्या करंगळीवर मुतण्याची लोकभाषा प्रचारात आलीच कशी? आजही हा वाक्प्रचार नव्या-जुन्या जखमांवर 'फुंकर' मारीत आहे.

अविनाश : डॉक्टर, आपल्या या व्याधिमुक्त पंचकर्म शिवाम्बू रुग्णालयात उपचाराचं स्वरूप साधारणपणे काय असतं?

डॉक्टर : रुग्ण पूर्वसूचना देऊन आमच्या रुग्णालयात संध्याकाळी दाखल होतात. रुग्णांवर दाखल झालेल्या वेळेपासून सव्वादोनशे तास उपचार कार्यक्रम अखंड चालू राहतो. म्हणजे नऊ दिवस नऊ तास असा हा उपचार काळ असतो. जसं आई आणि मुलाची शारीरिक फारकत होण्यास नऊ महिने नऊ दिवस ही नैसर्गिक कालमर्यादा आवश्यक असते, त्याचप्रमाणे शिवाम्बुलंघनातून रुग्ण आणि त्याचा रोग यांची शारीरिक फारकत नऊ तासांनी झालेली बहुसंख्य रुग्णांमध्ये आढळून आलेली आहे. यानंतर लंघन क्रमाक्रमानं सोडवलं जातं. दरम्यान, तीन ते चार वेळा माती वा चिखल स्नान (Mud Bath), दोन-तीन वेळा बाष्पस्नान (Steam Bath), आठ-दहा वेळा शिळ्या शिवाम्बूनं मसाज, आठ-दहा वेळा सूर्यस्नान (Sun Bath), आठ-दहा वेळा अ‍ॅक्युप्रेशर, दहा ते बारा वेळा चुंबकचिकित्सा इत्यादी उपचार उपक्रम असतात. या काळात काहींना जुलाब होतात, तर काहींना उलट्या होतात आणि शरीरातली विषारी द्रव्यं बाहेर पडतात. त्यामुळे रोगाच्या मुळाचंच उच्चाटन होतं.

योगेश : पण डॉक्टर, रोगग्रस्तांना लंघन करायला लावणं हे कितपत बरोबर आहे?

चिंतूकाका : तेच म्हणतो मी, आधीच रोगाने जर्जर होऊन अशक्त झालेल्या रुग्णाला पुन्हा उपवास करायला लावायचा म्हणजे बुडणाऱ्याला अधिकच आत ढकलणं होईल.

डॉक्टर : (हसतात) नाही. चिंतूकाका, तसं नाही ते.

नाना : मग?

डॉक्टर : त्याचं काय आहे, आम्ही उपवास 'रोग्याला' घडवीत नसून 'रोगाला' घडवितो. रोगाची उपासमार झाली तरच रोग मरणार आणि रोगी मुक्त होणार. पुढे रोगमुक्त व्यक्तीला अत्यंत काळजीपूर्वक उपचार-पश्चात सदाचारसंहितेचा पाठ देऊन राकट आणि कणखर बनवलं जातं.

श्रद्धा : ही सदाचारसंहिता म्हणजे काय आणि रोगमुक्त व्यक्तीला पथ्यं तरी काय असतात?

डॉक्टर : शक्यतो अग्निस्पर्शित पदार्थ कमी करण्याचा प्रयत्न रोगाच्या तीव्रतेनुसार आणि दातांच्या परिस्थितीनुसार सांगितला जातो. शिजलेलं अन्न म्हणजे नि:सत्त्व गर्भगळीत मेलेलंच अन्न. मरायला टेकलेल्यानं वास्तविक जिवंत अन्न खाऊन म्हणजेच अंकुरित धान्यं, कच्च्या स्वच्छ पालेभाज्या, कंदमुळं, फळं इत्यादींवर राहिलं पाहिजे. वर्षानुवर्षं धान्यांना सुरक्षित ठेवणारी धान्यांवरची टरफलं आपणालाही सुरक्षित ठेवतात, म्हणून कोंड्याचं योग्य मिश्रण, तांबडा हातसडीचा भात, इत्यादींवर भर दिला जातो. मुख्य म्हणजे सूर्यास्तापासून सूर्योदयापर्यंतच्या विश्रांतिकाळातली सर्व उपलब्ध शिवाम्बू चार महिने सक्तीनं घ्यायला सांगितलेली असते.

शिवाय रोगाच्या तीव्रतेनुसार तेल, मीठ, तिखट, ब्रेड, बिस्किटं, चहा, तंबाखू, मटण आणि अलीकडे मिळणारे वेगवेगळे तयार अन्नपदार्थ कटाक्षानं बंद ठेवण्याविषयी सूचना त्यांना दिलेली असते. भूक लागल्याखेरीज काही खाऊ नये आणि जे खायचं, ते थोडी भूक शिल्लक राहील, असंच असावं. प्रत्येक घासाचं बरंच चर्वण करावं ही महत्त्वाची सूचना; त्याला आपण एक घास बत्तीस वेळा चावून खाल्ला पाहिजे असं म्हणतो. साबण आणि आधुनिक सौंदर्यप्रसाधनं यापासून दूर असावं. शौचाच्या नैसर्गिक विधीस भरपूर प्राधान्य द्यावं, जेणेकरून शौचास अवरोध होणार नाही.

जागरणं करू नयेत, अनशनपोटी उष:पान म्हणजे लिंबूपाणी घ्यावं, रिकाम्या पोटी आपल्या वयाच्या अंकाइतके तरी सूर्यनमस्कार घालण्याचा सराव ठेवावा आणि त्यानंतर यथाशक्य प्राणायाम करावा. इतक्या सर्व गोष्टींचं प्रात्यक्षिक घेऊन आणि मार्गदर्शन करून सप्ताहातून एक दिवस संपूर्ण शिवाम्बू पिऊन सोळा उपवास करण्यावर भर दिलेला असतो. सोळा उपवास करण्याचा विधी होईतोपर्यंत चार महिने ही पथ्यं कटाक्षानं चालू राहतात.

योगेश : रुग्णाला जर अगोदर काही औषधं चालू असतील तर ती या काळात बंद केली जातात का?

डॉक्टर : रुग्णांची पूर्वीची चालू असलेली औषधं त्याच्या आजाराची गंभीरता लक्षात घेऊन हळूहळू कमी केली जातात. काहींची औषधं त्वरित बंद केली जातात. कोणत्याही औषधाशिवाय, कोणत्याही त्रासाशिवाय आणि कोणत्याही अन्नपदार्थाशिवाय दिवस निघू लागतात, तेव्हा मात्र त्यांना भुकेशिवाय मिळणाऱ्या स्फूर्तीचं, उत्साहाचं राहून राहून आश्चर्य वाटू लागतं. उपचाराला मिळणाऱ्या सहकार्यावरच रुग्णाचा व्याधिनिर्मूलनकाळ अवलंबून राहतो.

अंबूकाकू : डॉक्टर, मी म्हणते, रुग्णांना उपचारकाळात भूक कशी लागत नाही?

श्रद्धा : शिवाय देहामध्ये अशा काय अंतर्गत घटना घडत असतात?

डॉक्टर : साधारणत: भूक ही लघवी होताच अधिक जाणवत असते आणि ती लघवी पुन्हा तातडीनं प्याली गेल्यामुळे पोटात वजा झालेली पोकळी पुन्हा भरली जाते. प्रत्येक चार तासांनी दोन-चार पावशेर पाणी सक्तीनं दिलेलं असतं; त्यामुळे मूत्राचा वेग वाढतो. दोन मूत्रांतील काळ कमी होतो. मळ शौचावाटे बाहेर पडत राहतो. त्यामुळे रुग्णाला स्फूर्ती मिळत राहते. मसाजामुळेसुद्धा भुकेची जाणीव कमी होते, शिवाय आतड्यातळी मूळची चरबी खर्ची पडू लागते आणि त्यामुळे थोडं वजनही घटतं. गुऱ्हाळात गुळव्या गुळरसातून झारीनं मळी काढत असतो, त्याप्रमाणे लंघनानंतरच्या बहात्तर तासांनी रक्तातले आणि सर्वांगातले विखुरलेले विषारी पदार्थ पुन्हा आतड्यात येऊन त्याचं मलात रूपांतर होतं आणि अशाप्रकारे मलाच्या रूपानं ते बाहेर पडतात. यामुळे पोटाच्या जडत्वाबरोबरच शरीरातलं जडत्वही कमी होत राहतं. लंघनकाळात लागणारी ऊर्जा शिवाम्बूतल्या घटकांमार्फत मिळवली जाते. त्यामुळे भुकेची जाणीव होऊ शकत नाही.

नाना : पण डॉक्टर, मधुमेही रुग्णांच्या लघवीत साखर असते. मग ती तशीच दिली जाते का? का काही वेगळा उपाय योजला जातो?

डॉक्टर : एखाद्या व्यक्तीच्या एखाद्या विशिष्ट ग्रंथीवर फाजील ताण पडून तो वाढत जाऊ लागला की, विशिष्ट मर्यादेनंतर ती ग्रंथी निष्क्रिय होते आणि मग त्या ग्रंथीवर अवलंबून असणारी कामं ठप्प होतात. त्याचा जो काही परिणाम होतो त्याला आम्ही रोग म्हणतो. (बॅगेतून एक चित्र काढतात) हे चित्र पाहा, तुम्हाला स्पष्ट कल्पना येईल, आपल्या शरीरात जठराच्या खाली स्वादुपिंड नावाची एक ग्रंथी असते. स्वादुपिंडात 'आयलेट्स ऑफ लॅगऱ्हान्स' नावाचे पेशीसमूह असतात. या पेशीसमूहांपैकी काही पेशी 'इन्शुलिन' नावाचं एक द्रव्य (संप्रेरक) तयार करतात. इन्शुलिनमुळे पेशींना रक्तातील ग्लुकोज शोषून घेता येतं आणि म्हणूनच पेशींमध्ये ऊर्जा निर्माण होऊ शकते.

काही लोक जिभेच्या आहारी जाऊन, गोड गोड पदार्थ खाऊन, इन्शुलिन निर्मितीचं कार्य थांबवतात. त्यामुळे शरीरातल्या पेशींना आवश्यक तेवढं ग्लुकोज शोषून घेता येत नाही. म्हणजेच अन्नापासून तयार होणारं ग्लुकोज बऱ्याच प्रमाणात रक्तात साचत राहतं. त्यालाच आपण मधुमेह असं म्हणतो. साखरेचा स्वभाव आपणाला माहीत आहेच. गाडीच्या पेट्रोलमध्ये सुद्धा साखर मिसळली, तर पिस्टन चोकअप होतो. त्याचप्रमाणे शरीरात असलेल्या रोहिण्यांमध्ये साखरेचे स्पीडब्रेकर्स निर्माण होतात आणि रुग्ण कधीकधी मूर्च्छितसुद्धा होतो. यावर नियंत्रण ठेवण्यासाठी स्वादुपिंड ग्रंथीतील इन्शुलिन संप्रेरक तरल द्रव्याची वाढ होणं आवश्यक असतं. शिवाम्बूमुळे स्वादुपिंड ग्रंथी हळूहळू ते द्रव्य निर्माण करू लागतात. योग्य पथ्यपूर्ण पातळ आहारानं मधुमेही रुग्णातील रक्तशर्करेवर नियंत्रण ठेवता येतं. मात्र हा मधुमेही रुग्ण थोडी तारेवरची कसरत ठरतो. कारण दरम्यान त्याच्या काही चुकीमुळे साखरेचं प्रमाण कमीजास्त होऊ शकतं. म्हणून चिकित्सक त्याला काचेच्या भांड्याप्रमाणे जपत असतात. गोळ्यांवर नियंत्रित असलेल्या रुग्णापेक्षा इन्शुलिनच्या इंजेक्शनवर नियंत्रित असलेल्या रुग्णांची जबाबदारी थोडी अधिक वाढते. जसं अपंगाचं अपंगत्व कमी होत असताना हळूहळू कुबड्या काढून टाकाव्या लागतात, तसंच औषधाच्या मात्रा हळुवार कमी कमी करत नेऊन मधुमेहावर मात करता येते. गोळ्यांवर अवलंबून

असणारा रुग्ण चार ते सहा महिन्यांच्या पथ्यानंतर काहीही खाऊन आपल्या मधुमेहावर मात करू शकतो; परंतु इन्शुलिनच्या इंजेक्शनवर अवलंबून असणाऱ्या रुग्णाला मात्र वर्ष-सहा महिने सर्व पथ्य काटेकोर पाळावं लागतं.

अविनाश : म्हणजेच मधुमेहाच्या रुग्णांना शर्करायुक्त शिवाम्बू देऊनसुद्धा रोगाला काबीज करता येतं म्हणायचं तर!

डॉक्टर : होय, अगदी बरोबर. मधुमेही व्यक्तीला त्याचं स्वत:चं मूत्र जसंच्या तसं देणंच योग्य असतं. काट्यानं काटा काढावा ना, तसं असतं हे. मात्र रुग्णाकडून पथ्यपाणी अगदी व्यवस्थित पाळलं जाणं फार महत्त्वाचं असतं.

चिंतूकाका : डॉक्टर, आता विषयच निघालाय तर सांगा की, मधुमेहासाठी पथ्य काय असतं?

डॉक्टर : मधुमेही व्यक्तीच्या आहारात प्रामुख्यानं धान्याचा कोंडा अधिक असावा; पिष्टमय पदार्थ म्हणजे बटाटा, भात, साखर, तुपकट-तेलकट-गरिष्ट-स्वादिष्ट- मसालेयुक्त पदार्थ, अति जेवण, हॉटेलं, समारंभांतलं जेवण वा खाद्यपदार्थ त्यानं पूर्णत: वर्ज्य करावेत. हिरव्या भाज्या, गाजर, काकडी, मुळा, केळी, इतर फळं, टोमॅटो यांची कच्ची कोशिंबीर, मोडाचं धान्य इत्यादी पदार्थ त्याने भरपूर खावेत आणि दिवसातून सकाळ, दुपार, सायंकाळ तीन-चार वेळा स्वमूत्र घ्यावं. सप्ताहातून एक दिवस संपूर्ण शिवाम्बू घेऊन पातळ आहार घ्यावा. तसंच रोज वीस मिनिटं तरी उन्हात उघड्या अंगानं झोपून दर पाच मिनिटांनी कूस बदलत बदलत सूर्यस्नान घ्यावं. ज्वारी-बाजरीची कोंडायुक्त भाकरी खावी. सोबत फक्त एक वाफ दिलेली पालेभाजी असावी. अर्थात सहज पचेल असाच आहार निवडावा. साधारण चार महिन्यांपर्यंत ही पथ्यं पाळावी लागतात.

नाना : पण ही उपचार-पद्धती अवलंबून एखादा मधुमेही पूर्णत: बरा झाला आणि पुढे काहीही खाण्यास मुक्त झाला असं होतं का?

डॉक्टर : अशा अनेक लोकांची यादी देता येईल आपल्याला. शिवाम्बू उपचारपश्चात आहारसंहितेचा काळ ओलांडून या मधुमेही मंडळींनी काहीही खाऊन म्हणजे अगदी जिलेब्या खाऊनसुद्धा त्यांच्या रक्तातल्या साखरेचं प्रमाण नॉर्मल राहिलेलं आहे. आमच्या चिकित्सा केंद्रात येऊन गेलेल्या अनेकांचे पत्ते अगदी रिपोर्टसह देऊ शकेन मी तुम्हाला खात्रीसाठी.

श्रद्धा : डॉक्टर, सर्व रोगांवर उपचार एकसारखाच असतो की, भिन्न-भिन्न रोगांवर भिन्न-भिन्न उपाय अवलंबता?

डॉक्टर : असं पाहा की, सर्वसाधारण रोग म्हणजे गति-रोधक (स्पीडब्रेकर्स) असतात. नैसर्गिक घडामोडींना कृत्रिमतेचा जेवढा म्हणून अडथळा होतो, तेवढा तो रोगच. एकतर आपल्या विशिष्ट अवयवांना फाजील ताण देण्यातून अथवा गलितगात्र निपचित पडून राहण्यातून संबंधित अवयव तणावग्रस्त अथवा निष्क्रिय होतात. आतडी असोत, ग्रंथी असोत, डोळे असोत, पाय असोत कोणताही अवयव असो. आतड्यांना अवाजवी अन्न देऊन, तर डोळ्यांना अवाजवी ताण देऊन अवयव रोगग्रस्त होऊ शकतात किंवा बराच काळ त्या अवयवांचं काम बंद ठेवल्यामुळे हे अवयव अकार्यक्षमदेखील होतात. तणावग्रस्त अवयवांना विश्रांती देणं आणि निष्क्रिय अवयवांना योग्य हालचाली करायला लावणं हा उपचाराचा एक भाग होईल. उदाहरणार्थ, पोटाच्या अजीर्णाला उपवास हा पर्याय आहे. जन्मापासून चालू असलेल्या अविश्रान्त आंतरिक घडामोडीला काही अंशांनी लंघनातून विश्रांती मिळू शकते.

शिवाम्बू हा उत्सर्जनापैकी एक द्रव असूनसुद्धा मलोत्सर्जनाला साहाय्यभूत आहे. शरीरातल्या सर्व रसायनांचा अवाजवी बोजा शिवाम्बू हे रसायन मलावाटे बाहेर काढतं. दुसरं असं की, अवयव रोगग्रस्त होतात, तेव्हा त्यांच्याकरता तयार केलेला जैविकरस-याला आपण इंधन म्हणू- न वापरला गेल्यामुळे मूत्रामार्फत बाहेर पडत राहतो. तो आपण स्वमूत्रपानस्वरूपात पुन्हा वारंवार घेत राहिल्याने त्या विशिष्ट अन्नाचा अभाव (डेफिशिअन्सी) भरून निघतो आणि त्या विभागाला आलेली मरगळ दूर होत होत आजार संपुष्टात येतो. म्हणजे तो विशिष्ट अवयव पूर्ववत कामाला लागतो. असं तंत्र शरीराचं आणि स्वमूत्राचं असल्यामुळे मूत्रमय निसर्गोपचाराच्या सामान्य दिसणाऱ्या; परंतु असामान्य असणाऱ्या प्रयोगांनी सर्व रोग नामशेष होऊ शकतात. म्हणूनच सर्व रोगांकरता उपचारयोजना एकाच प्रकारची असते.

योगेश : डॉक्टर, आत्ता कुठे रोग रोग म्हणजे नेमकं काय ते थोडं थोडं कळायला लागलंय.

डॉक्टर : आपल्या साडेतीन हातांच्या शरीरात सारं विश्व सामावलेलं आहे. डोळे, नाक, कान, जीभ, त्वचा आणि मन ही जी आपली सहा

इंद्रियं आहेत, हे सर्वस्वी शरीराचं एक अंग आहे. या इंद्रियांद्वारे आपण या विशाल विश्वाला बांधले गेलेलो आहोत.

रूप जेव्हा डोळ्यांच्या निदर्शनाला येतं, तेव्हाच ते रूप असतं. त्या आधी त्याच्या अस्तित्वाला अर्थ नसतो. त्याचप्रमाणे एखादा शब्द, स्वर कानापर्यंत, गंध नाकापर्यंत, रस जिभेपर्यंत, स्पर्श त्वचेपर्यंत, विचार-चिंतन-कल्पना इत्यादी मनापर्यंत येतात, तेव्हाच त्यांना अर्थ प्राप्त होतो. या त्याच्या परिणामालाच आपण संवेदना असं म्हणतो. या संवेदनेचे आपण दोन भाग करतो. जे अनुकूल, ती सुखद आणि जी प्रतिकूल, ती दुःखद. मग आपण त्यानुसार अनुक्रमे हसणं किंवा विव्हळणं चालू ठेवतो. विव्हळण्याच्या परिणामांना अर्थात संवेदनांना आपण रोग म्हणतो. आणि त्या विशिष्ट संवेदनसमूहालाच आपण रोगलक्षण समजतो. संवेदनांच्या तरंगातून कंपनं निघून शरीरातल्या जीवरासायनिक प्रक्रियेत होणारा फेरबदल आणि त्याचा येणारा दुःखदायक अनुभव यालाच आपण रोग म्हणतो.

चिंतूकाका : म्हणजे कोणत्याही गोष्टीची उणीव हा रोग असतो की, त्याची होणारी सततची जाणीव हा रोग असतो?

डॉक्टर : जाणीव हा रोग आहे. म्हणून तर प्रखर संवेदनशील माणसं ही लवकर रोगग्रस्त होताना आढळतात. या उणिवेच्या जाणिवेलाच आपण चिंता म्हणतो. दुसरं असं की, आपल्या देहात एका विशिष्ट मर्यादेच्या पलीकडे विजातीय द्रव्यांचा संचय झाला की, शरीर आपल्या परीनं त्याच्याशी मुकाबला देत देत त्याला बाहेर काढण्याचे उपाय योजतं. या त्याच्या योजनेलाच आपण रोग समजतो.

वास्तविक त्याच्या चाललेल्या नैसर्गिक योग्य हालचालींना आपण साह्य करायला हवं आणि हे साह्य करण्याचं काम केवळ निसर्गोपचार करीत असतो. अन्य ॲलोपॅथी उपचार बाहेर लोटल्या जाणाऱ्या विषारी द्रव्यांना आत दमन करतात. त्यामुळे रोग शमलेला दिसला, तरी पुन्हा तो वेगळ्या रोगाची लक्षणं घेऊन रौद्ररूपात प्रकट होताना दिसतो. म्हणून निसर्गोपचारात रोगाला शत्रू न मानता मित्र मानण्याची प्रथा आहे. देहातली विषारी द्रव्यं ज्या संवेदना घेऊन उमटतात, त्याला लागणारा काळ कमीत कमी करून, संवेदना सौम्य करून रोगाचं समूळ उच्चाटन केलं जातं.

दुसरं असं की, ही उपचार पद्धती विविध रोगांना विविध

मानतच नाही. समजा, पन्नास मजली इमारत आहे; त्या पन्नासही मजल्यांना दमा, मधुमेह, लकवा, कॅन्सर अशी पन्नास नावं दिली. त्यातला फक्त एक तळमजला उडवला तर जसे सर्व मजले एका क्षणात उद्ध्वस्त होताना दिसतील, अगदी त्याप्रमाणे सर्व रोगांना इंधन पुरवठा करणारी आणि रोगांना वाव देणारी यंत्रणा या उपचार-माध्यमानं उद्ध्वस्त केली जाते. म्हणूनच तर लंघनानं होणारी उपासमार होऊन 'रोग' मरून जातो आणि रोगी सुधारतो. हेच खरं या उपचाराचं वैशिष्ट्य समजावं लागेल. रोग विविध, पण उपचार मात्र एकच.

श्रद्धा : कोणत्या रोगावर याचा लाभ अधिक आणि त्वरित होताना आढळला?

डॉक्टर : शिवाम्बूनं त्वरित लाभ उठविणारे बहुतेक रुग्ण श्रद्धेनं उपचार समजून घेतलेले होते. तथापि, पोटाच्या आणि हृदयाच्या विकारांचे रुग्ण त्वरित बरे होतात असं आढळलं. त्यानंतर रक्तातील दोष, स्नायूंमधले दोष, सांधे दोष, त्वचेचे आजार, शेवटी केसांचा विकार असा क्रम माझ्या तरी अनुभवास आला.

नाना : तुम्ही कोणकोणते रुग्ण हाताळले आहेत?

डॉक्टर : महारोग, लकवा, सांधे दुखणं, मधुमेह, मेंदूचे आजार, कॅन्सर, त्याचप्रमाणे क्षय, ॲबॉर्शन, सिझरिंग, गुप्तरोग, अल्सर, अपेंडिसॅटिस, हृदय आणि लिंग-दौर्बल्य, कोड, मूळव्याध, किडनी दोष, स्त्रीदोष असे अनेक रुग्ण मी हाताळले आहेत.

चिंतूकाका : अलीकडे हे हार्ट-ॲटॅक, लकवा, मधुमेह म्हणजे अक्षरश: फोफावलेत.

डॉक्टर : सध्या बहुतेकांमध्ये वयाच्या चाळिशीनंतर यापैकी एकाला तरी देहात स्थान मिळणं सुलभ झालेलं दिसतं. हार्ट-ॲटॅकनं तर रोज अकाली लोक मरत असताना दिसतात. रोज ऐकून लोकांनाही त्याचं आता भय राहिलेलं दिसत नाही. कारण ही एक सर्वांमध्ये असणारी सामान्य अशी बाब झाली आहे. प्रत्येक कुटुंबात याचा एक तरी रोगी सापडतोच. हृदयविकार आणि मधुमेह हे मात्र बहुधा समृद्ध घरात आढळतात.

श्रद्धा : हो? पण कारण काय?

डॉक्टर : कारण आणखी काय असणार? आजचं आपलं आधुनिक जीवन आणि कष्टचोर प्रवृत्ती; एकीकडे कष्ट करणाऱ्यांना योग्य जीवनसत्त्वांचा पोषक आहार नाही, तर दुसरीकडे आवश्यकतेपेक्षा जादा जीवनसत्त्वांचा अत्याहार; आवश्यकतेपेक्षा जादा समृद्ध आहार; परंतु लोक निष्क्रिय.

यामुळे रुग्णांची संख्या अधिकाधिक वाढत चालली आहे. आहार-विहारासंबंधी अज्ञान हेच त्याला कारण आहे. या सगळ्याला केवळ शिवाम्बू आणि निसर्गोपचारच सावरू शकतो, असा आमचा अनुभव आहे.

अविनाश : स्वास्थ्याचीही एक नीती असते. माणसानं निरोगी राहण्यासाठी प्रथम ही स्वास्थ्यनीती अवलंबली पाहिजे, नाही का?

डॉक्टर : होय ना, प्रत्येकानं सृष्टिरिवाज योग्य प्रकारे सांभाळला आणि आपापलं कर्तव्य चोख बजावलं, तर प्रत्येक मनुष्य स्वास्थ्यसंपन्न होईल. पण आधी एक गोष्ट सांगतो की, तुम्ही कशामुळे आजारी पडलात हे जर समजलं, तर तुम्ही त्याच्या उलट हळुवारपणे वाटचाल करू लागाल आणि आरोग्यसंपन्न बनाल. गडबडीनं दोरीचा गुंता उलट वाढतो, पण हळुवार हातानं गुंता सोडवून पुन्हा दोरीचा वापर करता येतो. तुम्ही जर उभं राहून आजारी पडत असाल, तर बसणं हे तुमचं पहिलं औषध असेल; खादाडाला उपवास हे औषध ताबडतोब बरं करू शकतं. जास्त मटण, मासे, दारू, साखर, तूप, दूध खाणाऱ्याला डॉक्टर निर्बंध घालतातच ना, ते याचकरता!

श्रद्धा : आपल्या दोन-तीन दिवसांच्या चर्चेत बऱ्याच वेळा मांसाहार करणं फारसं बरं नव्हे असं आलं. पण काही लोक मात्र मटण, अंडी वगैरे आहार पौष्टिक असतो, शरीराला आवश्यक असतो, तो घेतला पाहिजे असं म्हणतात. तेव्हा...

डॉक्टर : श्रद्धाताई, मला एका प्रश्नाचं उत्तर द्या. ही जी योगेशची स्कूटर बाहेर उभी आहे, त्यात डिझेल टाकून आपण ती चालवू शकू का?

श्रद्धा : मला वाटतं, नाही.

अविनाश : नाही म्हणजे काय? चालवताच येणार नाही.

डॉक्टर : का नाही? काय अडचण वाटते तुम्हाला?

अविनाश : अडचण म्हणजे, ती पेट्रोल जमेस धरून बनवलेली आहे. त्यात डिझेल घालाल, तर कॉर्ब्युरेटर भरेल, सायलेन्सर चोकअप होतील.

डॉक्टर : अगदी त्याप्रमाणे ही मानवी शरीररचनादेखील शाकाहार जमेला धरून झालेली आहे.

योगेश : (हसत) कमाल आहे हं! मानवी शरीराचा अभ्यास करून यंत्र शोधली गेली आणि आणि आता यंत्रच जमेला धरून डॉक्टर उदाहरणं द्यायला लागलेत.

डॉक्टर : कारण जी वस्तू तुमच्या नजरेसमोर आहे, त्याचं उदाहरण घेऊन न दिसणाऱ्या आपल्या अंतर्गत देहाची कल्पना करणं शक्य होईल. शाकाहारी माणसानं मटण, मासे, अंडी, प्राणिजन्य दूध वगैरे घेतलं, तर त्यापासून कोलेस्टेरॉल तयार होतं आणि त्यामुळे आपलं कॉर्ब्युरेटर म्हणजेच फुप्फुसं आणि हृदयातले पंप खराब होतात. रक्तवाहिन्यांचा व्यास कमी होऊन रक्तदाब वाढतो. त्यामुळे स्कूटरप्रमाणे मिक्स फायरिंग म्हणजेच कफ, सर्दी, दमा, क्षय असले श्वसनसंस्थेचे रोग होतात. स्कूटरला जसं आपण डी-कार्बन करतो, तसेच या रोगांवरही उपाय करावे लागतात.

नाना : पण डॉक्टर, माणूस हा शाकाहारी प्राणी आहे हे तरी ठामपणे कशावरून म्हणता येईल?

डॉक्टर : असं पाहा, एकंदर आपल्या पाहण्यात असलेल्या सस्तन प्राण्यांपैकी मांसाहारी प्राण्यांची शारीरिक रचना विशिष्ट असते. म्हणजे- जिभेनं पाणी पिणं; जबडा दाढेच्या शेवटच्या टोकापर्यंत उघडण्याची सोय असणं; सुळे, अणकुचीदार दात असणं, तसंच पायांच्या बोटांना मजबूत नखांची सोय असणं. दुसरं म्हणजे त्यांच्या आतड्याची लांबी त्यांच्या मणक्याच्या लांबीच्या सहापट असते. तर याच्या उलट शाकाहारी प्राण्यांमध्ये ओठानं चोखून पाणी पिण्याची व्यवस्था असते, जबडा शेवटपर्यंत उघडू न देण्याची क्षमता असते, चर्वण करण्याकरिता पसरट दाढा असतात आणि पायांना अणकुचीदार नखं नसून पसरट खूर असतात. तसंच त्यांच्या आतड्यांची लांबी मणक्याच्या हाडाच्या लांबीच्या बारापट म्हणजे मांसाहारी प्राण्यांच्या 'दुप्पट' असते. त्यामुळे शाकाहारी अन्नरसांना दुप्पट प्रवास करावा लागतो.

दुसरं म्हणजे, बैल, घोडा, हत्ती, गाय, म्हैस इत्यादी शाकाहारी प्राण्यांकडूनच श्रमलाभ होऊ शकतो, सहकार्य मिळू शकतं. पण वाघ, सिंह, सर्प, कोल्हा, लांडगा या लबाड हिंस्र प्राण्यांपासून काय लाभ झालाय? सहकार्य तर मुळीच असत नाही. यांचा विशेष गुण म्हणजे विश्वासघातकीपणा, कामुक वृत्ती आणि स्वार्थांधता. जसा आहार, तसा विहार; म्हणजे जसं अन्न, तसं मन. पण तरीही आज मांसाहारी प्रवृत्ती जगात मोठ्या प्रमाणात रुजली आहे, ही गोष्ट खरी आहे.

शास्त्राच्या आधारे पाहिलं, तर आपण वाघ-सिंहाचे वंशज नसून, माकडाचे वंशज आहोत. माकडाचा आहार हा शुद्ध शाकाहारी,

नैसर्गिक असून, तोच मूळ मानवी आहार आहे. मांसाहारातून आतडी कुजतात, नाना प्रकारचे रोग होतात, किडन्या खराब होतात, असं तज्ज्ञ मंडळी आज म्हणू लागली आहेत आणि तसं आमच्या नजरेलाही आलं आहे.

(चारचे ठोके पडतात. श्रद्धा उठते.)

श्रद्धा : मी चहा घेऊन येते.

डॉक्टर : मला चहा नको हं. माफ करा.

श्रद्धा : ठीक आहे. (आत जाते)

अंबूकाकू : श्रद्धाबेटी.

श्रद्धा : आले हं. (सासूबाईंना उठवून एका पेल्यासह आत नेते.)

चिंतूकाका : डॉक्टर, आपण चहा अजिबात घेत नाही?

डॉक्टर : नाही, अजिबात घेत नाही.

नाना : मला तर सकाळी अंघोळ नसली तरी चालेल, पण चहा हवा.

योगेश : चहानं उत्साह येतो असं नाही वाटत डॉक्टर?

डॉक्टर : चहामुळे आपल्या चित्ताला जुजबी चालना मिळते; पण पुढे तिची कार्यक्षमता कुंठित होऊन कमी होऊ लागते. चहाशिवाय तरतरीच येत नाही, असं वाटू लागतं. जसं गाडीतून नेहमी प्रवास करणाऱ्या माणसाला चालत प्रवास करणं आवडत नाही आणि जमतही नाही, तसंच. चहामध्ये टॅनिन नावाचं विषद्रव्य असतं. तेसुद्धा आपल्या शरीरात चहाबरोबर शिरकाव करतं. यानं बद्धकोष्ठता येते. शिरांचं स्थितीस्थापकत्व कमी होतं, कालांतराने रक्तदाब वाढतो. शिवाय चहामुळे उष्णता वाढते. पित्त वाढून ॲसिडिटीचा त्रास होतो. मग क्षणभराच्या तरतरीसाठी एवढे मोठे उपद्रव कोण बरं सहन करील? आजकाल तर चहा म्हणजे शिष्टाचार हे जणू समीकरणच होऊन बसलंय.

(श्रद्धा सासूबाईंना कॉटवर बसवते व आत जाते.)

डॉक्टर : कसं वाटतंय, अंबूकाकू?

अंबूकाकू : ठीक आहे. आत्ताच शिवाम्बू घेऊन आले.

चिंतूकाका : (हसत हसत) प्रत्येक गोष्टीत सोवळंओवळं पाळणारी ही आता राजरोस शिवाम्बू घेते, म्हणजे...

अंबूकाकू : तुम्हाला तर थट्टाच सुचते. गोमूत्र पवित्र म्हणून देवघरात नाही का शिंपडत? तस्संच स्वमूत्र प्रकृतीच्या शुद्धीसाठी शरीराच्या आत शिंपडते असं म्हणा हवं तर!

योगेश : वा! वा!! काकू, तुम्ही तर आता कविकल्पना करू लागलात!

नाना : बाकी काही म्हणा डॉक्टर, तुमच्यामुळे आमच्या काकूसुद्धा घरगुती डॉक्टर होणार असं दिसतंय.

डॉक्टर : अर्थातच! यात तिळमात्र शंका नाही!
(श्रद्धा चहा आणते. सर्वांना देते. डॉक्टरांना दूध देऊ लागते.)

श्रद्धा : तुमच्यासाठी दूध आणलंय डॉक्टर...

डॉक्टर : नको श्रद्धाताई. मी दूधही घेत नाही.

श्रद्धा : ते का? दुधाला तर परिपूर्ण अन्न म्हटलं जातं... दुधासारखं धवल आहे तरी काय?

डॉक्टर : पण मी घेत नाही. सॉरी. तुम्हाला मघाशीच सांगायला हवं होतं.

श्रद्धा : छे, छे! काही हरकत नाही.

योगेश : (चहा संपवून) डॉक्टर, आज चहा घेताना नकोनकोसा वाटला बुवा!

नाना : हो ना! नेहमी चहासाठी आसुसलेलं मन आज कुठं तरी विचार करत होतं.

श्रद्धा : पण डॉक्टर, पूर्णान्न मानल्या गेलेल्या दुधाबद्दल एवढा आकस का?

डॉक्टर : मला फक्त पाणी द्या.
(श्रद्धा त्यांना पाणी देते. डॉक्टर पाणी पितात, सर्वांचा चहा पिऊन होतो. श्रद्धा कपबश्या उचलते. ट्रेमध्ये ठेवून कोपऱ्यात नेते.)

श्रद्धा : हं! सांगा आता. तुम्ही दूध नको का म्हणालात?

डॉक्टर : दुधाबद्दल आकस वगैरे काही नाही, पण याबाबतीत माझं एक चिंतन आहे ते सांगतो.

(१) दूध हा द्रव एक तर प्राणिजन्य पदार्थ आहे.

(२) ते रक्तापासून बनलं आहे, म्हणून तर त्यानं रक्त वाढतं.

(३) दूध बाळासाठी मातेच्या स्तनातून येतं.

(४) अपुऱ्या नाजूक बाळाची वाढ व्हावी, म्हणून पूर्णअन्न या स्वरूपात दुधाची रचना झालेली आहे.

(५) उपलब्ध नैसर्गिक द्रवरूप पदार्थांत दुधाइतका पोषक पदार्थ नाही, हे खरं आहे.

(६) मनुष्येतर कोणत्याही शाकाहारी आणि मांसाहारी प्राण्यांना प्रौढावस्थेत दूध मिळण्याची निसर्गात सोय नाही. तरीसुद्धा ते पुष्ट आहेत आणि त्यांच्यात हार्ट-अटॅक, ब्लडप्रेशर किंवा मधुमेह असले रोग नाहीत.

(७) माणसानं आपल्या बुद्धीच्या बळावर सर्व प्राण्यांना गुलाम करून आपण मात्र यमाचा गुलाम झाला आहे.

(८) पूर्ण वाढ झालेल्या शरीरावर एक विशिष्ट मर्यादेच्या पलीकडे जाऊन पूर्णअन्न स्वरूपात पुन:पुन्हा दुधाचा मारा करीत गेल्यास, जादा प्रेशरनं पाण्याचे नळ फुटावेत त्याप्रमाणे होऊ नये ते होऊन जातं. आपण परिणामाकडे लक्ष पुरवितो, कारणाकडे नाही. इथंच आपलं चुकतं.

नाना : पण मग मुलांनी आणि आम्ही म्हाताऱ्यांनी खायचं तरी काय? आणि दुधाला दुसरा पर्याय कोणता?

डॉक्टर : नाना, अहो भिण्याचं काही एक कारण नाही. एक वेळ मुलांना पूर्णान्न म्हणून दूध द्या. हुंदडणं-दंगामस्ती चालते, तोवर त्यांना ते मानवेल. पण तुम्हा वृद्ध लोकांचा जठराग्नी मंद होऊ लागलेला असतो. शरीराची हालचाल मंदावलेली असते. त्यावेळी दूध म्हणजे विझत चाललेल्या चुलीत ओली, जड लाकडं घातल्यासारखं होईल. पेट्रोल हे इंधन जरी उत्तम असलं, तरी ते पणतीत काय उपयोगाचं, नाही का?

योगेश : वा! अगदी बरोबर.

डॉक्टर : वृद्धापकाळी पातळ ताक, मुगाचं सूप, ज्वारीच्या कण्या, पालेभाज्यांचं सूप, टोमॅटोचं सूप, तांबड्या भाताची पेज, गाजराचा रस, संत्री, मोसंबी, सफरचंद अशी कोणतीही फळं खायला इतकं रान रिकामं आहे ना? शिवाय शिवाम्बू रोज घेतली म्हणजे झालं. वृद्धापकाळातल्या सर्व अभावांची पूर्ती केवळ तुमचं स्वमूत्र पूर्ण करते. ही स्वास्थ्यनीती अनुभवून तरी पाहा.

नाना : जरूर. डॉक्टर, आजपासून दूध पिणं बंद, चहा बंद, स्वास्थ्यनीतीचा अवलंब सुरू.

डॉक्टर : तुम्ही मला सांगा, कोणत्या प्राण्यांना म्हातारपणापर्यंत दूध मिळू शकलं आहे? कोणता मनुष्येतर शाकाहारी प्राणी प्रौढवयात कासेत तोंड घालून दूध पितो, दाखवून द्या बरं मला! धगधगत्या चुलीत एखादं ओलं सरपण खपू शकतं. म्हणजे एक वेळ काबाडकष्ट करणाऱ्यांनी पोषक अन्नाची भरपाई व्हावी म्हणून दूध वापरल्यास चालण्यासारखं आहे; परंतु कष्ट न करणाऱ्या बड्या लोकांना प्राणिजन्य पदार्थ प्राणघातकच ठरतात. त्यासाठी त्यांच्या शरीराचीसुद्धा तेवढीच हालचाल होणं गरजेचं आहे. शरीरातल्या प्रत्येक पेशीची

हालचाल झाली पाहिजे. बड्या देशातले स्वास्थ्य-तज्ज्ञ आहारात डेअरी-प्रॉडक्ट्स बिलकूल वापरू नयेत, असा प्रचार करीत आहेत. 'टाळा' या शब्दापुढं 'दूध' हा शब्द ठळक होतो आहे. बरं चला. निघतो. उद्या मी काकूंच्या मसाजासाठी शिळी शिवाम्बू आणीन.

अविनाश : शिळ्या शिवाम्बूनं मसाज? त्यानं काय होतं?

डॉक्टर : चारेक दिवसांच्या शिळ्या शिवाम्बू मसाजानं हार्टच्या कामाला मदत होते. शुद्ध-अशुद्धतेचं दळणवळण सबंध शरीरात ठीक चालू राहिलं, की झालं. अशुद्ध रक्त हार्टकडे यावं, म्हणून हृदयाच्या दिशेनं म्हणजे पायाकडून छातीकडे, हाताच्या बोटांकडून खांद्याकडे मसाज करीत यायचं असतं आणि वरून डोक्याकडून छातीकडे यावं लागतं. मसाज करताना हाताचा पंजा शिळ्या स्वमूत्रात भिजवून हळुवारपणे बोटांची हालचाल करायची असते. आमच्याकडे सूर्यचुली आहेत. शिवाम्बूच्या भरलेल्या बाटल्या काळ्या रंगाने बाहेरून रंगवून, बूच न घालता अखंडपणे या चुलीत वर्ष सहा महिने ठेवलेल्या असतात. सूर्याच्या उष्णतेनं शिवाम्बू उकळते आणि रात्रीच्या थंडीनं आकुंचन पावते. यामुळे त्या शिवाम्बूत योग्य ती स्थित्यंतरं होतात. रोजच उकळल्यामुळे शिवाम्बू संपृक्त होते. आटत गेल्यानं गुणवत्ता वाढते. या अशा शिवाम्बूनं सर्वांगावर मालिश केल्यास, सागवानावर फ्रेंच लाल पॉलिश चमकावं, तसा त्वचेवर चमकदार स्वाभाविक रंग चढतो आणि व्यक्ती कान्तिमान होते. साधारण मसाज हा तास दीड तास अखंडपणे चालू असतो. रुग्णांना सुखकारक वाटेल असंच मालिशचं तंत्र वापरलं जातं. त्वचेवर लावायचं असल्यानं लिंबू, शेवगा, आपटा, पळस, आवळा, आंबा, अनंतमूळ इत्यादी झाडांच्या सालीची पूड यात काही वेळा टाकलेली असते. मोसंबी, संत्री, लिंबू यांच्या सालीची पूड आपल्या शरीराच्या सालीला म्हणजे त्वचेला पोषक ठरते. मसाजानंतर सूर्यस्नान दिलं जातं.

नाना : या मसाजालासुद्धा काही प्राचीन आधार आहेत का?

डॉक्टर : आहेत तर! डामरतंत्रात मसाजाचे म्हणजे लेपनविधीसंबंधीही उल्लेख आलेले आहेत -

अथ वक्ष्ये महेशानि । लेपनं च शिवाम्बुना ।
यथोक्तलेपनाद्योगी योगसिद्धिमवाप्नुयात् ।।४४।।

याचा अर्थ : आता हे महेशा, शिवाम्बूचा लेपनाचा विधी असा, लेपन यथायोग्य केल्यास रोग्याला योगसिद्धी प्राप्त होते.

तत्समादाय स्वाङ्गे तु योगी संलेपयेच्छिवे ।
तेनाङ्गपुष्टिर्विपुला रोगनाशो विशेषतः ।।४८।।

म्हणजे, शिवाम्बू घेऊन अंगाला लेप द्यावा. त्यामुळे अंगकांती चांगली होते. विशेषकरून रोगनाशही होतो.

अपक्वं शिवतोयं तु लेपयेन्मूढबुद्धितः ।
रोगबृद्धिमवाप्नोति सर्वाङ्गशिथिलो भवेत् ।।५०।।

याचा अर्थ : शिवाम्बू कढवून १/४ केल्याशिवाय, मूर्खपणानं अंगाला लावल्यानं रोगाची वृद्धी होते व सर्व अंग शिथिल होतं.

सर्वदा चूर्णितं विश्वौषधं योगीश्वरो पिबेत् ।
पश्चाच्छिवाम्बुपायी च महाबलपराक्रमः।
नागायुतसमप्राणो देवस्त्रीप्रार्थ्ययौवनः ।।५८।।

याचा अर्थ : योगीश्वरानं सर्वदा सुंठीचं चूर्ण खाऊन त्यावर शिवाम्बू प्यावं. यानं तो महाबलवान, पराक्रमी होईल. दहा हजार हत्तींचं बळ त्याला प्राप्त होईल. दैवी स्त्रियांनीसुद्धा तारुण्याची इच्छा करावी, असं तारुण्य त्याला मिळेल.

योगेश : डॉक्टर, कामशक्तीवर विजय मिळवण्याच्या संदर्भात काही सांगितलं आहे का?

डॉक्टर : हो, सांगितलं आहे तर!

प्रातर्निरन्तरं योगी पानं कुर्वञ्ज शरत्रयम् ।
अक्षारतिक्तकटुकभोजी कामेश्वरो भवेत् ।।५४।।

याचा अर्थ : योग्याने रोज प्रातःकाली निरंतर तीन वर्ष शिवाम्बुपान करावं. क्षार, कडू व तिखट पदार्थ खाऊ नयेत. तो कामेश्वर होतो, कामावर विजय मिळवितो.

अविनाश : शरीराच्या जडत्वापासून हलकेपणा यावा म्हणूनही काही अनुपान आहे का?

डॉक्टर : दूरदर्शनगामी स्याद् दूरघ्राणं करोत्यरुक ।
चणकान् गुडसंमिश्रान् भर्जितान् योऽजितः प्रिये ।।५५।।
पश्चाच्छिवजलं पीत्वा तच्चाप्यङ्गे विलेपय्रत् ।
षण्मासाभ्यासवशतो जायतेऽङ्गलघुत्वभाक ।।५६।।

याचा अर्थ : हरभरे गूळमिश्रित करून भाजावे व खावे. नंतर शिवाम्बू शरीरास लपेटावं व प्यावं. सहा महिन्यांनी शरीर हलकं होतं.

नाना : माझ्या सर्वांत लहान कन्येला गाण्याचा छंद आहे. म्हणून मी त्याबद्दल थोडं विचारतो. आवाज चांगला होण्यासाठी आणि टिकवून ठेवण्यासाठी काही अनुपान आहे का?

डॉक्टर : आहे तर,

> कणामूलं माषमात्रं मरीचं माषमात्रकम् ।
> योभक्षयेत् प्रत्यहं च पश्चाच्छिवजलं पिवेत ।
> मासमात्रेण देवेशि! सुस्वरः कायरोगजित् ॥५७॥

याचा अर्थ : पिंपळमूळ एक मासा (आठ गुंजा), मिरी एक मासा नित्य खाऊन त्यावर शिवाम्बू प्यावं. एक महिन्यात, हे देवी (पार्वती) त्याचा स्वर उत्तम होईल. सर्व स्वरदोष निघून जातील.

चिंतूकाका : शिवाम्बू आणि दूध यांचा कुठं स्नेहसंबंध जुळतो का?

डॉक्टर : याही संदर्भात एक श्लोक आहे :

> गडूची त्रिफलाचूर्ण समभागकटुत्रिकम् ।
> भक्षयेत्क्षीरभक्ताशी शिवाम्बुपरिसेवकः ।
> अब्दाद योगी विजानाति शास्त्रतत्त्वं यथोक्तवत् ॥६०॥

याचा अर्थ : गुळवेल, त्रिफळा, कटुत्रय, सुंठ, जिरे, पिंपळी यांचं चूर्ण खाऊन दूध-भाताचं पथ्य करावं आणि शिवाम्बुपान करावं. यामुळे कोणता फायदा होतो, तेही एका श्लोकात सांगितलेलं आहे. तो श्लोक असा :

> देववज्जयते भूमौ महाबलपराक्रमः ।
> वर्षत्रयाभ्यासतः स्यात्सर्वज्ञः सर्वसिद्धियुत् ।
> वक्तानधीतशास्त्रस्य त्रैलोक्यमपि पश्यति ॥६१॥

याचा अर्थ : एक वर्ष हा प्रयोग केल्यानं रोग्याला उत्तम प्रकारे शास्त्रतत्त्व समजू लागतं. तो महाबलवान, महापराक्रमी देवाप्रमाणे होतो. सतत तीन वर्षं अभ्यास केल्यानं सर्वज्ञ होऊन त्याला सर्वसिद्धी प्राप्त होतात. तो उत्तम वक्ता होतो. उत्तम शास्त्राध्ययन होऊन सर्व त्रैलोक्य त्याच्या दृष्टीसमोर येतं.

श्रद्धा : म्हणजे तुम्ही स्वतः हे पथ्य पाळलेलं दिसतंय.
(सर्वजण संमतिदर्शक हसतात.)

नाना : डॉक्टर, टकलावर काही उपाययोजना सांगितल्या आहेत का हो?

डॉक्टर : आहेत तर!

कृष्णकेशो रोगमुक्तो बलीपलितवर्जित: ।
दशयोजनपर्यन्तमनायासेन गच्छति ।।७२।।

याचा अर्थ : केस काळे होऊन रोगमुक्त होण्यास, केस पिकणं, गळणं, टक्कल पडणं व वृद्धत्वाची सर्व लक्षणं नष्ट करण्यास, चाळीस कोसांपर्यंत सहजतेने चालत जाण्यास पुढील अनुपान करावं.

रक्तापामार्गजं मूलं चक्रमर्दस्य मूलकम् ।
सपारिभद्रकरसंक पीत्वा शिवजलं पिबेत् ।।७१।।

याचा अर्थ : तांबड्या आघाड्याचं मूळ, चाकवताचं मूळ आणि कडूलिंबाच्या पानांचा रस एकत्र प्राशन करून शिवजल (शिवाम्बू) घ्यावं.

चिंतूकाका : वा! चिरतरुण राहण्याचा हा सुलभ मार्ग आम्हाला आमच्या निवृत्तिकाळात समजतो आहे. मात्र ज्यांना तरुणपणी ही संजीवनी हाती लागली, ते खरंच भाग्यवान म्हटले पाहिजेत.

नाना : मला तर हे सर्व ऐकल्यावर अगदी या क्षणापासून एक थेंबभरसुद्धा शिवाम्बू फुकट घालवू नये, असं वाटतंय.

श्रद्धा : डॉक्टर, तुम्हाला इतक्या दिवसांत रुग्णांवर उपचार किंवा प्रयोग करताना काही अविस्मरणीय असे अनुभव आलेत का हो?

डॉक्टर : हो, आलेत तर! तुम्ही तर माझ्या स्मृतिमंजूषेलाच हात घातलात. तशा अनेक गोष्टी चमत्कार स्वरूपाच्या वाटल्या, तरी दोन-चार रुग्णांचा अनुभव खरोखरच मी विसरू शकणार नाही.

चिंतूकाका : अरे वा! मग आम्हालाही कळू देत.
(कुतूहलाने सर्वजण ऐकायला सरसावून बसतात.)

डॉक्टर : पहिला प्रसंग असा आहे की, कोल्हापूर जिल्ह्यात करवीर तालुक्यात बीड नावाचं खेडेगाव आहे. गावाच्या डाव्या बाजूला हरिजनवाडा आहे. माझ्या नेहमीच्या एका शुक्रवारी हरिजनवाड्यात बसून मी काही पेशंट्स पाहत असता चादर पांघरून आलेल्या, थंडीतापाची हुडहुडी भरलेल्या एका मुलीकडे माझं लक्ष वेधलं गेलं. पंधरा-सोळा वर्षांची मुलगी असेल ती! डोक्यावर केसांचा थोडा पुंजका, त्याला अंगठ्याएवढी वेणी, दात आणि ओठ ओळखता येऊ नयेत

इतकं अंगात कमी रक्त; पेशंटचं नाव होतं... (आठवून) हं... बनू चोपडे. सदू कांबळे नावाच्या एस. टी. ड्रायव्हरची बहीण. ओठ, दात आणि जीभ सुकलेली, डोळे ओढलेले. मी पेशंटला तपासावं म्हणून आडवं व्हायला सांगितलं; तर हात-पाय लांबवताना, संपूर्ण त्वचा ताणलेली; पोट पाहिलं, तर ओटीचा भाग थोडासा गुबारलेला दिसला. मला वाटलं, ॲनिमिया आहे. जंत असावेत, म्हणून बिटरपिल्सच्या दोन गोळ्या दिल्या. फेरस सल्फेटच्या साठ गोळ्या दिल्या. तसं कोणतंच आर्थिक पाठबळ नव्हतं, म्हणून तर केवळ अधिकारानं सांगू शकलो की, या प्रत्येक गोळीबरोबर एकेक ग्लास शिवाम्बू म्हणजे स्वमूत्र घ्यायचं. मी तुझी संपूर्ण जबाबदारी घेईन. पण शिवाम्बू घ्यायचं नसेल, तर मात्र आमच्यावर अवलंबून राहू नकोस... बुडत्याला काडीचा आधार, त्याप्रमाणे त्या बिचारीने सर्व सांगितल्याप्रमाणे घरी चालू ठेवलं. पुढल्या शुक्रवारी पुन्हा मी त्या ठिकाणी नेहमीप्रमाणे गेलो, तर माझ्या गाडीभोवती बायकांनी एकच गर्दी केली होती. त्या गर्दीनंच मला बनूच्या घरी नेलं. बनूच्या मांडीवर न मावणारं मूल पाहून, वाटेत बायका पुटपुटत असलेल्या भाषेचा अर्थ समजला. मी दिलेल्या औषधानंतर फक्त पाचच दिवसांत ती बाळंत झाली होती. तिच्या गरोदरपणाची कल्पना मलाच काय, पण तिच्या म्हाताऱ्या आईला आणि खुद्द तिलासुद्धा नव्हती. एका रात्री आठ वाजता शौचाची इच्छा प्रकट करून ती परसात गेली आणि तिथंच बाळंत झाली. चौकशीअंती समजलं ते असं की, बनूचं लग्न दोन वर्षांपूर्वी झालेलं होतं. मुलगी सतत रोगग्रस्त, म्हणून सात-आठ महिन्यांपूर्वी तिला पडळहून बीडला माहेरी पाठवलं होतं. पण अजाण अल्लड पोर होती ती... पुढे तिनं मी सांगितलेली औषधयोजना शिवाम्बुसहित चालू ठेवली. त्यानंतर ती तब्येतीनं अगदी सुदृढ झाली; आज ती आपल्या सासरी छान नांदत असून, पुढं पुन्हा तिची दोन बाळंतपणंही सुखरूप झाली. हा एक प्रसंग मला अगदी चमत्कारिक वाटला.

श्रद्धा : खरंच, फारच आश्चर्यकारक आहे हा अनुभव. दुसरा अनुभव?

डॉक्टर : दुसरा अनुभव म्हणजे, एकाला अकरा दिवस लघवी नव्हती!

अंबूकाकू : काय, सांगताय काय?

डॉक्टर : खरंच की. आमच्या केंद्रापासून एक हाकेच्या अंतरावरची ही केस आहे. रामचंद्र साळोखे त्या रुग्णाचं नाव. साठ-पासष्ठ वयाचे.

त्यांच्या कर्तबगार मुलानं त्यांना केंद्रात दाखल केलं. डोळे सुजेखाली दडलेले, एकेक ओठ आडव्या केळीप्रमाणे लोंबणारे; पोट, पाय, हात पूर्णत: भरलेले. "लघवी होते की नाही?" - मी विचारलं. तेव्हा त्यांचे चिरंजीव बाळासाहेब म्हणाले, "अकरा दिवसांत एक थेंब लघवी नाही." मी म्हणालो, "शिवाम्बू केंद्रात आमचं लघवीशिवाय तर चालणार नाही!" कामावर जाणाऱ्या मातेनं स्तनपानासाठी बाळाजवळ यावं, तसं बाळासाहेब माझ्या सूचनेनुसार आपल्या वडिलांना स्वमूत्रपान करवून निघत असत. सलग चौथ्या दिवशी लघवीचा एक थेंबही होऊ शकला नव्हता. रुग्ण तर उलट्या आणि शौच यानं बेजार झाला होता. मला शरणागती पत्करण्याची वेळ आलेली होती. रुग्ण धोक्यात जाईल, याची खंत होती. सोबत पेशंट्स होते. त्यांच्यावर अनिष्ट परिणाम होऊ नये, म्हणून मी हलक्या आवाजात त्यांच्या चिरंजीवांना त्यांना घरी न्यायची विनंती करत होतो. त्यातून हा आवाज रामचंद्रांच्या कानांवर गेलाच. ते बिछान्यातून उठून बसून म्हणू लागले, "डॉक्टर, मी तर मरायलाच टेकलोय ही गोष्ट खरी आहे. मेलो, तरी तुमच्यावर बोल नाही. पण जिवात जीव आहे तोवर मला घरी पाठवू नका. तुम्ही तुमच्या गुरूकडे जा. इथपर्यंत केलं ते सांगा, पुढं काय करू ते विचारा. कारण आम्ही सर्व उपाय करून इकडे आलेलो आहोत. माझ्यावर जे काय प्रयोग करायचे आहेत, ते करा. मी संपलो तरी चालेल. पण पुढे माझ्यासारखा आलेला मनुष्य इथं जगला पाहिजे." त्यांच्या त्या शब्दांनी मला खूप धीर दिला. मी शांत मनानं थोडा वेळ विचार केला. न्हाणीची मोरी तुंबल्यावर जे प्रयत्न करतात, तोच प्रयत्न करण्याचा मी निश्चय केला.

लघवीच्या मार्गे कॅथेटर ट्यूब टाकायची, म्हणून पोटाखाली मार्ग शोधू लागलो. जाडजूड पोटाच्या आणि मांडीच्या सुजेमध्ये हा लिंगावशेष पूर्ण दडलेला, आकसलेला होता. शेवटी खूप प्रयत्नानंतर कॅथेटर ट्यूब आत शिरली. मात्र मूत्राचा एक थेंबदेखील बाहेर येऊ शकला नाही. शेवटी सलाईनच्या एका रिकाम्या बाटलीत बाळासाहेबांची लघवी भरली. कॅथेटर ट्यूबला ती जोडली. हळूहळू सायफननं सर्व बाटली रिकामी झाली. ब्लॅडरमध्ये गेलेली लघवी बाहेर येते का, ते पाहिलं. येऊ शकली नाही म्हणून वैतागानं हात धुण्यास निघालो. तोवर पेशंट ओरडून सांगायला लागला, "लघवी आली

बघा, लवकर या.'' मी घाईनं गेलो. ग्लासात लघवी करण्याचा आग्रह धरला. ती जेमतेम दोन चमचे लघवी होती. चिरंजीवांच्या युरिन बँकेत ती भर टाकली आणि पुन्हा ती पाजली. त्याबरोबर एक कप लघवी झाली. ती तशीच पाजली, पुन्हा तीन कप लघवी झाली. प्रत्येक पाच-दहा मिनिटांनी लघवी घळघळत निघाली. तसतसा मी पाजत निघालो. शौच व उलट्या यानं रामचंद्र पूर्णपणे हलके होऊ लागले. चार-एक तासांत संपूर्ण सूज उतरली आणि रामचंद्र एखाद्या मेकअप केलेल्या नटासारखे दिसू लागले. मूळचीच गोरीपान त्वचा ताणून ढिली झालेली, त्यामुळे गाल लाली लावल्यासारखे दिसत होते. पुढं चार-दोन दिवसांतच ही व्यक्ती डिसचार्ज घेऊन आपल्या एकुलत्या एका मुलाला शेतात मदत करताना दिसू लागली; मीच त्यांच्या मुलाखतीकरता वार्ताहरांना घेऊन तिथे गेलो होतो.

नाना : बाप रे! पेशंटही धाडसी आणि तुमचीही कमाल म्हणायची.

डॉक्टर : आणखी एक विचित्र अनुभव सांगतो. ल्युकोमियाचा एक रुग्ण होता. आज दहा-बारा वर्षं झाली, तरीही जिवंत आहे! हा विजापूरचा रुग्ण जुगलकिशोर भुतडा. वय वर्षे २५. आजचं वय पस्तीस-अडतीस असेल. त्याच्या लघवीचा प्रत्येक थेंब रक्ताचा होता. खूप ॲनिमिक, अशक्त; पण पेशंट खूपच समंजस आणि देखणा. रुग्णाच्या सोबत बायको, आई-वडील, सासू-सासरे अशी पाच-सहा माणसं होती. अर्थात मंडळी धनिक होती. अमेरिकन डॉक्टरांचे उपचार संपवूनही व्याधी अखंडपणे रोग्याला कातरत होती. त्याला मी त्याची ती लाल लघवी पाजणं चालू केलं. परंतु चार दिवसांनी मला माझे सगळे प्रयोग निष्फळ वाटू लागले. पाचव्या दिवशी मात्र माझ्या आशा संपल्या. सर्व पंचकर्म चिकित्सा करूनही काही उपयोग नव्हता. मी त्याला घरी नेण्याचा सल्ला दिला. त्याचे सासू-सासरे म्हणू लागले, ''डॉक्टर, आमच्या एकुलत्या एका मुलीचं कुंकू तुमच्या स्वाधीन आहे...''

मी पुन्हा मनाचा हिय्या केला आणि त्याला दक्षिण-उत्तर चर पाडून पुरण्याचा प्रयत्न केला. याला आम्ही मडपॅक असं म्हणतो. पहिल्याच पाच मिनिटांच्या भूगर्भ प्रयोगाने लघवीचा रंग आमसुलासारखा झाला. पुन्हा दहा-पंधरा मिनिटं हा प्रयोग लांबवला, तसं मूत्रातील रक्त फिक्कट होत होत पूर्णपणे नॉर्मल झालं. त्यानंतर स्वमूत्र

आणि गहूरस चिकित्सा करून रुग्णाला अखंड पंचकर्म चिकित्सा चालू ठेवली. आज पंधरा वर्षे झाली, प्रत्येक दिवाळीला ही व्यक्ती मला शुभेच्छा द्यायला येते. यावर आता त्याला दोन मुलं झालेली आहेत.

जिभेचा कॅन्सर झालेल्या ५५ वर्षांच्या जनाबाई बेलेकर नावाच्या बाईचं उदाहरणही सांगता येईल. चौदा वर्षांनंतरही ही बाई जिवंत आहे. तालुका करवीर, मुक्काम पोस्ट सडोली खालसा. एकदा मिरजेत मिशन हॉस्पिटलमध्ये ऑपरेशन झालेलं, पुन्हा जीव घेणारा आजार जिभेला चावू लागला. रीतसर दहा दिवसांचा मूत्रमय निसर्गोपचार पूर्ण केला. अद्याप ही बाई उत्तम आहे. त्या गावी गेलो की लोक म्हणतात, "डॉक्टर, जनाबाई बेलेकर ही एक आमच्या गावात तुमची आठवण आहे." याच प्रकारे दमा-मधुमेह-हृदयरोग आणि हार्पिसही समाप्त केलेत!

चिंतूकाका : कोणाचा हो?

डॉक्टर : सखाराम चव्हाण त्याचं नाव. वय वर्षं ८५, हातकणंगले तालुक्यात पुलाची शिरोली इथं राहाणारा. माणूस काळा-सावळा, राकट; पण आतून पोखरलेला. त्यामुळे वाकलेला, टाळा पसरलेला. त्याला मी उपचाराची यथोचित कल्पना दिली. रुग्णानं नाइलाजाने साथ देऊ केली. उपचाराच्या सात दिवसांपर्यंत रुग्णाला आराम नव्हता. जिवाची बैचेनी, पाय रखरखणं चालूच होतं. समजुतीसाठी नाना प्रयोग चालू होते. झोप लागत नव्हती. रुग्ण वैतागून घरी जाण्याचा विचार करू लागला. पण आठव्या दिवशी पायाची रखरख कमी झाली. दोन तास झोप लागली. नवव्या दिवशी पुन्हा थोडा आराम मिळाला. वीस दिवसांनंतर रुग्ण मधुमेह, दमा, हृदयदौर्बल्य आणि मानेचा हार्पिस यातून पूर्णत: मुक्त झाला. आज या गोष्टीला आठ-नऊ वर्षं लोटली आहेत. आमचा घरोबा वाढला असून, ही मंडळी एक सदिच्छा भेट म्हणून अद्यापही वेळोवेळी येऊन भेटत असतात.

नाना : आपल्या केंद्रात लकव्याचे रुग्ण बरे झाले आहेत का?

डॉक्टर : सर्वप्रकारचे रुग्ण या उपचार केंद्रात आलेले आहेत. अनेकांचे अभिप्राय आणि केसपेपर्स रुग्णांच्या हस्ताक्षरात पाहता येतील असे ठेवले आहेत. लकवा म्हणजे एक अचानक आलेली विकलांग अवस्था आहे. पहिल्या पहिल्यांदा रुग्णाचा कौतुकानं सांभाळ केला जातो. पण नंतर ही व्यक्ती आणि हा रोग म्हणजे घरच्या इतर

लोकांनाही मोठी अडगळ वाटू लागते आणि कालांतरानं सर्वांचीच भयंकर कुचंबणा होऊ लागते. पण जो जिद्दीनं निष्क्रिय अवयव सक्रिय करण्यासाठी सतत अंत:करणपूर्वक प्रयत्न करीत असतो, तोच हळूहळू सुधारत जातो. या एकांग, पण विकलांग व्यक्तीला शौचाला साफ होत नसल्यानं त्याच्या प्रयत्नाला म्हणावं तसं यश मिळत नसतं. डाव्या बाजूला लकवा झालेली मंडळी एकवेळ लवकर बरी होतात. पण उजव्या बाजूला झालेल्यांना थोडा कालावधी लागतो आणि विशेष म्हणजे जीभ आणि स्वरयंत्र यांच्यावर सुद्धा उजव्या बाजूला लकवा झालेल्यांमध्ये परिणाम झालेला आढळतो. हे लोक काय बोलतात, हे स्पष्ट कळेनासं होतं. यावर शिवाम्बू पंचकर्म चिकित्सा आयोजित करून रुग्णांना पूर्ववत स्वास्थ्य प्राप्त करून देता येतं. मुख्य म्हणजे या मंडळींवरही लकव्याची कोणतीच निशाणी राहत नाही.

श्रद्धा : यांना मसाज कोण करतं?

डॉक्टर : मसाज ही एक कला आहे. मसाजावर बरंच यश अवलंबून असतं. मसाजानं व्यक्तीचा मूड बदलता येतो. मारक्या जनावरांना आपण गोंजारून पर्यायानं हेच करीत असतो. ही जनावरं या गोंजारण्यानं माणसाळतात. केंद्रातल्या मसाजावरच शिवाम्बूचं यश अवलंबून असल्यानं ते मलाच करावं लागतं.

अंबूकाकू : तुमच्या सौभाग्यवती या कार्यात तुम्हाला कितीसा प्रतिसाद देतात?

डॉक्टर : आमची अर्धांगिनी म्हणजे तमाम स्त्रियांचं एक छोटं प्रतीकच. त्यामुळे सुरुवातीचा काळ तिचा विरोधच सहन करावा लागला. हळूहळू तो कमी झाला. केंद्रात येऊन बरी होऊन जाणारी ग्रामीण मंडळी जाताना जेव्हा सद्‌गदित होत, तेव्हा तिलासुद्धा या टाकाऊ, घृणास्पद वाटलेल्या मूत्रात जबरदस्त प्रेम, सहानुभूती, आपुलकी, प्रतिष्ठा याचा ओलावा आहे याची प्रचिती आली. मरणोन्मुख रुग्ण चालत जाताना पाहून तिला खूपच कृतकृत्य वाटायचं. यातूनच हळूहळू तिचा विरोध संपला. तिला स्वत:लाच नाकातल्या हाडाचा खूप त्रास जाणवत असे. प्रत्येक सप्ताहात ऑट्रिव्हीन ड्रॉप्सचे नाकात घालायचे थेंब, दोन बाटल्या तरी लागत असत. सतत सर्दी आणि नाक गच्च होत असल्यानं आवाज नाकातून येई, झोप लागत नसे, डोळे भिजून राहत असत, तोंड उघडं राहत असे, त्यामुळे तोंडाला कोरड पडत असे.

मध्यंतरी मी माझ्या रुग्णसेवेत मग्न होतो. दोन-चार महिन्यांत नाकात घालायचे ड्रॉप्स आणायचं राहून गेलं. ते एके दिवशी लक्षात आल्यावर मी तिला विचारलं, तर तिनं सांगितलं, 'माझा तो त्रास पूर्णपणे कमी झाला आहे आणि याला सर्वस्वी कारण हा तुमचा उपायच.' मला थोडं आश्चर्यच वाटलं. हाडासारखा वाढलेला भाग, 'तोडल्याशिवाय इलाज नाही,' म्हणणारे माझे कान-नाक-घसा तज्ज्ञ बंधू डॉ. एन. जे. पाटील, मग तरीसुद्धा हे कसं घडलं? पुढं हळूहळू माझ्या केंद्रातील महिला रुग्ण तीच स्वत: हाताळू लागली आणि अशाप्रकारे निम्मी रुग्णसेवेची बाजू माझ्या अर्धांगिनीनं आपल्या हाती घेतली आहे. त्यामुळे महिला रुग्णांचा संकोच दूर झालाय, शिवाय सध्या माझ्या अनुपस्थितीत येणाऱ्या रुग्णांची सेवा आणि मार्गदर्शनही माझी अर्धांगिनीच करीत असते.

अंबूकाकू : अहो, ऐकलंत का? मला या केंद्रात दाखल करा थोडे दिवस. काय काय होतं, ते होऊ द्या. सूनबाई आहे आता घरात करायला नि डॉक्टरीणबाई आहेत माझं पाहायला.

नाना : चिंतूकाका, अक्षरश: भगवंताची कृपा झाली म्हणायची! अंबूकाकूंचा हा इतका ठाम निर्धार पाहून मला तर आश्चर्य वाटतंय. अंबूकाकूंच्या प्रारब्धात काही चांगले दिवस अजून असले पाहिजेत. वाटतं, जसा बहिणीला भाऊ, अनाथाला नाथ, वाटसरूला वाटाड्या, अंधाला स्पर्श, काळोखाला दिवा, तसाच देहपिंडाला स्वमूत्राशिवाय दुसरा पर्याय नाही, बरोबर ना?

(दाराबाहेर थोडी गडबड. चिंतूकाका उठून दाराशी जातात. पुन्हा आत वळून श्रद्धाला)

चिंतूकाका : ...सूनबाई, अगं दारावरचा माणूस काय म्हणतोय बघ. केव्हापासून गोंधळ घालतोय.

श्रद्धा : (दारातून बाहेर डोकावत) काय बाबा, काय हवंय तुला? काय गडबड आहे?

(मळके कपडे घातलेला, लंगोट असलेला, खांद्यावर घोंगडी घेतलेला एक धनगर हातातली काठी सावरीत दारासमोर येतो.)

धनगर : मला काय बी नगं हाय. पर म्या इचारतुया, तुमास्नी औसुद हवं हाय का औसुद?

(सर्वांचेच लक्ष इकडे वेधले जाते; धनगर नाचत नाचत म्हणू लागतो.)

धनगर : औसुद घेता का, औसुद? कुनाला हवं हाय औसुद?
सस्त्यात की हो अगदी, कर्नानं कवचकुंडलं खरीदली ना
त्याच भावानं हवं हाया का औसुद?
ही चीज आगदी इपुल, आनि माल येक नंबरी
गुंजभर हीण न्हाई, का भेसळ न्हाई, देवाच्यानं एकदम साफसुथरं.
पन कवडीभर मॉल न देता, बोला, हवं हाया का औसुद?
तुमच्या नि माज्याजवळ पिडा न् उपाय दोन्नीबी येकच
मंग वाट कोनाची पायची आता?
आपुल्या अंगात थोडं का रंगात आल्याती रोग?
तर हा शाप नाय हो, आपलं भान हरपलंया
कित्येक वड्यात नि नद्यात सरणावर सरली मढी
तरी मनात कशाला धरताया अढी, हीच हाय बगा घडी.
अदेमदेच म्हातारपण नि कुतरपण, कसलं म्हणून अवघड नाय,
की पैका नाय.
औसुद घेणाऱ्याचा बघावा तरी मुखवटा
काय. . . . . झळाकतोया सांगु . . . .?
पहिल्यांदाच काय तो किळस वाटतोया, नंतरनंतर कळस ठरतोया
एकदा गळ्याखाली ढकललं आत, की बगायला नगं,
मग बगायला नगं,
आपलंच दुक आनि आपलाच बेत, आपलंच व्हट आनि आपलंच
दात
आपल्यात रोग नि आपल्यातच औसुद
तर हे औसुद बगा, पान्यावानी, झिरपनारं...
चार-दोन तासांनी देतोया गजर, सावकाराच्या व्याजावानी. . . .
हाय का नाय चीज? माऊलीनं किती केलंया, हो . . . . .
डोळ्यांतल्या खाऱ्या पान्याला पुसायला,
ह्ये दुसरं एक खारं पानी वाहतं हाय, वाहतं हाय
वय साठ तरी ठेवंल कणा ताठ, म्हनून आमी याचं चांगभलं केलं
चांगभलं केलं, चांगभलं केलं
यावरच समदी दुनिया हाय, उगाच भाव करायचं काम नाय
बोला, मर्दानुं, हवं हाय का औसुद? खुशाल घेऊन जा मोफत
पर मागुन तक्रार नाय पायजे, याला जो जवळ करंल,
त्याच्या रोगाची झॉप उडंल

मग घ्या तर औसुद गप्पगुमान,
पोथीपुरानं याला शिवाम्बु म्हणत्यात
त्या एका पेल्याची ही समदी किमया हाय रं,
एका पेल्यात ही समदी किमया . . . .
(सर्वजण अवाक होऊन पाहात असतात.)

नाना : अरं, तू कुठला? कुणी तुला धाडला? तू परमेश्वर तर नव्हेस?
(हे विचारेपर्यंत तो पुढच्या दाराकडे निघूनही जातो...)

चिंतूकाका : काय जगात एकेक माणसं आहेत म्हणता... प्रत्येकाकडून काही तरी घ्यावं... काय त्याचा गळा, काय त्याचं ते नाचणं... छे! ...छे!! ...छे!!!

अविनाश : आपण जी चार दिवस चर्चा करीत आहोत, तीच त्यानं ग्रामीण भाषेत सुनावली.

डॉक्टर : हा सगळा योगायोग म्हणावा लागेल.

योगेश : याचा अर्थ, स्वमूत्राचा प्रत्येक थेंब मोलाचा, आरोग्याचा, संपन्नतेचा.

चिंतूकाका : म्हणूनच म्हणावंसं वाटतं :
घेऊनी शिवाम्बूचा एकच पेला
अनुभवू रोग कसा गेला?
(सर्वजण टाळ्या वाजवतात.)

(पडदा पडतो.)

◆

अंक चौथा

(पडदा उघडतो. दुपारचे साडेबारा झाले आहेत. घड्याळात एक टोला पडतो. अंबूकाकू कॉटवर बसलेल्या आहेत.)

अंबूकाकू : आवरलं का सर्वांचं? सूनबाई, डॉक्टर यायची वेळ झाली हो.

चिंतूकाका : (हात पुसत बाहेर येतात) आज तुम्हाला का घाई झाली हो?

अंबूकाकू : (लटक्या रागाने) काहीतरीच तुमचं... मला नाही कसली घाई. तुमच्यासाठीच म्हणत होते.

चिंतूकाका : (चिडवण्याच्या सुरात) आमच्यासाठी का? तुमच्यासाठीच तर यावं लागतंय डॉक्टरांना इथे.

अंबूकाकू : नशीब समजा तुमचं! माझ्यामुळे देवागुणाचे डॉक्टर भेटले आणि आरोग्य संजीवनी मिळाली तुम्हाला. ...डोकं टेका, म्हटलं!

चिंतूकाका : (हात जोडून) खरं आहे बाई! आम्ही तुमच्यापुढे त्याच दिवशी नतमस्तक झालो होतो. पण ईश्वराच्या कृपेनं योगेशनं डॉक्टरांना आणलं आणि जीव भांड्यात पडला एकदाचा...

अंबूकाकू : (सद्‌गदित होऊन) खरंच, माझ्यामुळे सर्वांना खूपच त्रास झाला म्हणायचा...

डॉक्टर : (प्रवेश करत) प्रत्येक त्रासात काहीना काहीतरी भलं असतंच बघा! त्यातून काहीतरी शिकायला मिळतं.

चिंतूकाका : वा! आज लवकर आलात डॉक्टर.
(अंबूकाकू पदर सावरून नमस्कार करतात.)

डॉक्टर : काय म्हणताय काकू? ठीक आहे ना?

अंबूकाकू : ठीक वाटतंय आता. पण तुमच्याकडे नेणार ना मला?

डॉक्टर : (काकूंना तपासत) जरूर नेऊ. आज संध्याकाळीच घेऊन जाऊ या.

अंबूकाकू : मग ठीक आहे. अहो, ऐकलंत का?

चिंतूकाका : हो, ऐकलं ऐकलं.

(अविनाश, योगेश, नाना सोबतच येतात. डॉक्टरांना पाहून सर्वांच्या चेहऱ्यावर आनंद)

अविनाश : नमस्कार डॉक्टर. आज आमच्या अगोदर तुम्ही आलात!

नाना : कमाल केलीत हं, डॉक्टर.

डॉक्टर : कमाल कसली त्यात?

योगेश : वा! प्रश्नकर्त्याआधी उत्तरदात्याची उपस्थिती, म्हणजे कमालच नाही का?

(सर्वजण हसून टाळ्या वाजवतात.)

डॉक्टर : असो! असो!! काकू, आज मात्र तुम्ही आपली कॉट सोडून आमच्यात सामील व्हायचं. उठा बघू (इतक्यात श्रद्धा येते.)

श्रद्धा : अय्या डॉक्टर, तुम्ही? आमच्या आधी?

डॉक्टर : काय करणार? पेशंट्सचं काम लवकर आटोपलं आणि तुमच्या सर्वांच्या स्नेहानं इकडे ओढला गेलो.

श्रद्धा : बरंच झालं, आमच्या फायद्याचंच आहे ते!

(काकू पलंगावरून उठतात. श्रद्धा त्यांना आधार देते.)

डॉक्टर : (काकूंना उद्देशून) हं, हळूहळू चालत यायचं हां!

(काकू सावकाश पावले टाकू लागतात. चिंतूकाका थोडे चिंतेत. अविनाश, योगेश, नाना तिघेही स्तंभित होऊन पाहत आहेत. हळूहळू पावले टाकीत काकू चालतात. श्रद्धा त्यांच्या मागे, डॉक्टर पुढे असे करत बैठकीच्या जागी येतात. काकू खुर्चीवर बसतात. सर्वजण टाळ्या वाजवतात. काकू सुटकेचा उसासा सोडतात.)

योगेश : खरंच डॉक्टर, हे सर्व पाहिल्यावर वाटतं, दगडालासुद्धा शिवाम्बू घेण्याचा मोह व्हावा.

श्रद्धा : खरंय तुमचं म्हणणं.

(सर्वच जण मानेने होकार भरतात व माना हलवतात.)

अविनाश : डॉक्टर, आता पुढे काय करण्याचा संकल्प आहे तुमचा?

डॉक्टर : वीस-एक वर्षांत मिळालेला प्रत्यक्ष शिवाम्बूबाबतचा अनुभव, समाजातून मिळणारं सहकार्य आणि सरकारचं धोरण, हे सर्व

पाहिल्यावर असं वाटतं की, बाबा आमटे, मदर तेरेसा यांच्याप्रमाणे रुग्णसेवा करून विनाऔषध स्वास्थ्यमोहीम उघडावी. हजारो दुर्लक्षित महारोग्यांना आणि असाध्य रोगग्रस्तांना जवळ करावं आणि हातून त्यांची सेवा घडावी, हीच एकमेव इच्छा आता शिल्लक राहिलेली आहे. यासाठी पुईखडीच्या टेकडीवर एक जागाही घेतलेली आहे... योगायोगानं माझ्या सर्वच इच्छा आजवर पूर्ण होत आल्या आहेत. हीसुद्धा पूर्ण होईल, असं वाटतं. एकेकाळी माजी पंतप्रधान मोरारजीभाई देसाई यांना केंद्रात आणण्याचा मनोदय होता. तोसुद्धा २० नोव्हेंबर, १९८१ ला पूर्ण झाला.

चिंतूकाका : खरंच तुम्ही कर्मयोगी आहात! तुमची मिठ्ठास वाणी आणि प्रथम भेटीतच पुढच्या व्यक्तीला आपलंसं करण्याची कला वाखाणण्याजोगी आहे. इतका हा किचकट क्लिष्ट विषय तुम्ही अगदी सोप्या शब्दांत दाखल्यासह मांडलात! हे पाहिल्यावर तुम्हाला काहीच अशक्य नाही, असं वाटतं.

डॉक्टर : मूत्र हा विषय तसा पूर्वग्रहानं तिरस्कृत आहे. म्हणूनच मला एवढं गोड राहावं लागतं. (हसत) इतर डॉक्टरांच्या औषधांवर गोड साखरेचा मुलामा असतो; त्यामुळे त्यांना गोड राहिलंच पाहिजे असं बंधन नाही.

अविनाश : परंतु मला तरी वाटतं की, जाहिरातीच्या या युगात शिवाम्बूचा प्रभाव म्हणावा तसा जनमनात रुजला नाही, तरी शेवटी प्रत्येकालाच कधी ना कधी या शिवाम्बुसदाचार संहितेत डोकवावंच लागेल!

योगेश : पण डॉक्टर, या उपचारानं प्रत्येक व्यक्ती शंभर टक्के बरी होऊ शकेलच, याची खरंच खात्री वाटते ना तुम्हाला? आपल्या बोलण्यात तर तसा आत्मविश्वास मोठा जाणवतो!

डॉक्टर : ज्या व्यक्तीला जगण्याची तळमळ आहे आणि जी व्यक्ती स्वास्थ्य मिळवण्यासाठी तज्ज्ञाच्या कोणत्याही अटी मान्य करते, उपचार करताना अनुकूल प्रतिसाद देते, ती व्यक्ती फक्त जिवंत न राहता निरामय स्वास्थ्य अनुभवू शकते यावर आमचा पूर्ण विश्वास आहे. कारण या साडेतीन हातांच्या देहामध्ये जे पेरू तेच उगवत असतं. योग्य नियंत्रित आहार, विहार आणि शुद्ध आचारविचार यातून पिंडाचा पीळ वळत असतो. यावरूनच खात्री होते आणि आत्मविश्वास बळावतो.

अविनाश : म्हणजे जी व्यक्ती आयुष्याला कंटाळली आहे, जिला जगणं नकोसं झालं आहे, तिला हा उपाय करून काहीच फायदा होणार नाही तर...

डॉक्टर : अगदी बरोबर! कारण तुमची जी तळमळ असते ना, जी आंतरिक भावना असते, तदनुसार आपली प्रकृती वळण घेत राहते. मग ते शुभ किंवा अशुभ काहीही असो.

श्रद्धा : असा काही विचित्र अनुभव आपल्याला कधी आलाय का?

डॉक्टर : हो, आला आहे तर, अं... नाव घेणं शक्य होणार नाही, पण अंबूकाकूंसारखीच ती व्यक्ती ॲडमिट होताना बेशुद्ध होती. पण शुद्धीवर आणताच तो रुग्ण, मला का वाचवलं म्हणून आरडा-ओरडा करून आमची सगळी उपचारयोजना उधळून लावू लागला. अशावेळी उपचारकर्ते हतबल होतात. कारण उपचार समर्थ असला तरी रुग्ण उपचारग्राहक असावा लागतो. इथं फक्त उपचार करणाऱ्या व्यक्तीचं कौशल्य महत्त्वाचं नसून ते उपचार घेणारी व्यक्तीही महत्त्वाची असते. इतरत्र डॉक्टरांचं कौशल्य आणि औषधांचा परिणाम यावर रुग्णाचं स्वास्थ्य अवलंबून राहतं. इथं तसं नसतं. त्यामुळे रुग्णाची इच्छा, तळमळ लक्षात घेऊनच रुग्ण दाखल करणं केव्हाही चांगलं.

अंबूकाकू : रुग्ण दाखल करताना त्याची शिवाम्बू पिण्यासाठी योग्य आहे की नाही, हे तपासून तरी पाहिलं जातं का?

डॉक्टर : मुळीच नाही. जशी असते तशीच घेणं योग्य ठरतं. पण शिवाम्बुपान करून परत होणाऱ्या मूत्रात मात्र सुधारणा होताना आढळते.

योगेश : डॉक्टर ऽऽऽ, बरं राहू दे.

डॉक्टर : हे बघा, असं मनात ठेवू नका. काय म्हणायचंय?

चिंतूकाका : सांग सांग, तुझ्यामुळे आम्हालासुद्धा एखाद्या नवीन प्रश्नाचं उत्तर मिळेल.

योगेश : म्हणजे... मला म्हणायचं होतं...

अंबूकाकू : असा लाजतोस काय बायकांसारखा. बोल ना घडाघडा, आपण सर्व इथं जिज्ञासेपोटीच बसलो आहोत ना? आपण सगळेच विद्यार्थी, हं विचार!

योगेश : म्हणजे... समागमानंतर शिवाम्बू घेता येते काय?

डॉक्टर : ती जागा स्वच्छ करून, थोडी शिवाम्बू जाऊ देऊन शिवाम्बुपान करायला कोणतीच हरकत नाही.

श्रद्धा : गरोदर स्थितीत शिवाम्बू घेणं योग्य होईल का?

डॉक्टर : माझं तरी म्हणणं असं आहे की, नवीन पिंड पोसत असताना शिवाम्बू घेतली गेली, तर आयुष्यभर त्याचा लाभ भावी अपत्याला

मिळत राहील. ज्या ट्रिपल किंवा देवी, पोलिओ, कॉलरा इत्यादी रोगांचा प्रादुर्भाव आयुष्यभर होऊ नये म्हणून काळजी घेतली जाते, तिचा कोणताच डोस वा इंजेक्शन घेण्याचं कारण उरणार नाही. यानं त्या नूतन बालकाभोवती कर्णाच्या कवचकुंडलासारखी एक अभेद्य संरक्षक फळी उभी होते. अर्थात त्याकरिता गरोदरपणाच्या पहिल्या महिन्यापासून ते मूल मातेपासून वेगळं होईपर्यंतचं त्याचं स्वास्थ्य शिवाम्बूवर अवलंबून राहील, अशाप्रकारे मातेची उत्तम व्यवस्था ठेवावी लागेल. ही कवचकुंडलं अपत्यासाठी पुढं वरदान ठरतातच, पण मातेची नैसर्गिक मार्गांनी व्यवस्थित प्रसूती होते. अशी मुलं हाडापिंडांनी चांगली राहून बुद्धीनेही विकसित झालेली आढळतात आणि जर पती-पत्नी दोघांनीही सुरुवातीपासूनच शिवाम्बुपान आणि स्वास्थ्यनीती सांभाळली असेल आणि फलधारणा झाली असेल, तर अतिशय तेजस्वी मूल जन्माला येतं हे मी पाहिलेलं आहे.

अंबूकाकू : काय हो डॉक्टर, तान्हुल्याला पण त्याची 'सू' पाजता येईल का?

डॉक्टर : नक्कीच पाजावी. प्राणिजन्य दुधापासून गॅसनं मुलाचं जे पोट फुगतं, ते फुगणार नाही. मुलाची किरकिर राहणार नाही. दात योग्य वेळी येतील. ग्राइप-वॉटरची गरज लागणार नाही. मुलाची लाळ गाळणं, उलट्या होणं ही अडचण राहणार नाही. छाती गच्च होणं, सर्दी-पडशाचा त्रास होणार नाही. त्याच्या ताज्या शिवाम्बूनं दिवसातून दोन-चार वेळा जर त्याचं तोंड धुतलं, तर मूल प्रसन्न, फुलासारखं उमललेलं राहील.

नाना : तान्हं बाळ, तरुण, वृद्ध आणि रुग्ण यांनी शिवाम्बू घेण्याचं प्रमाण काही निश्चित असं ठरलेलं आहे का?

डॉक्टर : शिवाम्बुपान म्हणजे स्वमूत्रपान असल्यानं अर्थात ज्याची त्याची स्वत:ची लघवी जेवढी उपलब्ध होऊन मिळते, ती त्याला पूर्णत: दिली तरी स्वास्थ्यप्रद ठरते. तरीही स्वच्छ, साफ शौच होऊ शकेल इतपत शिवाम्बूचा डोस कमी-जास्त केला तरी चालतो.

योगेश : आता काय झालंय की, रिमोट कंट्रोलचं युग आल्यामुळे कष्ट, श्रम गृहीत धरून बनलेल्या शरीराला कष्टाशिवाय उच्च दर्जाचं प्रोटीन्सयुक्त अन्न सतत चरायला मिळतं; त्यामुळे आतडी निष्क्रिय होत निघाली आहेत. परिणामी बद्धकोष्ठता ही एक मोठी समस्या आजच्या

समाजात उभी ठाकली आहे. या बद्धकोष्ठतेमुळेच पोटातील गुरगुर, कुरबुर यानं मन विषण्ण होतं. उत्साह संपुष्टात आलेला दिसतो आणि पोटाला डेरेदार आकार येतो.

डॉक्टर : केवळ शौचास साफ न होण्याची ही प्रक्रियाच विविध रोगांना कारणीभूत ठरते. या समस्येला शिवाम्बूसारखा दुसरा सहज सुलभ पर्यायच दिसत नाही. विहीर कितीही जुनी असली, तरी तिचा उपसा ठीक असेल, तर ती नवीनच आहे. तसंच आपलं उत्सर्जन म्हणजे उपसा ठीक चालला असेल, तर तुम्ही ताजे, प्रसन्न, स्वास्थ्यसंपन्न राहाल. शिवाम्बू स्वत:च एक उत्तम उत्सर्जक आहे.

अविनाश : थोडक्यात शिवाम्बूला आपल्या देहाचा अंगरक्षक म्हणायला हरकत नाही.

डॉक्टर : हो अंगरक्षकच, ज्याला तनखा देण्याचं कारण नाही, बंदूक-काडतूस पुरवण्याचं कारण नाही, तरीसुद्धा जो प्रामाणिकपणे तुमचं रक्षण करतो, तुमच्या शरीरातल्या रोगांशी सामना करीत राहतो.

नाना : पण या अंगरक्षकामुळेच प्राण गमविण्याची वेळ येणार नाही ना?

डॉक्टर : नक्कीच नाही. कारण शिवाम्बू रक्ताच्या नात्याचा, स्वदेही असा वारसपुत्र आहे; परंतु ॲलोपॅथी हा परदेशी म्हणजे विजातीय घटक असल्यामुळे तुम्ही म्हणता तशी या अंगरक्षकाकडून प्राण गमावण्याची वेळ येऊ शकेल आणि असे अनेक दाखलेही मिळतील. आता औषधांचे दुष्परिणाम जाणकारांच्या लक्षात येत आहेत. हळूहळू रोगग्रस्त लोक आधुनिक चिकित्सापद्धतीच्या जहरी, पण गोड मुलाम्याच्या औषधानं उत्पन्न होणाऱ्या त्रासामुळे प्राचीन निसर्गोपचार पद्धतीनं जाणं पसंत करतील आणि कदाचित त्यांना ते करणं अपरिहार्य ठरेल. तेव्हा नजीकच्या भविष्यात वैद्यकीय क्षेत्रात क्रांतिकारी परिवर्तन होण्याचा संभव आहे.

योगेश : खरं आहे डॉक्टर, आधुनिक विज्ञानात एखादी गोष्ट सोपी करण्याऐवजी अधिकच किचकट केली जात आहे. विज्ञान अधिक प्रगत होत असताना सामान्य लोक मात्र अधिक असमाधानी होत आहेत, असं मोरारजी देसाई यांचं म्हणणं होतं.

डॉक्टर : बरोबरच आहे. शरीर ही एक विशेष प्रयोगशाळा आहे; परंतु त्याची कार्यप्रणाली जेव्हा सुयोग्य चालत नाही, तेव्हा त्याची कारणं

मुख्यत्वेकरून अनियंत्रित उत्सर्जनक्रिया, दूषित आणि अनैसर्गिक आहार, अत्याहार, शरीराच्या अयोग्य हालचाली किंवा शरीराला अजिबात व्यायाम नसणं, निष्क्रियता हीच असतात. शरीराच्या प्रयोगशाळेचं सर्वांत मोठं महत्त्वाचं कार्य म्हणजे मलमूत्र आणि अपानवायुविसर्जन हे आहे. याकडे दुर्लक्ष झालेली मंडळी अनेक व्याधींत प्रवेश करताना दिसतात.

श्रद्धा : डॉक्टर, निसर्गमान्य आणि सर्वमान्य योग्य आहार तरी कोणता?

डॉक्टर : निसर्गमान्य म्हणजे सुलभ शौचास करणारं आणि सर्वमान्य म्हणजे जिभेस आवडणारं. घनरूप पदार्थांचं विसर्जन केवळ शौचामार्गेच होत असतं. म्हणजे आवकीपेक्षा प्रत्येकाचं लक्ष जावकीवर केंद्रित होईल, तर पुन्हा आवकीच्या आगमनाला स्थान निर्माण होईल. अर्थात शरीरात प्रवेश केलेला आवक आहार सहज पचून जाईल, तेव्हाच भूक खुली होईल. तेव्हा प्रथम जो आहार घ्यायचा तो पचायला सुलभ असला पाहिजे. धान्य वर्षभर सुरक्षित ठेवणाऱ्या त्याच्या कोंड्यासह ते धान्य आपण खाल्लं पाहिजे. कोंड्यातला चोथा खरबरीत आतड्याच्या आतल्या भिंती स्वच्छ ठेवून शौचास साफ करण्यास अत्यंत उपयोगी ठरतो. धान्यात असलेल्या कॅलरीजपेक्षा त्याच्या टरफलातच खरी जैविक शक्ती असते.

निसर्गातलं जसंच्या तसं धान्य कोणतीही कृत्रिम क्रिया वा प्रक्रिया न करता हुरडा स्वरूपात खाताना खूपच गोड आणि दुग्धांश असलेलं असतं. तरुण राहू इच्छिणाऱ्यांनी गहू, शेंगदाणे, ज्वारी, मका, बाजरी, मेथ्या, मूग किंवा हरभरा हिरव्या स्थितीत खाणं, यासारखं दुसरं अमृतान्न नाही. पण हे असे धान्य सहजसुलभ बारा महिने कोणालाच काय, खुद्द शेतकऱ्यालासुद्धा मिळणं अशक्य आहे. म्हणून त्याला पाण्यात टाकून कापडात बांधायचं; म्हणजे त्याला जे अंकुर येतात, ते स्वास्थ्याला अत्यंत पोषक असतात.

शिवाय पालेभाज्या, मेथी, पोकळा, चाकवत, कोथिंबीर स्वच्छ धुऊन शेळ्या, बकऱ्या ज्याप्रमाणे खातात, त्याप्रमाणे आपण खाऊ शकतो. केळी, गाजर, काकडी, कोबी, फ्लॉवर, टोमॅटो, बीट, रताळी, द्राक्षं, सफरचंद, आंबे असे अनेक पदार्थ नैसर्गिक स्वरूपात जसेच्या तसे खाण्यातच अत्यंत फायदेशीर आणि स्वादपूर्ण असतात.

चिंतूकाका : हा एकदम रास्त, विनाकष्टाचा उत्तम मार्ग आहे; परंतु...

डॉक्टर : परंतु काय? प्रत्येक जिवंत अन्न पूर्णपणे मारून, दळून, भाजून, जाळून, तळून, सत्त्व चाळून, त्यातलं पाणी गाळून पूर्णपणे निकृष्ट झालेलं अन्न तुमच्या जिभेला आवडतं. ही तुमची सुधारणा! हे तुमचं जिभेचे चोचले पुरवणारं आधुनिक पाकशास्त्र!!

योगेश : हे असं नि:सत्त्व मेलेलं अन्न चविष्ट लागावं, म्हणून मग त्यात नाना मसाल्यांचा बुक्का करून टाकला जातो.

डॉक्टर : बुक्का टाकला जातो आणि स्वास्थ्याचा धुव्वा उडविला जातो. हे असं अशक्त नि:सत्त्व लांबडं झालेलं अन्न खाऊन झाल्यावर, जे थोडं लांबडं होण्याची म्हणजे वामकुक्षी घेण्याची इच्छा निर्माण होते, शेवटी हीच झोप वाढत जाऊन दवाखान्याच्या पलंगांना आणि ऑपरेशनच्या टेबलांना शोभा आणते आणि प्रसंगी काळझोप ठरते.

अंबूकाकू : मला आश्चर्य वाटतं ते याचं की, एवढे मोठमोठे विद्वान डॉक्टर आहाराविषयी पथ्यं कशी सांगत नाहीत?

डॉक्टर : ॲलोपॅथिक शिक्षणक्रमात रोगनिर्मितीबाबत आहारविज्ञानाचे मानवी शरीरावर होणारे परिणाम, या गोष्टीकडे म्हणावं तसं लक्ष पुरवलेलं नाही. केवळ जठरव्रण आणि मधुमेह सोडला, तर बाकी रोजच्या आहाराविषयीची चौकशी बिलकूल महत्त्वाची समजली जात नाही. कारण यासंबंधात मुळात डॉक्टरी परीक्षेत प्रश्नच विचारला जात नाही. त्यामुळे त्याबाबतच्या विचाराकडे पूर्ण दुर्लक्ष झालेलं आहे. पण आज मात्र ॲलोपॅथीलासुद्धा कळून चुकलं आहे की, योग्य आहार साठ टक्के रोग टाळू शकतात.

श्रद्धा : आम्ही कधी आहाराचा इतका विचार करत नव्हतो.

डॉक्टर : प्रत्येकानं केला पाहिजे. निदान ८० टके आहार तरी कच्चा खाणं हेच योग्य होईल. टेरिकॉटच्या कपड्यामध्ये जसं कॉटन थोडं आणि टेरिलिनचे धागे थोडे, असं एकत्र करून मजबून टिकाऊ कापड उपलब्ध झालं, तसा संयुक्त मिश्र आहारसुद्धा आपल्याला घेता येण्यासारखा आहे. निसर्गामध्ये पूर्णपणे निसर्गमान्य शाकाहार घेऊन धष्टपुष्ट, तजेलदार आणि चिवट असलेले प्राणी माणसांपुढे उदाहरण म्हणून असताना, ही माणसं अडीच इंचाच्या जिभेची एवढी का गुलाम झालेली आहेत, तेच कळत नाही.

अविनाश : पुरुषत्वासाठी आणि स्त्रीत्वासाठी योग्य निसर्गमान्य आहार कोणता सुचवाल?

डॉक्टर : पुरुष आणि स्त्री म्हणजे नर आणि मादी यांचा भेद दर्शविणारा लिंग अवयव जितका कार्यक्षम, तितकं त्याच्याकडे जीवनाचं मूळ भांडवल अधिक. हे मूळ मुद्दल जेव्हा शाबूत राहतं तेव्हाच तेज, तजेला, ज्याला आपण ओज म्हणतो तो असतो आणि ओज असतो तोवरच रोगप्रतिबंधक शक्ती कार्यक्षम असते. हे पहिल्यांदा हिंदू संस्कृतीला समजलेलं रहस्य आहे. त्यामुळेच ब्रह्मचर्याला आपल्याकडे प्रतिष्ठा मिळाली.

उघड्या डोळ्यांनी निसर्गाकडे पाहिल्यास हरभरा हा पुरुषलिंगी वृषणाची प्रतिमा आहे आणि केळी ही पुरुषलिंगाची प्रतिमा आहे. हरभरा अंकुरित करून खाणारे आणि केळी पचविणारे लवकरच पुरुषत्व सिद्ध करू शकतील. म्हणून आपण घोड्यांना चंदी म्हणून हरभरा घालतो आणि घोडा हा वासनेचा प्रतीक मानून अश्वशक्तीही (हॉर्सपॉवर) त्याच्याच नावे मोजली जाते.

त्याप्रमाणे गहू, खारकेची बी ही स्त्रीलिंगाची प्रतिमा असून, पेरू ही गर्भाशय-रचना आहे. तर आंबा स्तनाची प्रतिमा आहे. तीळ-हळीव हा शुक्रजंतूचा समूह म्हणून गरोदर स्त्रीला गव्हाचे कच्चे मोड देणं, बाळंतिणीला डिंक-खारकेचे लाडू करणं ही प्रथा आढळून येते. हळीवाची खीर आणि तिळाच्या रेवड्या या गोष्टी स्त्री-पुरुष दोघांनाही योग्य ठरवल्या आहेत. साधारण निसर्गामध्ये, धान्यदर्शनातील रहस्य जाणून त्यांच्या सुप्त गुणधर्मानुरूप नावं दिली गेली आहेत. कारण नाचणी खाणारा नाचू पाहतो; तर उडीद खाणारा उडी मारू लागतो. माणसाचं व्यक्तिमत्त्व म्हणजे सर्व गुणांचा समूह असतो. म्हणून सर्व पदार्थांचा वेळोवेळी कच्च्या स्वरूपात स्वाद घेतला गेला, तर अष्टगुणसंपन्न व्यक्तिमत्त्व नक्कीच उभं राहू शकेल. स्त्रियांना नैसर्गिक गरोदरपण, बाळंतपण आणि बालसंगोपन याकरिता लागणारी कंबर आणि कंबरेभोवतीची शक्ती, आता सांगितले ते पदार्थ खाणाऱ्यांना सहज उपलब्ध होऊ शकते.

नाना : कोणतीच वनस्पती माझ्यात अमुक अमुक गुणदोष आहेत, म्हणून सांगू शकली नाही, पण चतुर माणसानं मनन करून संपूर्ण वनस्पती आणि काष्ठौषधींची ओळख करून घेतली आहे. किंबहुना ओळख पटल्यावरच तदनुरूप नावं दिली गेली असावीत. उदा. डोक्याच्या कवटीचं चित्र अक्रोडावर आहे, जे बुद्धीला वाढीला पोषक असतं.

डॉक्टर : माणसानं त्याचा नैसर्गिक तजेला आधुनिक प्रसाधनांनी झाकू नये. ज्यांच्यामध्ये ही ऊर्जा संपुष्टात आलेली आहे, त्यांनी सौंदर्यप्रसाधनं वापरली तर एक वेळ समजून घेऊ. पण खरं पाहता ही प्रसाधनं म्हणजे निखाऱ्यावरची राखच.

श्रद्धा : सुंदर दिसण्याकरिता, टवटवीत दिसण्याकरिता महिलांना सौंदर्यप्रसाधनांखेरीज दुसरा पर्याय आहे का?

डॉक्टर : का असणार नाही? जरूर आहे! फक्त आपला चेहरा थंड पाण्यानं वेळोवेळी धुतला, तरीसुद्धा स्वास्थ्यपूर्ण स्त्रियांचं निसर्गदत्त सौंदर्य टवटवीत आणि खुलून दिसतं. शिवाय तुमची स्वत:ची प्रसन्नता दुसऱ्यालाही प्रसन्न करते.

योगेश : म्हणजे प्रसन्नतेलाच सौंदर्य म्हणायला हरकत नाही.

डॉक्टर : आणखीही काही गोष्टी लक्षात ठेवल्या पाहिजेत. प्रत्येक आहारानंतर किंवा काहीही चर्वण केल्यानंतर हिरड्यांना केवळ आतून बाहेरून आपल्या हाताच्या बोटांनी उत्तम मसाज करावा. यानं दातांची पकड घट्ट होते. निर्दोष हिरड्या दातांनाही निर्दोष ठेवतात. ओटीपोटाचा म्हणजे अधिक कपड्यांच्या थराखाली सापडलेला भाग थंड पाण्याच्या ओल्या कपड्यात गुंडाळून त्याच्यावर वुलनचा मफलर लपेटावा. हे साधारण एक तास असंच राहू द्यावं. मेहनती माणसानं नेहमी थंड पाण्याची अंघोळ ठेवावी आणि घरी शक्यतो सुती, आवश्यक तेवढ्याच कपड्यांत आणि निसर्गाच्या प्रकाशात वावरावं. मन मानेल तेव्हा शिवाम्बू घ्यावी; पण ती जरूर घ्यावी.

अंबूकाकू : शिवाम्बूबरोबर इतर औषधं घेतली, तर चालतील का?

डॉक्टर : हे पाहा काकू, दिवस उगवल्यावर आपण दिवे ठेवतो का? एकतर शिवाम्बू नेहमी घेणाऱ्याला दुसऱ्या इतर कोणत्याच औषधावर अवलंबून राहावं लागणार नाही, पण जर शिवाम्बुधारक दुर्दैवानं अपघातात सापडला, तर जबरदस्त धोका टळेपर्यंत त्यानं जरूर इतर औषधं घ्यावीत. प्रसंगी शिवाम्बू बंद ठेवूनही घ्यावीत आणि संभाव्य धोका टळताच पुन्हा आपला शिवाम्बूचा कित्ता गिरवणं चालू ठेवावं. जीर्ण रुग्णांच्या औषधाची मात्रा बंद किंवा चालू करताना हळूहळू वाढवणं किंवा हळूहळू कमी करीत बंद करणं हितावह असतं.

योगेश : ॲलोपॅथीमध्ये मूत्र तपासणीला मात्र महत्त्व असतं हं.

डॉक्टर : 'मूत्र' हे रुग्णाच्या अंतर्गत शरीररचनेतल्या अभाव-विभवांची प्रखरता स्पष्ट करणारं संवेदनशील रासायनिक तरल द्रव्य असतं. म्हणजे एका अर्थी अंतर्गत देहाचा आरसाच असतो म्हणा ना!

प्रत्येक रुग्णाच्या शरीरातल्या अंतर्गत रोगाच्या विकासाचा अचूक अंदाज घेण्याकरता त्याची मूत्रपरीक्षा केली जाते. मूत्राची पारदर्शकता, रंग, प्रमाण, विक्रिया, विशिष्ट गुरुत्व, त्यातील अल्ब्युमिन, रक्त, पित्त, शर्करा आणि सोडियम असे विद्राव्य पदार्थ, तसंच फॉस्फरस, युरेटस, युरिक ॲसिड, म्यूकस, रक्तगोलक इत्यादी घटक किती प्रमाणात आहेत की नाहीत, हे पाहून मूत्र-परीक्षण करण्याचा प्रघात आहे. आपल्या देहातून मूत्राद्वारे एखादं रसायन प्रमाणाबाहेर तर जात नाही ना, हे कळणं आवश्यक असतं. मूत्रामध्ये असलेल्या तत्त्वांची जसजशी आपल्याला नव्यानं ओळख होत जाते आहे, तसतशी नवनवीन जिज्ञासा उत्पन्न होत चालली आहे.

योगेश : कॅन्सरसारखा आजारसुद्धा स्वमूत्रानं बरा होऊ शकतो?

अविनाश : होय डॉक्टर! कॅन्सर म्हणजे नेमकं काय? त्यावर कोणते उपाय करावेत?

डॉक्टर : आपल्या शरीरात कोट्यवधी पेशी आहेत. त्यापैकी कित्येक पेशी जुन्या झाल्या की मरतात आणि त्या पेशींची जागा नव्या पेशी घेतात. आपल्या शरीरातल्या जुन्या पेशी नष्ट होणं आणि नव्या पेशी तयार होणं ही क्रिया सतत चालू असते. विशेषत: आतड्याचा आतला थर, रक्त, गर्भाशयाचा आतला थर इथं फार मोठ्या प्रमाणात ही क्रिया चालू असते. तरुण माणसात पेशी निर्माण होण्याचं आणि जुन्या पेशी मरण्याचं प्रमाण जवळजवळ सारखंच असतं. कॅन्सर होतो, तेव्हा एखाद्या इंद्रियात जखम किंवा गाठ तयार होते आणि तिथल्या पेशींचं अनियंत्रित प्रकारे सतत विभाजन होत राहतं. अशाप्रकारे सतत नव्या पेशी तयार होत राहिल्यामुळे कॅन्सरपेशींची संख्या खूपच वाढते. या पेशी रक्तप्रवाहातून इतर इंद्रियांपर्यंत पोहोचतात आणि पुन्हा तिथं वाढू लागतात.

संख्येनं सतत वाढत राहण्याच्या दूषित पेशींच्या या गुणधर्मामुळे, वाढीची गरज नसेल अशा ठिकाणीदेखील प्रचंड पेशीसमूह निर्माण होतात. हे पेशीसमूह, रक्तातून पोषक द्रव्यं शोषून घेतात. त्यामुळे शरीरातील इंद्रियांच्या अन्य पेशींना पुरेशी पोषक द्रव्यं मिळत

नाहीत आणि त्या मरतात. बरेचदा कॅन्सर झालेल्या पेशीसमूहांमुळे, गाठीमुळे भोवतालच्या रक्तवाहिन्या, रसवाहिन्या, मज्जातंतू यावर दाब पडून त्यांची कामं योग्य प्रकारे होऊ शकत नाहीत. कोणत्याही अवयवांत निर्माण झालेल्या कॅन्सरपेशींच्या वाढीला अटकाव करणं आणि शरीराच्या इतर भागात त्या पसरू न देणं, यासाठी योग्य उपाय करावे लागतात.

निरोगी पेशींचं रूपांतर कॅन्सरपेशींमध्ये कसं होतं, हे अजून नीटसं कळलेलं नाही. त्यामुळे कॅन्सरवर केले जाणारे उपायही संपूर्णपणे खात्रीलायक नाहीत. ज्या भागाला कॅन्सर झाला असेल, तो भाग ऑपरेशन करून कापून टाकणं, क्ष-किरण किंवा किरणोत्सारी द्रव्याच्या- उदाहरणार्थ कोबाल्ट-६० च्या मदतीनं तो जाळून टाकणं किंवा औषधं देऊन कॅन्सरपेशींचं विभाजन बंद करण्याचा प्रयत्न करणं, असे उपाय सध्या केले जातात. एखाद्याच्या आतड्याला किंवा फुफ्फुसाला जर कॅन्सर झाला आणि तो फार वाढण्यापूर्वीच लक्षात आला, तर तेवढा दूषित भाग काढून टाकल्यावर रोगी जगू शकतो; परंतु कॅन्सर झालेल्या भागापासून जर कॅन्सरपेशी शरीरभर पसरलेल्या असतील, तर मात्र हे सर्व उपाय करूनही बहुधा मृत्यू अटळ ठरतो.

कॅन्सरसंबंधी सर्व प्रगत राष्ट्रांमध्ये आज संशोधन चालू असून; अनेक वैज्ञानिक कॅन्सरच्या निर्मूलनासाठी औषध शोधून काढण्याचे जारीनं प्रयत्न करीत आहेत. मुंबईतील टाटा मेमोरियल हॉस्पिटलमध्ये कॅन्सर झालेल्या रोग्यांवर उपचार केले जातात. तसंच कॅन्सरसंबंधी संशोधनही केलं जातं.

काही चिकित्सा विज्ञानाच्या दृष्टिकोनातून महत्त्वाच्या आहेत. नोबेल पारितोषिक विजेता जेन्ड ज्योनी यानं व्हिटॅमिन 'सी'चा शोध लावला होता. सन १९६० मध्ये त्यांनं मूत्रामधून एक पदार्थ शोधून काढला, जो '३-मेथॉइलग्लॉय ऑक्सील' या नावानं ओळखला जातो. यामध्ये कॅन्सर बरा करण्याची क्षमता आहे. यासंदर्भात अमेरिकेची नॅशनल ॲकॅडमी ऑफ सायन्सेस नावाची संस्था या पदार्थाच्या उपयोगावर संशोधन करीत आहे.

एप्रिल, १९९६ मध्ये ॲटलांटिक शहरातील अमेरिकन सोसायटी फॉर एक्सपेरिमेंटल बायोलॉजी या संस्थेनं मूत्रातील 'डायरेक्टिन' या पदार्थाविषयी असं म्हटलं आहे की, मूत्रामधून मिळणारा हा

पदार्थ जर कॅन्सरच्या पेशींमध्ये सोडला, तर त्या एकामागे एक अशा रांगेत उभ्या राहतात.

सामान्य असंतुलित कॅन्सर पेशी जेव्हा मूत्रामधील पदार्थाच्या संसर्गात येतात तेव्हा त्या पेशी पेशीविन्यासामध्ये रूपांतरित होतात. यावरून कॅन्सर पूर्णत: बरा होऊ शकला नाही, तरी त्याच्यावर मूत्रामध्ये असलेल्या काही ज्ञात-अज्ञात रसायनांमुळे काही उत्तेजनात्मक प्रतिक्रिया होते. पण याचा आणखी पुढे शोध घ्यायला हवा.

नाना : रक्तदाब आणि हृदयरोग यावर मूत्राचा कोणत्या तत्त्वाधारे आणि कसा उपयोग होऊ शकतो?

डॉक्टर : मूत्रपान केल्यानंतर व्हिटॅमिन 'डी' निर्माण होतं. अर्थात स्वत: मूत्रपिंडच व्हिटॅमिन 'डी' तयार करतात, ज्याचा उपयोग शरीराला असतो. 'डी'चा अभाव असणाऱ्या रुग्णांच्या मूत्रपानानं तो दोष दूर होऊन जातो. किडनीमध्ये अनेक ग्रंथींतून हार्मोन्स जमा होत असतात. ज्यांना आपण रेनिन म्हणतो. ती रक्ताभिसरणाच्या कामाला शक्ती देतात आणि त्यांच्यामुळे रक्तदाबावर परिणाम होतो. अमेरिकेतल्या संशोधकांनी मूत्रामध्ये 'युरेकिन्स' नावाचं रसायन शोधलं आहे, ज्याच्यामुळे रक्ताला थकवा येत नाही. याकरिता हृदयविकार थ्रम्बोप्लेबिटीज किंवा फुप्फुसांमध्ये थकलेल्या पल्मोनरी एम्बॉलिजम इत्यादींना रोखण्यासाठी यांचा उपयोग होतो.

'सायन्स डायजेस्ट' जुलै, १९५८ मध्ये असा उल्लेख आहे की, साधारण मानवमूत्रामध्ये एक शक्तिशाली 'ॲट्रीडायलेटिंग' एजंट मिळाला आहे. तो कॉर्डियल मसल्समध्ये नायट्रोग्लिसरीनशी संघटन करून, कॉरोनरी रक्तप्रवाहास वाढविण्याची शक्ती देतो. अशा प्रकारे हा अन्जायना पेक्टोरिसला वाट काढून देण्यास मदत करतो.

२४ ऑक्टोबर, १९६७ ला अमेरिकेच्या हृदय असोसिएशनमार्फत आयोजित केलेल्या विज्ञान प्रदर्शनातील एका प्रयोगात शोधकर्ता म्हणतो की, मानवमूत्रातून मिळालेला पदार्थ, थकलेल्या रक्तातील फॉरमेन्टेशनमुळे होणारे काही भयंकर रोग असलेल्यांना आशेचा किरण आहे. त्याला ते युरेकिन्स म्हणतात. हा घटक रक्तप्रवाहाला सक्रिय करतो. साधारण २०० रोग्यांवर हा प्रयोग करण्यात आला असून, डॉ. शौरी यांचं म्हणणं आहे की, 'युरेकिन्स हे एक एन्झाइम आहे' जे निरोगी लोकांच्या मूत्रात अत्यल्प मिळतं.

१९६० मध्ये असं अनुमान केलं गेलं की, रक्तक्षयामध्ये युरेकिन्सचा अतिशय प्रभाव पडतो. दरम्यान, हेम्पल युनिव्हर्सिटी हेल्थ सायन्स सेंटरचे चेअरमन डॉ. शौरीनी पल्मोनरी एम्बॉलिजमच्या रोग्यांच्या बाबतीत प्रयोग करून निरीक्षण केलं. त्यात १६० पैकी ८२ रोग्यांना १२ तासांपर्यंत युरेकिन्स देऊन, इतर रोग्यांना 'कांगुलेट' दिलं. परिणामस्वरूप त्यांना असं आढळलं की, नेहमीच्या औषधापेक्षा युरेकिन्स अधिक प्रभावी ठरलं. हे खात्रीनं पक्कं करण्यासाठी अन्य प्रयोग चालू आहेत.

चिंतूकाका : म्हणजे आधुनिक विज्ञानानंसुद्धा मूत्रातलं रहस्य जाणलं आहे तर!

डॉक्टर : अहो, शरीरशास्त्री एलिस बार्कर यांचा असा निर्वाळा आहे की, आमचं हे शरीर औषधी द्रव्याच्या दृष्टीनं अत्यंत चमत्कारिक द्रव्य बनवत असतं. जे पूर्णत: स्वयंपूर्ण आहे, ज्याच्यात शरीरातील विषारी जंतूंचा नाश करण्याचं तत्त्व सामावलं आहे आणि हे द्रव्य म्हणजे आपलंच 'मूत्र'.

नाना : आधुनिक ॲलोपॅथीकडे रोगी ब्लडप्रेशर, मधुमेह, कॅन्सर, लकवा, दमा, संधिवात अशा अनेक रोगांवर शेवटपर्यंत औषधं खात खातच जगाचा निरोप घेताना दिसतो.

डॉक्टर : न्यूयॉर्क हॉस्पिटल कोर्नोल मेडिकल सेंटरचे डॉ. जॉन लाराध यांनी आपल्या वीस वर्षांच्या शोधानंतर असं म्हटलं आहे की, 'रक्तदाबाकरता आज जी औषधं दिली जातात, ती अनावश्यक आहेत. रेनिन नावाच्या तत्त्वानं रक्ताच्या दाबावर संतुलन राखलं जातं.' त्यांच्या प्रयोगाअंती मानवमूत्रात 'कालीक्रेन' नावाचं तत्त्व मिळालं आहे. ते रेनिनला क्रियाशील बनवतं आणि रक्तदाबावर नियंत्रण ठेवतं. वाढत्या वयाबरोबर ताठरणाऱ्या रक्तवाहिन्यांना लवचीक ठेवण्याचं अत्यंत महत्त्वाचं कार्य मूत्रातलं हे 'कालीक्रेन' नावाचं तत्त्व करीत असतं, असं त्याचं म्हणणं आहे.

यावरून ही शोध घेणारी मंडळी पुन्हा हळूहळू शोध घेत घेत लवकरच निसर्गाच्या गर्द छायेखाली येऊन विसावण्याची शक्यता वाढली आहे. आज प्रत्येक घरातला एक तरी माणूस या रोगांनी पछाडला आहे. मधुमेह, हार्ट-अटॅक, लकवा, ब्लडप्रेशर सर्वसामान्य झाले आहेत. त्यामुळे त्याचं गांभीर्य नष्ट झालं आहे. बहुसंख्य मंडळी या रोगातच प्रवास करीत प्राण सोडत असतात. आज जगात केवळ पैशाचंच अवमूल्यन झालेलं नसून, प्राणांचंही अवमूल्यन

झालेलं दिसतं. यंत्रयुगातल्या माणसाला दुसऱ्याच्या प्राणांचं काहीच वाटेनासं झालं आहे, ही वस्तुस्थिती आहे; परंतु निसर्गाच्या या रोगांवरही मात होईल.

अविनाश : सर्व सुखसोईंनी युक्त असलेल्या स्थितीत आधुनिक मानव अकाली वृद्ध होतो आहे आणि अकाली मृत्यूस बळी पडत आहे, ही खरी पाहता भयानक स्थिती आहे.

डॉक्टर : पूर्वी पटकी, विषमज्वर, देवी, क्षयासारखे संसर्गजन्य रोग मानव जातीचे बळी घेत असत; तर आता रक्तदाब, हृदयविकार, कर्करोग, मधुमेह, लकवा, दमा, एड्स अशा रोगांनी मानवाचा संहार चालू केला आहे. या परिस्थितीस मुख्य कारण म्हणजे वस्तुस्थितीचं अज्ञान. निरनिराळ्या क्षेत्रांबरोबरच वैद्यकीय क्षेत्रामध्ये प्रचंड शोध आणि आश्चर्यकारक उपकरणांच्या सोई झाल्या. असंख्य जीवघेण्या साथीच्या रोगांवर मात केली गेली. अचूक मारा करणारी औषधं आणि शस्त्रक्रिया उपलब्ध होऊनही मानवाची सद्य:स्थती केविलवाणीच आहे.

योगेश : परकीय राष्ट्रांमध्येसुद्धा हीच स्थिती आहे?

डॉक्टर : होय. अमेरिका, इंग्लंड, जर्मनीसारख्या अतिप्रगत देशांमध्ये हृदयविकार, मधुमेह, कॅन्सरसारख्या विकारांनी थैमान घातलं आहे. अमेरिकेत प्रतिवर्षी १२ लाख लोक केवळ हृदयविकारानं मृत्युमुखी पडतात.

श्रद्धा : आणि आपल्या देशात त्याचं प्रमाण...?

डॉक्टर : आपल्या देशात त्याचं प्रमाण ५४ टक्के आहे. व्यसनाधीनता, दारू, तंबाखू, चहा, कॉफी, असे आम्लोत्तेजक पदार्थ, संपृक्त स्निग्धं, हवा आणि पाणी यातलं वाढलेलं प्रदूषण, पुरेशा व्यायामाचा आणि विश्रांतीचा अभाव ही निद्रानाश, जडत्व, पोटाचे विकार, पाठदुखी, मानदुखी, हृदयविकार यासारख्या अनेक जंतुविरहित रोगांची संभाव्य कारणं ठरली आहेत.

श्रद्धा : तर मग अशा भयानक स्थितीमध्ये ज्यानं त्यानं आपलं स्वमूत्र पिऊन नियंत्रित योग्य आहार-विहार केला, तर या जागतिक समस्येवरचा हा एक नैसर्गिक तोडगाच ठरू शकेल, नाही का?

डॉक्टर : अगदी लाख मोलाचं बोललात तुम्ही श्रद्धाताई.

योगेश : अजुनी विश्वस्वास्थ्य संघटनेनं शिवाम्बू लक्षात घेतलेली दिसत नाही. घारीप्रमाणे जगभर नजर ठेवून असलेली ही संस्था स्वास्थ्याच्या मुळात अजुनी का शिरलेली नाही, हे कळत नाही.

डॉक्टर : योगेश, जो जाणीव ठेवून चौफेर पाहतो आणि दूरगामी विचार करतो, त्याला हे कळू शकेल. पण आंधळ्या समूहासमोर एका डोळसानं काय सांगावं बरं?

श्रद्धा : आधुनिक विज्ञानांनी किंवा तज्ज्ञांनी कधी शिवाम्बूला शास्त्रशुद्ध विरोध दर्शवला आहे का?

डॉक्टर : अजूनपर्यंत कोणीच ठामपणे या उपचारात तथ्य नाही, असं म्हणून त्याची सकारण मीमांसा केलेली नाही; परंतु तो ग्राह्य आहे, असा संमतिदर्शक होकार अनेकांनी दिल्याचं आपण पाहिलं आहेच. प्राचीन इतिहासाचा मागोवा घेतला आणि स्वानुभव लक्षात घेतला, तर असं निश्चितपणे म्हणता येईल की, 'शिवाम्बु' हे टाकाऊ मूत्र नसून मानवी झाडाच्या फळांचा बहुगुणी असा रस आहे. ते अहिंसक सुसंपन्न स्वास्थ्य-पेय आहे.

पेयाच्या दृष्टीनं दूध हे जरी शुभ्र असलं, तरी प्राणिजन्य हिंसक पेय म्हणावं लागेल. कारण बिचाऱ्या पिल्लांच्या पोटावर अलगद पाय ठेवून ते काढलेलं असतं. हे दूधं पिणाऱ्याचं कोलेस्टेरॉल वाढवून त्याच्या हृदयाचा कालांतरानं संहार करतं. अशा दुधाला 'हिंसक' नाही तर आणखी काय म्हणणार?

नाना : म्हणजे मी आता दूध पिणं बंद केलं पाहिजे की काय?

डॉक्टर : हो. माझ्या मते तरी दूध हा एक शुभ्र दिसणारा अनभिज्ञ फासाचा दोर आहे. पूर्ण वाढ झालेल्याला आणि कष्ट कमी असणाऱ्या व्यक्तीमध्ये चरबीच्या बारीक-बारीक गाठी निर्माण करीत कालांतरानं हृदय आवळणाऱ्या दुधाला दुसरं काय म्हणायचं? पूर्णान्न ठरलेलं हे दूध पूर्ण माणसालाच पूर्णतः गिळून टाकतं. मात्र ही गोष्ट दीर्घ मुदतीत होत असल्यानं त्यातल्या दोषांचा परिणाम जाणवत नाही. जसा लहान मुलाचा ड्रेस आणि बूट चांगला छान-छान दिसतो, म्हणून तो मोठ्यांना घालता येत नाही, तसंच अपुऱ्या बालकांना उत्तम ठरलेलं दूध हे पूर्णतः वाढलेल्या प्रौढाला अयोग्यच ठरतं.

अविनाश : बाप रे! अशी कोणती द्रव्यं असतात दुधामध्ये स्वास्थ्याला इजा पोहोचवणारी?

डॉक्टर : दुधात 'केसिन' नावाचं द्रव्य ३०० टक्क्यांपेक्षा जास्त आहे. त्यामुळे सर्दी, श्वास इत्यादी त्रासांबरोबरच कफ वाढतो, तसंच यानं जठराग्नी मंद होतो. दुधात ॲन्टासिड असल्यानं अल्सरच्या किंवा आम्लपित्ताच्या रोग्यांनी ते औषध म्हणून फक्त घेणं योग्य होईल;

परंतु ज्यांना मलावरोध असतो, अशांना दूध घेतलं की, पोटातल्या ॲसिडमुळे दुधाचं दही होऊन जळजळ अधिक वाढते किंवा गॅसेस होतात. मग पुन्हा यासाठी सारक औषधं घ्यावी लागतात.

योगेश : आपण तर दुधाचा महापूर आणणाऱ्या अनेक सरकारी आणि खासगी योजनांचा लाभ घेत आहोत. जणू पुराणातली 'क्षीरसागरा'ची कल्पना आता प्रत्यक्षात आली आहे.

चिंतूकाका : आम्ही आपलं दूध म्हणजे सर्वांत चांगलं अन्न समजत होतो.

डॉक्टर : आयुर्वेदात गाय, म्हैस आणि शेळी यांच्या दुधाच्या गुणधर्मांचा विचार केवळ दूध हे औषध म्हणून वापरण्यापलीकडे नाही. त्या सर्वांत गाईचं दूध अग्रेसर मानलं आहे. एकूण पाहता दुधाचा महापूर जरी आला, तरी प्रत्येकानं दुधाचा औषधी उपयोग आपली प्रकृती, पचनशक्ती आणि विकाराचं स्वरूप पाहूनच केवळ केला पाहिजे.

श्रद्धा : डॉक्टर, दुधाला पर्याय आहे का?

डॉक्टर : दुधाला उत्तम पर्याय म्हणून शिवाम्बू तरी प्रथम क्रमांकावर आहेच. शिवाय भुईमुगातील दाण्याचे मोड, गाजराचा रस, ओल्या मक्याचा कोवळा रस, ओल्या हिरव्या पालेभाज्यांचा हिरवा रस, सोयाबीनचं दूध हेही उत्तम पर्याय आहेत.

योगेश : डॉ. सुभाष ए. गोखले, एम. एस. (मुंबई) डी. ओ. (लंडन) हे मुंबईतील ख्यातनाम सर्जन. 'आहार नियमन उपदेश' या आपल्या छोट्या पत्रिकेत त्यांनी 'टाळा'- या शब्दापुढे तांदूळ, साखर, सामिष, तेलं, तिखट, मसाले, दूध आणि दुधाचे पदार्थ असा स्पष्ट उल्लेख केला आहे. 'रोखा' - या शब्दापुढं चहा, कॉफी इत्यादींचा तर 'दिवसातून केव्हाही' - या शब्दापुढं कोणतीही फळं असं लिहिलं आहे.

चिंतूकाका : म्हणजे याकडे आता आधुनिक डॉक्टरांचंसुद्धा लक्ष वेधलेलं दिसतंय.

नाना : म्हणजे पूर्वी काळ्या पाण्याची शिक्षा असायची, तशी ही पांढरी शिक्षा समजायची तर...!

अंबूकाकू : डॉक्टर, स्वभावाला औषध नाही म्हणतात, पण शिवाम्बू हे औषध त्याला अपवाद ठरू शकेल का?

डॉक्टर : यासाठी आधी काही गोष्टी मला सविस्तर सांगाव्या लागतील. माणसाच्या स्वभावाची विशिष्ट ठेवण निर्माण व्हायला वातावरण, संस्कार यांच्याइतकीच त्याच्या देहांतर्गत होणारी रासायनिक घालमेल

हीही जमेत घ्यायला पाहिजे. वर वर दिसणारा माणूस हा आत शिजत असलेल्या घडामोडीचे प्रतिबिंब असतो. शौचाला कुचंबणारे लोक, त्यांचे चेहरे, चिडका स्वभाव आठवून पाहा. त्यांची अस्वस्थता, कोणत्याही कामात मन न लागणे, झोप न येणे, स्वतः बेचैन होऊन इतरांनाही बेचैन करणे, हे चालूच असतं. मग साफ शौच घडवणारं औषध या त्यांच्या स्वभावाला आणि चालू प्रतिक्रियांना बदलू शकणार नाही का?

राजसी, तामसी आणि सात्त्विक असे स्वभावगुण व्यक्त होण्यास तीन प्रकारच्या आहाराचे वर्णन अध्यात्मात, तसंच आयुर्वेदात केलेलं आहे. नैसर्गिक आहार हा सात्त्विक असून तो प्राकृतिक माणूस बनवतो. मसाल्याचे पदार्थ हे माणसाला राजसी बनवतात, तर मिरची, मीठ, तेलकट मसाले याने पित्तरसाची वृद्धी होऊन माणूस तामसी बनतो. हा तमोगुण तापट प्रवृत्ती प्रकट करतो. ज्या प्रकारचे जळण चुलीत घालणार त्या प्रकारचा दर्प आणि आवाज निघणार हे कोण मान्य करणार नाही? इतकंच कशाला, साधी गोष्ट आहे. स्वच्छ अंघोळ केलेला आणि परीटघडीचे कपडे चढवलेला माणूस कुठेही बसायला तयार होणार नाही. तो नक्कीच स्वच्छ जागा पाहील. तसंच स्वच्छ अन्न, शुद्ध हवा, शांत वातावरण माणसाला सात्त्विक माणूस बनवायचा प्रयत्न करतात. आजची विक्षिप्त माणसे ही या प्रचंड आवाजांनी, हॉटेलच्या खाण्यांनी, अशुद्ध हवेने आपण मनुष्य आहोत याचं भान विसरलेली आहेत.

श्रद्धा : मग तुम्ही म्हणता त्यानुसार माणसाच्या मनाचं परिवर्तन होऊ शकेल का?

डॉक्टर : हो, का नाही? माणसाची विक्षिप्तता ही सर्वथा चुकीच्या खानपान-विहाराची प्रतिक्रिया असते. त्यांच्या देहांतर्गत विकृत रासायनिक द्रव्यांचा तो उद्रेक असतो. तुम्ही जर शरीरातल्या त्या विकृत विजातीय रसायनांना बाहेर काढलंत तर उरेल तो केवळ माणूस असेल आणि शिवाम्बू हा उपाय हे काम निश्चित करतो. जसं मोठ्या दगडातल्या अवास्तव कपच्या काढल्या की, मूर्ती तयार असते तसं. साधी दिव्याची ज्योत घ्या. तिच्या आवाजाला, तिच्या फडफडण्याला, मंद-प्रखर, कमी-जास्त होण्याला जबाबदार कोण? दिवा की त्यातलं तेल नि त्याच्या बाजूची परिस्थिती?

श्रद्धा : खराब तेल आणि वादळी परिस्थिती.

डॉक्टर : चित्ताच्या चेतनेबाबतही तसंच आहे.

अविनाश : मला पटलं हे, पण मला आणखी एक विचारायचं होतं, शिवाम्बू घेणं सुरू केल्यानंतर नजीकच्या काळात काही दुष्परिणाम- ज्याला आपण प्रतिक्रिया म्हणू, असा असतो का?

डॉक्टर : शिवाम्बू चालू केल्यावर प्रथम उलट्या होणं, मळमळणं, नंतर अंगास कंड सुटणं, गुदद्वारास भगभगणं किंवा त्याचा भाग बाहेर डोकावणं, तोंडात घशाजवळ पुरळ येऊन गिळण्यास कष्ट पडणं किंवा मूळ असलेला आजार तीव्र होणं अशा काही प्रतिक्रिया दिसतात. अशावेळी अधिक शिवाम्बूपान करावं लागेल.

श्रद्धा : (घाबरून) बाप रे! असे दुष्परिणामसुद्धा होतात...?

डॉक्टर : हे बघा, मी तुम्हाला तुमच्या अगदी परिचयाचं उदाहरण देऊन सांगतो. आपल्या राहत्या घरात उंदीर-घुशींचा बाजार भरला असेल, त्याचा आपल्याला उपद्रव होत असेल आणि त्यावर उत्तम उपाय म्हणून आपण मांजर पाळू लागलो, तर काय होईल बरं? घरात मांजराचा प्रवेश होताच आधी सर्व उंदीर-घुशी अडगळीमध्ये, कपाटामागे अथवा बिळा-छिद्रात दडून बसतील आणि हे मांजर इथंच स्थायिक होणार हे लक्षात आल्यावर जीव वाचवण्यासाठी मोरीतून, कौलातून, खिडकीतून वा अन्य मिळेल त्या मार्गाने पळून जाण्याचा निर्वाणीचा प्रयत्न करतील. अगदी तसंच, तुम्ही शिवाम्बूला देहात प्रवेश देऊ लागताच तुमच्या देहात असलेली विजातीय द्रव्यं, असतील तेथून बाहेर पडू लागण्याची शक्यता असते. उलटीतून, शौचातून, प्रसंगी त्वचेतून पू, करटं, केसतूड अथवा बारीक फोड उठूनसुद्धा बाहेर डोकावण्याची शक्यता असते. अर्थात वास्तविक शरीरात उपद्रव देणाऱ्या विषारी द्रव्यांना गचांडी देण्याचंच हे काम चालू असतं. यालाच तुम्ही लोक प्रतिक्रिया किंवा दुष्परिणाम म्हणणार असाल, तर तो गैरसमजच म्हणावा लागेल. ही प्रतिक्रिया किंवा दुष्परिणाम नसून ती स्वास्थ्यासाठी होणारी प्रक्रिया असते, ही गोष्ट लक्षात घेणं महत्त्वाचं आहे. असा जेव्हा थोडा त्रास सुरू होतो, तेव्हा या क्रिया अल्पकाळात शीघ्रगतीनं व्हाव्यात, म्हणून शिवाम्बूचं प्रमाण वाढवायचं आणि अन्न हळूहळू बंद करीत काही दिवस लंघन करायचं. म्हणजे थोडक्यात आणीबाणी पुकारून देहशुद्धीची मोहीम उघडायची, हे लक्षात घ्या. यानं देहातल्या अस्ताव्यस्त अवयवांना शिस्तीचे धडे देणं चालू राहातं आणि

कालांतरानं व्यक्तीला संपूर्ण देहात निरामय शांतीचा अनुभव येऊ लागतो.

आणखी एक उदाहरण द्यायचं झालं, तर असं म्हणता येईल की, शिवाम्बू बरेच दिवस साचून बसलेल्या अडगळीतल्या घाणीला हलवून बाहेर काढते. त्यामुळे ती घाण जाता जाता देहाच्या या घराची थोडी नासधूस करीत, हातपाय आपटत गेली, तरी आज हे घर आपल्या स्वाधीन होत आहे, याचा आनंद आत गुदगुल्या करीत असतो. हा अनुभवसुद्धा सुज्ञ-बिलंदर घरमालकाला येईलच!

चिंतूकाका : या तुमच्या समर्पक आणि चपखल उदाहरणांनी आम्हाला आता सर्व पटलं. पूर्वी वाटायचं, जे स्वत:च टाकाऊ असतं, ते काय उपयोगाचं असणार?

डॉक्टर : चिंतूकाका, आधुनिक विज्ञान कमीत कमी जागेत, कमीत कमी वजनात, अधिकाधिक ऊर्जा आणि तीसुद्धा अधिक काळ सक्रिय व्हावी, यासाठी प्रयत्नांची पराकाष्ठा करीत आहे; आणि या एकमेव ध्येयाची परिपूर्ती करण्याचा खटाटोप म्हणजेच आजचं आधुनिक प्रगत विज्ञान.

अविनाश : यातूनच तर छोट्या, हलक्या, कमी इंधनात दीर्घप्रवास करणाऱ्या गाड्या, मोटारी, मोटरसायकली, विद्युत उपकरणं, कॉम्प्युटर्स, कॅलक्युलेटर्स, इलेक्ट्रॉनिक घड्याळं यांचा जन्म झाला.

डॉक्टर : अगदी बरोबर. यानुसार विचार केल्यावरसुद्धा कमीत कमी जागेत, कमीत कमी आहारात, कमीत कमी वजनात, जास्तीत जास्त चिवट आणि आयुष्याचा जास्तीत जास्त काळ सक्रिय राहाण्यासाठी शिवाम्बू हाच एक प्रभावी उपाय ठरतो. तेव्हा या दृष्टीनं पाहिलं तरी एकविसाव्या शतकाच्या आरंभीसुद्धा शिवाम्बूशिवाय विज्ञानाला दुसरा पर्याय नाही. केवळ आठ-दहा दिवसांत चेहरामोहरा बदलून टाकणारी प्रामाणिक उपचारपद्धती आहे ही.

नाना : डॉक्टर, तुम्ही म्हणता, ही गोष्ट खरी आहे, माझी एक फार जुनी आठवण सांगतो. ...साधारण तीस एक वर्षांपूर्वीची गोष्ट. आमची 'भारत यात्रा' म्हणून सहल निघाली होती. सर्व जातीधर्मांच्या मंडळींनी त्यात भाग घेतला होता. त्यातला एक प्रवासी काही वेगळाच होता. त्याच्याकडे कमीत कमी सामान; म्हणजे गळ्यात टांगती पिशवी, त्यामध्ये एक लुंगी, एक पेला, एक रेझर, एक शाल, पेन-नोटबुक आणि एक खादीचा ड्रेस. इतक्या साहित्यानिशी ही व्यक्ती तीन-चार महिने प्रवास करीत होती. तेसुद्धा अतिशय प्रसन्नतेनं.

मी तर माझं साहित्य सांभाळण्यात आणि ते लावण्यात पार थकून जात असे. मी त्या गृहस्थांना एकदा विचारलं, "आपलं सामान?" ते उत्तरादाखल प्रसन्नतेनं पिशवीला हात लावून म्हणाले, "हे इतकंच!" मी विचारलं, "म्हणजे?" तेव्हा ते हसतमुखानं रेल्वेच्या डब्यात लिहिलेल्या एका वाक्याकडे बोट करीत म्हणाले, "हे वाचा." मी पाहिलं, तिथं लिहिलं होतं, 'कम सामान, तो यात्रा आसान.'

मी त्यांची दिनचर्या जवळून पाहू शकत होतो. कमीत कमी भाष्य, बसायला कमीत कमी जागा आणि जास्तीत जास्त प्रसन्नता; चालण्यात उठण्यात, परोपकारात सर्वांच्या पुढे. त्यामुळे त्यांच्या व्यक्तिमत्त्वानं मला घेरलं होतं. मी न राहवून शेवटी त्यांना विचारलं, "या साऱ्या तुमच्या व्यक्तिमत्त्वाचं रहस्य काय?" तेव्हा त्यांनी एक पेला काढून दाखवला. मी म्हटलं, "छे, काहीच समजलं नाही!" तेव्हा ते फक्त करंगळी उभी करून पेल्यात ओतून पिण्याचा आविर्भाव करून दाखवीत हसत हसत म्हणाले, "हा याचा प्रताप आहे." मी बुचकळ्यात पडून म्हटलं, "हा काय प्रकार आहे?" तेव्हा प्रसन्न हास्य फेकीत ते पुन्हा उद्‌गारले, "हा याचाच प्रताप आहे." मला त्यावेळी ते फार विचित्र वाटलं, त्यामुळे मी त्यात फारसं लक्षही घातलं नाही. परंतु ४५ ते ५० वयाची ही काठेवाडी राजस्थानी, स्पष्ट, स्वच्छ व्यक्तिमत्त्वाची व्यक्ती मी आजही विसरू शकत नाही.

अविनाश : डॉक्टर, तुमच्या दृष्टिकोनातून आदर्श व्यक्तिमत्त्वाच्या धारणा काय आहेत?

डॉक्टर : मी असं म्हणेन की, जी व्यक्ती जीवन हा एक प्रवास समजून, कमीत कमी परिग्रह ठेवून कमीत कमी गरजा निर्माण करून, आपल्या अस्तित्वाची उपद्रवात्मक जाणीव दुसऱ्यांना कमीत कमी देऊन अधिकाधिक प्रसन्न राहते आणि इतरांना प्रसन्न करते; स्वत: दीर्घायुषी होऊन दुसऱ्यांनाही दीर्घायुषी होण्याचा मार्ग दाखवते; स्वत:चं आरोग्य सांभाळून दुसऱ्यांना आरोग्य देते आणि जीवनाच्या अंतिम चरणातसुद्धा आपल्या सहवासानं मृत्यू हा मृत्यू नसून एक रूपांतरण आहे, हे दाखवून देते, ती आदर्श व्यक्ती आहे असं म्हटलं पाहिजे. माझ्या दृष्टीनं हीच खरी आदर्श व्यक्तिमत्त्वाची धारणा आहे आणि हाच अध्यात्माचा केंद्रबिंदू आहे. मला नेहमी वाटतं, जगाच्या पाठीवर ज्या अनंत विभूती झाल्या, त्यांचा हाच

परिपाठ होता. या व्यक्तिमत्त्वासाठी हवा उत्तम संयम, उत्तम संयमासाठी हवी उत्तम सहनशीलता, उत्तम सहनशीलतेसाठी हवं उत्तम स्वास्थ्य, उत्तम स्वास्थ्यासाठी हवा उत्तम नियंत्रित योग्य आहार-विहार आणि शिवाम्बूचा एकच पेला!

अंबूकाकू : डॉक्टर, तुम्ही सारखं शिवाम्बूचा एकच पेला, एकच पेला म्हणता, मग मला मात्र गेल्या तीन-चार दिवसांपासून एकसारखं का बरं शिवाम्बू प्यायला लावताय?

चिंतूकाका : तुला एक पेला पुरणार नाही असं डॉक्टरांना वाटतंय...

अंबूकाकू : पुरे हं थट्टा, हं सांगा ना डॉक्टर...

डॉक्टर : (हसून) सांगतो, काकू सांगतो... प्रथम मला हे सांगा, समजा तुमचं हे घर कौलं शाकारणीकरता उलगडलं आहे. संपूर्ण व्यवस्थित शाकारणी झाली आहे. तेव्हा आता घराची सफाई तुम्ही कशी कराल?

अंबूकाकू : पहिल्यांदा खापराचे तुकडे वेचून पाटीत भरून टाकीन, नंतर खराट्यानं मोठा मोठा केर लोटीन. नंतर बारीक केर झाडणीनं काढीन, त्यापेक्षा जी बारीक धूळ आहे, ती ब्रशानं लोटून गोळा करीन. त्यानंतर ओल्या कापडानं पुसून काढीन. मग घर कसं लख्ख होईल!

डॉक्टर : ही झाली अखेरची सफाई. यानंतर रोज इतकं करावं लागेल का?

अंबूकाकू : छे! छे!! रोज फक्त झाडूनं झाडून ओल्या कापडानं पुसलं, की झालं.

डॉक्टर : अगदी बरोबर. तुमच्या देहाचीही आता तशी पहिली सफाई चालू आहे. लवकरच पूर्ण सफाई होईल आणि त्यानंतर शिवाम्बूचा एकच पेला पुरेसा आहे.

अंबूकाकू : खरंच संकटसमयी कोणीही, कितीही केलं, तरी शेवटी स्वत:लाच सर्व सहन करावं लागतं आणि त्यावेळी मात्र स्वमूत्र हाच एक आधारस्तंभ असतो, असं चार दिवसांच्या अनुभवातून मला पटलंय.

चिंतूकाका : शिवाम्बू म्हणजे आधारस्तंभ आणि आम्ही रिकामटेकडे खांब वाटतं? (सर्वजण हसतात.)

अंबूकाकू : पुरे हं थट्टा. सांगून ठेवते!

नाना : मी तर म्हणेन, ज्याला वेळ, पैसा, श्रम आणि प्राण वाचवायचे आहेत, त्यांनी कोणत्याही स्थितीत या उपचाराचा जरूर लाभ घ्यावा.

श्रद्धा : मध्यंतरी वरचेवर आपले लेख वर्तमानपत्रातून येत असत. पण शिवाम्बू ही एखादी औषध-वल्ली समजून मी मात्र त्याकडे दुर्लक्ष केलं होतं. पण आता त्याचं महत्त्व पटलं.

योगेश : काही दिवसांपूर्वी कुठेसं वाचलं होतं की, परदेशात 'एड्स'वर शिवाम्बू उपचार अनुकूल असल्याचं चर्चिलं जातंय म्हणून.

डॉक्टर : ॲड. जी. के. ठक्कर यांनी पंचतारांकित ताजमहाल हॉटेलमध्ये भरलेल्या एका परिसंवादात 'एड्स' हा असाध्य रोग शिवाम्बू उपचारानं बरा होऊ शकतो असा दावा केला असून, त्यांना आपल्या देशाबरोबरच परदेशांतूनसुद्धा प्रतिसाद मिळाला आहे. या उपचार-माध्यमानं संशोधन करणारे हॉलिवूडचे डॉ. बिट्रीस बार्नेट यांनी या विधानाला मान्यता देणारं पत्र श्री. ठक्कर यांच्याकडं पाठवलं आहे. 'क्वींक्यू पॅलडिनो' यानं एका लेखातून 'एड्स'सारख्या भयंकर रोगावर स्वमूत्राचा इलाज किती प्रभावी ठरतो, हे सोदाहरण नमूद केलं आहे.

चिंतूकाका : एकंदरीत शिवाम्बू ही माणसाला दिव्यत्व देणारी औषधी आहे. पण निरोगी माणसानं ती कशी घ्यावी म्हणजे त्याचा कोणताच त्रास होणार नाही?

डॉक्टर : शिवाम्बू कशीही घेतली तरी तोटा होत नाही; पण ती अजिबात न घेता दिवस गमावू लागलो, तर मात्र तोटा होण्याची शक्यता आहे. रात्रीच्या चौथ्या प्रहरी जेव्हा आपण उठतो, त्यावेळची पहिली लघवी अतिशय महत्त्वाची असते. सात ते आठ तासांच्या प्रदीर्घ विश्रांतीनंतर येणारी थोडीशी, पण उग्र दर्पाची अशी ती लघवी वात-पित्त-कफ साफ होण्यास उपयुक्त असते. त्यामुळे माणसाला प्रसन्नता लाभून उत्साह वाढतो. आठवड्यातून किंवा पंधरा दिवसांतून एक वेळ संपूर्ण चोवीस तासांतली थेंब न् थेंब शिवाम्बू पिऊन अन्नांश वर्ज्य केल्यामुळे सतत चालू राहिलेल्या पचनसंस्थेला विश्रांती मिळते आणि तिची कार्यक्षमता वाढते. त्यामुळे आजार तुमच्या शरीरात प्रवेश मिळवू शकत नाहीत. बद्धकोष्ठ आणि अपचन हेच सर्व आजाराचं पहिलं कारण आहे. जेवतानाही अल्प प्रमाणात भूक शिल्लक ठेवून चावून खाल्लं पाहिजे. प्रत्येक सकाळी पाच-साडेपाचच्या दरम्यान शिवाम्बू प्राशन करून ताबडतोब चार भिंतीच्या बाहेर पडावं आणि शीघ्र गतीनं अनवाणी फिरायला जावं. परतीच्या ठिकाणी पद्मासनात बसून दीर्घश्वसन वीसवेळा तरी करावं आणि घरी परतावं. यामुळे अशुद्ध हवा बाहेर पडते. सकाळचा शुद्ध 'ओझोन वायू' शरीरात साठविला जातो. पोटातल्या शिवाम्बूच्या हालचालींमुळे सर्वत्र तो पसरतो. त्यामुळे सर्व भागांतून घाण एकत्र शौचामार्गे निघून जाणं सुलभ होतं. अनवाणी फिरल्यामुळे भूमीशी

आपल्या शरीरातील विद्युत-शक्तीचं एक सर्किट पूर्ण होतं. अशा रोजच्या सरावामुळे डोळ्यांचे विकार, अकाली केसांचा पांढरेपणा कमी होतो. मातीच्या भांड्यात आटवून १/४ केलेल्या शिवाम्बूनं सर्व शरीरास तास-दीड तास पायाकडून हृदयाच्या दिशेनं वर मसाज करीत ती मुरवणं फार चांगलं असतं.

अविनाश : मला तर वाटतं की, शिवाम्बूचा प्रत्येक थेंब जसा महत्त्वाचा, तसाच शरीराचा प्रत्येक बारीक-सारीक भागसुद्धा मोलाचा, महत्त्वाचा म्हणायला हरकत नाही, होय ना?

डॉक्टर : अर्थातच! असं बघा, मानवी देह हे एक नऊ छिद्रांचं भांडं आहे आणि त्या प्रत्येक छिद्रातून उत्सर्जित होणाऱ्या पदार्थाला आपण वेगवेगळी नावं दिलेली आहेत. अन्न या एकाच कच्च्या मालाची ती वेगवेगळी रूपं आहेत. तोंडातील थुंकी, नाकातील शेंबूड, डोळ्यांतील अश्रू व चिपड, त्वचेतील घाम, कानातील मळ, जननेंद्रियातील मूत्र, वीर्य व विटाळ, इत्यादी याच्या अवस्था आहेत. मेंदू हा शरीराचा महत्त्वाचा भाग म्हणून त्यास अध्यक्ष म्हटलं, तर डोळे पहारेकरी, हात सैनिक, पाय वॉचमन, पोट गोडाऊन, कान हेर, डोळे परीक्षक, नाक हवेची नळकांडी, तोंड आयात नियंत्रक महाद्वार, गुदद्वार म्हणजे माल निर्यात केंद्र. असे हे विभाग आणि त्यांचं हे कार्य आहे. मेंदू या महत्त्वाच्या अधिकाऱ्याला निसर्गाने सर्वांत अतिभक्कम, उच्च स्थान दिलं आहे. त्यावर मऊ, रेशमी केसांची छत्री आच्छादलेली आहे. ऊन, वारा, गारा यापासून संरक्षण व्हावं, म्हणून त्याला अगदी योग्य स्थान दिलेलं आहे. शरीराचा प्रत्येक कानान् कोपरा महत्त्वाचा असून, त्याचा स्वास्थ्य विकसित करण्यासाठी काही ना काही उपयोग निश्चितच असतो. कोणताही अवयव, ग्रंथी किंवा भाग शरीराला अवास्तव जोडलेला नाही. एखाद्या अवयवाचा उपयोग करवून घेणं आपण सोडून दिलं की, तो अवयव हळूहळू निष्क्रिय होऊन गळून पडू शकतो. उदाहरणार्थ, शेपूट. दोन पायांवर उभं होताच शेपटीचं काम संपलं. त्यामुळे शेपूट निष्क्रिय होत होत तो अवयव नामशेष झाला.

नाना : तसा नजीकच्या काळात आणखी कोणता भाग तर नामशेष होण्याची शक्यता नाही ना?

डॉक्टर : माणसाचं पाकविज्ञान आणि यांत्रिकता अशीच विकसित होत जाईल, तर नखं, दात, केस आणि हात-पायसुद्धा कालांतरानं

कालवश होतील! ज्या इंद्रियाचं काम संपतं, तो दुर्बल होतो आणि जे दुर्बल असतं, ते पुन्हा अवतरणं अशक्य होतं. या सृष्टीमध्ये ज्या त्या वेळच्या आवश्यकतेनुसारच विशिष्ट अवयव किंवा तो प्राणी विकसित होत गेलेले आहेत.

जर्सी गाईची शिंगं ॲसिडनं बालपणीच जाळून शिंगाशिवाय त्यांना सुरक्षित उभं करण्यात आपण यशस्वी झालो. म्हणजे हे असंच संशोधन पुढं निघालं, तर आपल्याला बिनशिंगाचे गाई-बैल दिसतील. काखेतले आणि जांघेतले केस अडवण्याचा निसर्ग-बाह्य प्रयत्न आता सर्वजण नाही का करत?

श्रद्धा : पण मुळात त्यांचा उपयोग आहेच कुठे?

डॉक्टर : काख आणि जांघ म्हणजे अनुक्रमे हात आणि दोन पाय धडांना जोडलेल्या जागा आहेत. या जोडांवर सांधा आहे. अखंड जीवनभर करायच्या अनंत हालचालींमध्ये हे केस जोडाच्या त्वचेला घर्षणापासून 'शॉक ॲबसॉर्बर'प्रमाणे दूर ठेवतात. मधल्या केसांच्या माध्यमानं जोडामधल्या दोन त्वचांच्या पृष्ठभागांत घर्षण होत नाही. उलट, इथले केस काढून टाकल्यामुळे जास्त, सततच्या शारीरिक हालचाली करणाऱ्या लोकांमध्ये त्या विशिष्ट जागची त्वचा त्वचेवर घासली जाऊन गरम होते. मग तिथे गजकर्ण आणि इसब झालेलं आपल्याला पाहायला मिळतं. याला धोबीचट्टा असंही म्हणतात.

यांत्रिक युगामुळे ज्यांचे कष्ट थांबले, त्यांना हे केस म्हणजे नसती आफत झाली आहे. यंत्रामध्ये ज्या भागात अधिक घर्षण होतं, तिथं थेंबा-थेंबाने तेल सोडण्याची सोय केलेली असते ना? त्याप्रमाणे केस असूनही अधिक हालचालींमुळे घर्षण अधिक होत असेल, तर थेंब थेंब ओलावा एक वंगण म्हणून मिसळला जाण्याची सोय निसर्गदत्त आहे. ज्याला आपण घाम म्हणतो. त्याला एक गंध असतो. केवळ घर्षणामुळे त्याला हा विशिष्ट गंध आलेला असतो. हा गंध कपड्यात कोंडला गेल्यामुळे त्यात साठलेला दुर्गंध आपल्या हालचालीबरोबर बाहेर फेकला जातो. टेरिलिन, नायलॉन, बॉस्कीसारख्या हवाबंद पोशाखात दुर्गंधीचा उपद्रव अधिक जाणवतो. सुती, ढिले खादी कपडे असतील तर तो गंध कमी असतो. उघड्या माणसाकडे हा वास मुळीच थांबू शकत नाही. वाऱ्याबरोबर तो हवेत विरून जातो.

श्रद्धा : डॉक्टर, पांढरे केस, काळे केस, अकाली वार्धक्य याबाबत आपण

काही चिंतन केलेलं असेल तर थोडं सांगणार का?

डॉक्टर : चिंतन म्हणालात, तर कोणीही चिंतन केल्यास त्याच्या हे सहजच लक्षात येईल की, सर्व शरीरावर चिंपाझीप्रमाणे माणसाच्या अंगावर केस होते. जसजशी याची जागा पोशाखानं घेणं चालू झालं, तसतसे केस अदृश्य झाले, अति आवश्यक ठिकाणी त्यांची अद्याप उपस्थिती आहे. निसर्गानं मेंदू हा अवयव एका भक्कम उंच जागेत ठेवून त्यावर मऊ केसांचं शिरस्त्राण आच्छादलं आहे. केसांचा निस्तेज काळा रंग हा सौर उष्णता ग्राहक आहे. पडणाऱ्या उन्हाची किरणं प्रथम डोकंच अधिक झेलत असतं. सूर्यचुलीतलं काळ्या भांड्याचं टोपण तापून डब्यातलं अन्न शिजतं, तसे डोक्यावर असलेले काळे केस सूर्यकिरणांतली अल्ट्राव्हायोलेट किरणं अधिक शोषतात आणि त्यामुळे मेंदूतल्या संभाव्य ज्ञात-अज्ञात ट्यूमरपासून मेंदू सुरक्षित राहतो. तसंच केसांमुळे गारांचा खड्यासारखा होणारा वर्षाव सहन केला जाऊ शकतो. आज आपण कोणताही आघात सहन करण्यासाठी हेल्मेटचा वापर करतो, ही गोष्ट वेगळी. अपघातात मेंदूला इजा पोहोचू नये, म्हणून केससमूह शॉक-ॲबसॉर्बरचं काम करतात एवढं लक्षात ठेवा.

अंबूकाकू : मग हे केस पांढरे का व्हावेत?

चिंतूकाका : तू आता आजी होणार, म्हणून म्हणतेस वाटतं.

अंबूकाकू : पुरे हो थट्टा. हं. सांगा ना, डॉक्टर.

डॉक्टर : तरुणपणात सहन झालेली उन्हाची किरणं म्हातारपणात सहन कशी होणार? पांढरा रंग सूर्यकिरणातली उष्णता परावर्तित करतो. उन्हाचा वाजवी ताप पांढऱ्या केसामुळे कमी होतो. त्यामुळे म्हातारपणात केसांनी पांढरा रंग धारण केला नाही, तर उन्हाची किरणं असह्य होतील म्हणून ही निसर्गदत्त योजना आहे; परंतु आजकाल तरुणांचेसुद्धा केस पांढरे झालेले दिसतात.

श्रद्धा : याचं कारण काय?

डॉक्टर : अकाली केस पांढरे होणं हा कृत्रिम यांत्रिक जीवन, अयोग्य आहार-विहार, पिण्याच्या पाण्यात टाकला जाणारा क्लोरिन, तसंच हवेतून येणाऱ्या प्रदूषणांचा परिपाक आहे. पिढ्यान् पिढ्या मानवावर होत आलेल्या संस्कारांचा परिणाम म्हणजे हा आजचा मानव आहे. तेव्हा सर्वस्वी आज दिसणाऱ्या विकृतीला आजच्या माणसाइतकाच भूतकाळातला माणूसही जबाबदार आहे. अर्थात, उद्याचा भावी

मानव आज तुम्ही तुमच्या संस्कारानं घडवीत आहात. इकडे दुर्लक्ष करून, डोळ्यांवर चामडं ओढून निघालात, तर काही वेळानं तुमचा डोळसपणाही शेपटीप्रमाणे एक दिवस संपुष्टात येईल बरं का! (सर्वजण हसतात)

अंबूकाकू : डॉक्टर, दातांची नैसर्गिक निगा कशी ठेवता येईल?

डॉक्टर : माझ्या मते दातांना चोळून, घासून इजा पोचवण्यापेक्षा हिरड्यांना आतून-बाहेरून संपूर्णपणे बोटांनी मसाज केला की, संपूर्ण दातांचं आरोग्य सुधारतं. हिरड्यांच्या मसाजानं हिरड्यांत जमा झालेलं ताजं रक्त दातांची झीज भरून काढतं. हिरड्यांच्या अवस्थेत सुधारणा होऊन सूज नाहीशी होते. दात आवळले जातात. अन्नकण साठून राहू शकत नाहीत. मात्र हिरड्या मसाजाची कृती काहीही खाल्ल्यावर आणि विश्रांती घेऊन उठल्यावर केली गेली पाहिजे. अन्य कृत्रिम गोष्टी वर्ज्य केल्या पाहिजेत.

श्रद्धा : म्हणजे एकूणच कृत्रिमता टाळली पाहिजे असंच ना?

डॉक्टर : माझ्या मते, माणसाच्या जीवनात कृत्रिमतेला कोणतंच स्थान मिळू नये. कारण निसर्गाच्या नित्यनूतनीकरणातून माणसाची निर्मिती झालेली आहे. तेव्हा माणसानं या नैसर्गिक वास्तूत- देहात कोणताच हस्तक्षेप करू नये. अन्यथा बालकानं खोललेलं मनगटी घड्याळाचं व्हावं, तसं होईल. हवा तर एखादा कृत्रिम मानव तयार करावा, पण स्वत:ला मात्र 'नैसर्गिक माणूस'च राहू द्यावं. हीच स्वास्थ्याची गुरूकिल्ली आहे.

नाना : म्हणजे निसर्गात जे जसं आहे, ते तसंच ठेवायचं म्हणा की.

डॉक्टर : तुमच्या देहाला कोणतीही अनावश्यक गोष्ट जोडलेली नाही, हे प्रथम लक्षात घ्या. जे अनावश्यक आहे, त्याला 'काळ' कालांतरानं का असेना, शेपटीप्रमाणे नामशेष करील. अलीकडे टॉन्सिल्स, अपेंडिक्स, गर्भपिशवी, गर्भ वगैरे जे काढलं जायला लागलंय, ते वास्तविक चुकीचंच आहे. पण मांजराच्या गळ्यात घंटी कुणी बांधावी? हा जसा उंदरांना प्रश्न होता, तसा आम्हा निसर्गप्रेमी चिंताग्रस्तांना, विज्ञानाच्या गळी घंटी कुणी बांधावी बरं, हा प्रश्नच आहे.

अविनाश : म्हणजे शरीराची कोणतीच शस्त्रक्रिया करू नये की काय?

डॉक्टर : शस्त्रक्रिया हा बहुधा निष्काम झालेल्या अवयवाचा किंवा सडलेल्या, कुजलेल्या भागाचा म्हणजेच रोगाचा विशिष्ट भाग कापून अलग

करण्याचा प्रकार आहे. मी तर म्हणतो, तो काढला जाणारा भाग हा रोगाचा परिणाम आहे. झाडाचं कारण 'बी' की फळ? झाड निर्माण होण्याचं 'बी' हे कारण असून, फळ हा त्याचा परिणाम आहे. त्याचप्रमाणे सडणारा रोगग्रस्त भाग हा एकंदर असलेल्या जीवाणूंचा परिणाम आहे आणि जीवाणू हे अयोग्य आहार-विहाराचं फलित रूप आहे. तेव्हा शस्त्रक्रिया करून 'परिणाम' काढण्यातून काय साधणार? केवळ परिणामस्वरूप असलेली फळं काढली, तर रोगाचं झाड थोडंच वठणार आहे? कलम करताच त्याला पुन्हा जोम मिळेल आणि अनुकूल परिस्थिती मिळताच तिथं पुन्हा नवीन कोंब फुटलेले दिसतील. जे नियम झाडाचे तेच माणसाचे! सारांश काय, तर सडणारे अवयव काढण्यापेक्षा सडवणाऱ्या जीवाणूंचा बंदोबस्त महत्त्वाचा आहे. हाच निसर्गोपचाराचा उद्देश आहे.

तुम्ही बारकाईनं पाहा. शस्त्रक्रिया करून घेतलेल्या व्यक्तीला त्या विशिष्ट पीडेपासून काही काळच आराम मिळतो आणि पुन्हा दुसरी समस्या दुसऱ्या स्वरूपात उभी राहतेच. कारण, परिणामाला 'कारण' असलेली ती 'यंत्रणा' थंड बसू शकत नाही. ती अनेक रूपांनी क्लेश उभे करणारच. संपूर्ण ॲलोपॅथी परिणामावर इलाज करीत असून, निसर्गोपचार मात्र कारणावर म्हणजे मुळावर लक्ष ठेवून असतो.

इतर उपचार पद्धतीप्रमाणे निसर्गोपचारात नानाविध समस्यांसाठी नानाविध प्रयोग नाहीत. स्वास्थ्य म्हणजेच संपूर्ण देहाचं स्व-स्थितीत येणं. रक्त, मांस, हाडं, केस आणि इतर सर्व अवयव आपापल्या स्थितीत येतात, तेव्हाच स्वास्थ्य हजर होतं. सर्वांनाच त्या स्व-स्थितीत आणण्याच्या एकंदरीत प्रयोगाला निसर्गोपचार म्हणावं लागेल. आजचा माणूस कालांतरानं घडत घडत घडला आहे. आजची ही आकृती विकृत वाटत असल्यास त्यानं पुन्हा पूर्वीचा अनघड माणूस होणंच योग्य. आजसुद्धा माणसानं यथाशक्य अगदी केसापासून, त्वचेपासून, कृत्रिमतेचं सान्निध्य दूर सारलं पाहिजे. कमीत कमी कपड्यांत, पांघरुणाशिवाय, स्वच्छ ताज्या हवेत झोपण्याकडे लक्ष पुरविलं पाहिजे. नैसर्गिक आहार-विहाराचं महत्त्व विज्ञानालाही वाटलं पाहिजे. आजचा समाज हा विज्ञानाची कळसूत्री बाहुली झाला आहे. तो विज्ञान नाचवेल,

तसाच नाचणार आहे. विज्ञानानंच प्रथम निसर्ग समजून घेतला पाहिजे. एक ना एक दिवस हे निसर्गाचं गूढ विज्ञानाच्या लक्षात येईल. पण तोपर्यंत माणसाचा अवतार चुलीतून काढलेल्या लाकडाप्रमाणे झालेला असेल. त्यामुळे श्रद्धाताई, आपल्याला विज्ञानाकडून आज तरी ती अपेक्षा करून लाभ होईल असं वाटत नाही. हा विज्ञानाचा कमकुवतपणा लक्षात घेऊन ज्यानं त्यानं स्व-विज्ञान पणाला लावायचं ठरवलं तर त्याला स्वत:पुरती तरी अनंत समस्यांची घाण काही प्रमाणात पुसून काढणं शक्य होईल. अन्यथा विज्ञानाची पाठ अशीच थोपटत राहिलो तर 'केसानं गळा कापला' हा अनुभव यायला आता वेळ लागणार नाही.

तेव्हा केसांची समस्या असेल, तर रोज केसांना मसाज कराल तो शिवाम्बूनं करू शकलात, तर केसांचा कर्दनकाळ असलेला कोंडा नाहीसा होईल; गळणारे केस सावरतील; मसाजातून निर्माण होणाऱ्या उष्णतेमुळे त्या जागी जादा रक्तपुरवठा होईल आणि नवीन आलेलं अधिक कार्यक्षम रक्त नवीन केसांना जन्म देईल. अशा प्रकारे तुमच्या केसांचं सौदर्य अखंड राहील.

योगेश : सौंदर्यवृद्धीसाठी योगासनं आणि व्यायामसुद्धा उपयुक्त मानला आहे. यासंबंधी आपलं मत काय?

डॉक्टर : निसर्गोपचारात देहपिंड चिवट आणि लवचीक राहावा, खाल्लेल्या अन्नाचं पचन व्हावं म्हणून जी काही वाजवी हालचाल करून घ्यावी लागते, तोच आहे व्यायाम. मात्र संपूर्ण जीवसृष्टीचं उघड्या डोळ्यांनी केवळ निरीक्षण केलं म्हणजे लक्षात येतं की, निव्वळ सुदृढतेकरता कोणताही जीवपिंड कोणतीही हालचाल व्यायाम या स्वरूपाखाली करीत नाही. भय, निद्रा, मैथुन आणि उदरभरण हे पिंडाचे नैसर्गिक गुणधर्म आहेत. प्रत्येक प्राण्याची जी म्हणून काही हालचाल आहे, ती या चारपैकी एकाच्या निषेधातून किंवा अपेक्षेतून असते. आणि या सर्वांतून होणारी शारीरिक हालचाल, ही त्या शरीरास लवचीक आणि चिवट ठेवू शकली आहे. हा निसर्गानुभव आहे. 'थांबला तो संपला' या मूळ तत्त्वांवर जिवंत जीवनाचा मूळ स्वभाव 'चलनवलन' हा आहे. थांबण्याची क्रिया मृतावस्थेस जवळ करण्यापैकी आहे.

सतत उद्योगी राहणं, सतत हालचाल करणं, सतत जागृत

राहणं, हा देहपिंड समजून घेणं म्हणजे कार्यक्षम जीवनप्रणाली संपादणं होय. बैठं काम करणाऱ्यांनी थोडा तरी शारीरिक हालचालीचा व्यायाम केला पाहिजे. मग ती योगासनं का असेनात आणि एकदा हे सत्य लक्षात आलं, की झालं!

आता शेवटी सगळ्याचा सारांश मी असा सांगतो की, आतापर्यंत मी सांगितलेल्या सर्व गोष्टी शिवाम्बूनं शक्य होतात. शिवाम्बू म्हणजे कर्णाची अभेद्य कवच-कुंडलंच म्हणा ना! तेव्हा मला वाटतं, आता तुमच्या मनात काहीही शंका राहिल्या नसतील.

चिंतूकाका : छे, छे! अजिबात नाही! काय हो नाना?

नाना : हे काय विचारणं झालं का? गेल्या चार दिवसांत गहन-विस्तृत चर्चा झाली ती आमच्या कल्पनेहूनही कितीतरी जास्त आहे. याबद्दल डॉक्टर तुमचे किती आभार मानावे तितके थोडेच आहेत.

योगेश : आज विज्ञानामध्ये सर्वांत शक्तिशाली 'अणू' मानला जातो, पण प्रकृतीचा सर्वांत शक्तिशाली 'दिव्य बिंदू' 'शिवाम्बू' आहे, हे आज आम्हाला समजलं.

अविनाश : खरंच डॉक्टर, शिवाम्बूच्या एका पेल्यात काय रहस्य साठलंय ते पटलं मला!

श्रद्धा : मलासुद्धा पटलं!

अंबूकाकू : पण मला तुमच्या हॉस्पिटलमध्ये नेताय ना?

चिंतूकाका : नेताय म्हणजे काय? पोहोचवूनच येतो...

अंबूकाकू : कुठे?

चिंतूकाका : तिथे! (मानेने दूर असा वर आकाशाकडे हात करून आविर्भाव करतात.)

अंबूकाकू : पुरे हं थट्टा! मी नाही इतक्यात तिकडे जायची. मला आता मंत्र मिळाला आहे ना!

चिंतूकाका : कोणता मंत्र सांग तरी!

अंबूकाकू : (लाजत लाजत, हात उंचावून) 'एकच पेला' शिवाम्बूचा!
(सर्वजण अवाक होऊन पाहू लागतात.)

डॉक्टर : अरे वा! अंबूकाकूंना भलताच उत्साह आलेला दिसतोय!!

योगेश : हा तर शिवाम्बूचाच प्रभाव!!

नाना, चिंतूकाका आणि श्रद्धा : (सर्व एका सुरात म्हणू लागतात.)

एकच पेला शिवाम्बूचा ।
ओठी स्पर्श या परिसाचा ।।
पाया समजला स्वास्थ्याचा ।
मंत्र कळला जीवनाचा ।।

(पडदा पडतो.)

थोरामोठ्यांचे भाष्य

'निसर्गोपचार आणि शिवाम्बू'

- माजी पंतप्रधान मोरारजीभाई देसाई
(प्राकृतिक चिकित्सा)

शरीरविज्ञान आणि चिकित्साशास्त्रांचा कितीही विकास होऊ द्या, आम्ही नैसर्गिक अशा विलक्षण शरीररचनेला समजून घेतले आहे म्हणून दावा करू शकत नाही.

गांधीजी देहाला आत्म्याचे मंदिर मानत होते. ते म्हणायचे की, शरीरसुद्धा मंदिराइतकेच पवित्र असले पाहिजे. याच मानवी जीवनास ओळखून ते निसर्गोपचाराकडे आकर्षित झाले होते.

मी केव्हाही कोणतीही काळजी केली नाही. कारण जगामध्ये जे काही होत आहे, ते सर्व काही ईश्वरआयोजित आहे. शांत मन खोल झोप आणते, तेव्हाच शारीरिक थकवा दूर होतो.

शरीर निरोगी ठेवण्याकरता मानव समाजात पाच शास्त्रे प्रचारात आहेत.

१. आधुनिक शास्त्र (ॲलोपॅथी)

२. आयुर्वेद

३. होमिओपॅथी

४. हकीम अथवा युनानी

५. निसर्गोपचार व योगशास्त्र

पहिली चार शास्त्रे शरीर निरोगी ठेवण्यासाठी जितकी उपयोगी असावयास हवी होती, तितकी नसतात आणि बहुसंख्य आजारी माणसे या चार शास्त्रांच्या आधाराने

प्रवास करतात. पाचवे शास्त्र मानवास आजारी पडू न देण्याचा प्रवास घडविते. कोणीसुद्धा मनुष्य या शास्त्राचा थोडा जरी अभ्यास करील, तरी तो स्वत: आपणहून आपल्या तब्येतीवर उपचार घेईल.

पहिल्या चार शास्त्रांसाठी प्रथम शिक्षणामध्ये कमीत कमी चार वर्षे विशेष अध्ययन करावे लागते. निसर्गोपचाराच्या ज्ञानाकरता इतक्या काळाचा अवधी मुळीच नको असतो. केवळ एक वर्षाच्या अभ्यासाने या शास्त्राचे योग्य ज्ञान प्राप्त होऊ शकते.

निसर्गोपचार चिकित्सेमध्ये गुंतागुंत, क्लिष्ट भाग नसून साधनसामग्रीची आवश्यकताही नाही. श्रीमंत अथवा गरीब, सर्व माणसे या उपचाराच्या सान्निध्यात येऊ शकतात. मला गेल्या बासष्ट वर्षांपासूनचा याचा अनुभव आहे.

निसर्गोपचाराकरता शरीररचनेची जाणीव करून घेणे आवश्यक नाही, या मताचा मी आहे. तथापि, अपघात्याला इलाजाकरता या गोष्टीची उणीव असू नये, हे ठीक आहे.

जर हे ठीक समजून घ्याल, की रोग काय आहे, तर त्यावर त्याचा उपचार त्वरित मिळून जाईल. वास्तविक शारीरिक यंत्रणा तीन कार्यांत गुंतलेली आहे.

(१) फाजील घाण बाहेर फेकणे.

(२) ग्रहण केलेले अन्न पचविणे.

(३) दररोज खाल्ल्या जाणाऱ्या नवीन आहाराने वाढलेल्या घाणीस बाहेर ढकलणे.

रोग केवळ एकच आहे आणि तो म्हणजे शरीरातील घाणीचे एकत्रीकरण होय. ज्यांची ही शक्ती कार्यान्वित आहे, ते निरोगी आहेत व बाकीचे रुग्ण आहे. शरीर आपल्या हद्दीतून घाणीस काढून टाकण्याचा जेव्हा प्रयास करते, तेव्हा त्यालाच आपण रोग समजतो.

जेव्हा अस्वस्थता जाणवू लागते, तेव्हा अन्नग्रहण बंद केल्यास शरीरातील सर्व घाण बाहेर फेकणे शरीरास सुलभ जाईल. दरम्यान, बाष्पस्नान, एनिमा, जादा पाणी पिऊन उलटी (वमन) करणे वगैरे पूरक उपचार पुरेसे आहेत. सर्दी, ताप, संग्रहणी वगैरे बंद होऊन जातात. मुदतीचा ताप, क्षय, कॅन्सर असे मोठे आजार सहसा जवळ येत नाहीत. या शारीरिक उत्सर्जित क्रियेस उत्तेजित करण्याकरता शरीरयंत्रणेचा भक्कमपणा तुमच्या मर्यादित व्यायामपद्धतीवर अवलंबून आहे. थोडी जरी अस्वस्थता वाटली व जर तत्काळ शारीरिक निसर्गोपचार योग्य रितीने पाळण्यात आले, तर महाभयंकर व्याधीतून सुटका होऊ शकते. शस्त्रक्रियेची वेळ देखील निघून जाईल.

इंग्रजीत एक म्हण आहे, की 'ए मॅन ॲट फॉर्टी इज आयदर ए फिजीशिअन

ऑर ए फूल' ('A man at forty is either a physician or a fool') याचा अर्थ असा की, चाळीस वर्षांच्या वयानंतर मनुष्य एक तर डॉक्टर तरी बनेल, नाही तर तो मूर्ख तरी असेल. मनुष्य जर समजून घेऊन जगेल, तर त्याला शरीरातील आंतरिक क्रिया समजत राहतील, तत्संबंधी तो पथ्यही पाळेल. पण जर त्याने दक्षता नाही घेतली तर तो बुद्दूच सिद्ध होईल.

मुख्यत्वेकरून शरीरस्वास्थ्यास उचित आहारच आधार आहे. लहानपणी चार वेळा, तरुणपणात तीन वेळा, त्यानंतर साठ वर्षांपर्यंत दोन वेळा व साठ वर्षांनंतर एक वेळ जेवण घेणे हे विशेष महत्त्वाचे आहे. जेवतेवेळी थोडी भूक शिल्लक ठेवली पाहिजे. जे काही खाल, ते खूप चावून गिळले पाहिजे. जणू काही पाणी गिळत आहोत असे ते झाले पाहिजे. इंग्रजीमध्ये एक म्हण आहे. 'ड्रिंक युवर सॉलिड्स अॅन्ड इट युवर लिक्विड्स' (Drink your solids and eat your Liquids) याचा मथितार्थ तोच आहे. जेवणात मसाला खूप कमी वापरल्यास बरे.

सृष्टीने मानव शरीरामध्ये आजारपणाचे इलाजसुद्धा ठेवून दिले आहेत आणि ते आहे 'मानव मूत्र'. सन १९५७ पर्यंत मी या उपचारापासून वंचित होतो. दरम्यान, एक जुने गांधीभक्त आणि माझे सहकारी, स्व. रावजीभाई मणीभाई पटेल यांनी मला मानवमूत्रावर लिहिलेले आर्मस्ट्राँगचे 'वॉटर ऑफ लाईफ' (Water of Life) नावाचे पुस्तक वाचण्यास दिले. ते वाचून मला मानवमूत्राच्या उपयोगाची जाणीव झाली. नंतर शोधताना कळून आले की, हजारो वर्षांपासून आमच्या देशातील साधू याचा उपयोग करीत आले आहेत. पुढे खोल अभ्यास केल्यावर हेही आढळून आले की, ग्रीसमध्ये आजपासून दोन हजार वर्षांपूर्वीच्या ग्रंथांमध्ये या उपचारांचे समर्थन आहे. हिंदूंच्या ग्रंथांमध्येसुद्धा गोमूत्राची पवित्रता सांगितलेली असून, धार्मिक क्रियेच्या अवधीत गोमूत्र-प्राशनाचे आदेश आहेत. मला याचा लाभ झाला. योगीसुद्धा हे उपचार करीत असत. 'शिवाम्बूसंहिता' संस्कृतमध्ये आहे, जी मी वाचली आहे. **हा इलाज मी स्वतःवर करून पाहिला आहे आणि काही रुग्णांनीसुद्धा माझ्या सल्ल्याने याचा प्रयोग केला आहे. याने मधुमेह, कॅन्सर, क्षय, इत्यादी रोग बरे झाल्याचे मी पाहिले आहे. दात, कान, डोळे, त्वचा इत्यादींसाठीसुद्धा हे जालीम औषध आहे.**

विचार करण्यासारखी गोष्ट ही आहे की, हा इलाज लोकमान्य का नाही? समाजामध्ये याबाबत घृणेची भावना आहे, हेच कदाचित त्याचे प्रमुख कारण होय.

■

शिवाम्बू सभा

अध्यक्षीय वक्ते : कै. आमदार पी. बी. साळुंखे
स्थळ : करवीर नगर वाचनालय
ता. २४/२/१९७९

शिवाम्बूबद्दल औत्सुक्य असणाऱ्या बंधू-भगिनींनो, मी राजकारणातला मनुष्य आहे. आपली कल्पना झाली असेल की, मी हव्या त्या विषयावर बोलतो; परंतु माझ्यासंबंधी असणारा गैरसमज दूर व्हावा म्हणून मला हे सांगितलं पाहिजे की, मी का बोलतो आहे. शिवाम्बू चिकित्सेबद्दल चांगली माहिती प्रमुख वक्ते श्री. जगदीश बी. यांनी सुरस भाषेत कथित केली आहे.

ही औषधी म्हणजे गोरगरिबाला एक पैसा खर्च न करता अनेक रोगांतून मुक्त होण्याचे मुक्तद्वार आहे.

या अशा मार्गाचा उपचार, प्रसार गेल्या काही दिवसांपासून डॉ. शशी पाटील महामंडळाच्या वतीनं करीत आहेत. त्यांचे आभार मानावे तितके थोडे आहेत.

आतापर्यंत लोक इकडे बघताना कुचेष्टेनं बघत होते. पण ही गर्दी पाहिल्यानंतर वाटतं की, कुचेष्टेचं रूपांतर कौतुकात व आज ना उद्या त्याचंही रूपांतर प्रतिष्ठेत झाल्याशिवाय राहणार नाही. (टाळ्यांचा गजर) अर्थात, टाळ्याच याची साक्ष देत आहेत. (हशा...) ज्यांनी टाळ्या वाजवल्या, ते तरी शिवाम्बुपान करीत असले पाहिजे. (परत हशा...) ...अशा प्रकारची ही व्याधिमुक्त करणारी औषधी मिळाली आहे, तेव्हा मी तिकडे कसा वळलो, हे सांगतो.

१९६७ ते १९६९ या दोन वर्षांच्या दरम्यान माझी तब्येत बिघडली. पुण्याचे सुप्रसिद्ध धन्वंतरी एच. व्ही. सरदेसाई यांनी मधुमेह व रक्तदाब असे दोन रोग तुमच्या शरीरात घर करून आहेत म्हणून सांगितलं. या दोन रोगांची ज्याला खात्री झाली, त्याला तिसरा हार्ट डिसीज (भिऊन) व्हायला काही हरकत नाही. १८ फेब्रुवारी १९७१ रोजी महात्मा फुले यांच्या पुण्यतिथीच्या दिवशी कॉलेजमध्ये माझं व्याख्यान होतं. त्यावेळी मला हार्ट-अॅटॅकही आला. सुदैवानं कोल्हापुरातले सर्व हृदयतज्ज्ञ एकत्र जमलेही. मला फक्त अस्वस्थ होत होतं. माझ्या शरीरापासून हातपाय कुऱ्हाडीनं तोडून काढलेत की काय, असं होत होतं. डॉ. एस. के. कुलकर्णी, डॉ. चिटणीस म्हणू लागले की, पेशंट सीरियस आहे. मिरजेला न्यावं लागेल. मी सकाळी व्याख्यानाला आलो आणि दुपारी तीन वाजता मिरजेच्या दिशेनं

माझा प्रवास सुरू झाला. ॲम्ब्युलन्स, नर्स, ऑक्सिजन सिलेंडर, सलाइनसह प्रवास चालू झाला. या तीन दिवसांमध्ये पृथ्वीलोक आणि मृत्युलोक यांच्या दरम्यान प्रवास चालू होता; परंतु मृत्युलोकाचे दरवाजे ठोठावून मी परत आलो. आत्मविश्वास ढळला होता. तीन-चार महिने रस्त्याने जात असता म्हैस, बस वगैरे अंगावर येते की काय अशी अवस्था होत होती.

नंतर शिवाम्बुपान करणारी काही मंडळी मला भेटली. तुम्ही जर शिवाम्बुपान करू लागलात, तर तुम्हाला बरं वाटेल म्हणाली.

पण प्रत्येकाला घृणा असतेच. मी ऐकत होतो, पण प्रत्यक्षात मात्र आणत नव्हतो. बऱ्याच लोकांच्या सांगण्यामुळे एक उत्सुकता निर्माण झाली होती. जशी काहींच्यात आज झाली असेल. (हशा...)

गोमूत्राबाबतचे आपले संस्कार मूळचेच असल्यामुळे मनाला त्याचं पावित्र्य वाटतं. पण गोमूत्राऐवजी म्हशीचं मूत्र प्या म्हटलं, तर आपण जसं पिणार नाही, आणि स्वत:चं म्हटलं, तर मग नाहीच नाही. अशाप्रकारची मन:स्थिती माझी पण झाली होती. पण अशातच एक गृहस्थ आले. त्यांना मधुमेह झालेला होता. ते म्हणाले, माझा मधुमेह शिवाम्बुपानानं गेला. मी फक्त ऐकलं. माझं औत्सुक्य आणखी वाढलं. (हशा...)

असं करत करत विचारात आठ महिने गेले. १९७२ सालच्या नागपूरच्या आमदार अधिवेशनासाठी गेलो. तिथं आमदार-निवासात आपली इकडची माणसं काही येत नाहीत, तेव्हा प्रयोग करायला ही जागा मला बरी वाटली. (हशा...)

थोडा विचार केला आणि पहाटे थोडं लवकरच उठलो, लघवी केली. बाकीचं काही केलं नाही, फक्त तोंडात घेतलं आणि फेकून दिलं. (हशा). असंच दोन-तीन दिवस केलं. ...आणि चार दिवसांनंतर एक घोट आत नकळत उतरला आणि मग खळखळून तोंड धुतलं. दोन दिवसांनंतर दोन घोट गेले आणि असं करत करत त्या नागपूरच्या एक महिन्याच्या मुक्कामामध्ये एक दोघा-तिघांनी सुरुवात केली. पण एकच काय...? (प्रचंड हशा.)

एवढ्या मुदतीत मी कुणाला बोललो नाही. कोणाला सांगितलं नाही. जोपर्यंत गुण येणार नाही, तोपर्यंत सांगणं इष्टही असत नाही. उद्या सोडावं लागलं, तर बकवा कशाला? (प्रचंड हशा)

प्रत्येक महिन्या-दोन महिन्याला माझं रक्त, लघवी तपासून घेत होतो. माझी केस अगदी वाईट होती. म्हणजे माझ्या लघवीत तर साखर होतीच आणि रक्तातही साखर होती. दोन-चार-सहा महिन्यांनंतर दोन्हीतल्या साखरेचं प्रमाण कमी होत असलेलं दिसून आलं आणि आपल्याला आश्चर्य वाटेल, पण माझ्या लघवीतली

शुगर आणि रक्तातली शुगर अगदी नॉर्मलला आली. प्रचिती आल्यावर मी सांगत सुटलो. अर्थात हे ऐकल्यावर पंचवीस एक आमदारांनी माझ्याकडून ही दीक्षा घेतली. त्यांनी माझा हा गंडा बांधला (प्रचंड हशा...)

आणि म्हणून मी म्हणतो, भारताचे पंतप्रधान श्री. मोरारजीभाई यांच्याकडून याला राजमान्यता आली आणि आमच्या आमदारांमुळे याला लोकमान्यता आली. (हशा...)

आता मधुमेहाच्या बरोबर इतर काही पीडा जाण्यासंबंधी विचार केला नव्हता. हार्ट-अ‍ॅटॅक आल्यानंतर मला जी नाना प्रकारची अ‍ॅन्टीबॉयोटिक इंजेक्शनं दिली गेली होती, त्यांच्या साइड इफेक्टमुळे लघवी साफ होत नव्हती. लघवी तिथल्या तिथंच घरंगळायची. डॉक्टरांनी सांगितलं की, कदाचित प्रोस्टेड ग्लॅन्ड वाढली असण्याची शक्यता आहे. तेव्हा ऑपरेशन करायला पाहिजे.

त्याशिवाय माझा एक दात हलत होता. खाताना आडवा पडायचा. तोही उभ्या स्थितीत सिमेंट लावल्यासारखा घट्ट झाला.

डोळ्याच्या संबंधात मी पुस्तकात वाचलं होतं. त्याप्रमाणे आयग्लासनी शिवाम्बूत डोळे धुवू लागलो. माझे डोळे दुरुस्त होऊ लागले होते, हे मला कळलं केव्हा?

मी चश्मा उष्मा झाला तरी कधी काढीत नव्हतो. पण झालं काय, एकदा आमदार निवासातल्या कॅन्टीनमध्ये मी चश्मा काढून ठेवल्या ठिकाणी विसरलो. नंतर मला तासाभरानं आठवलं की, डोळ्यांवर चश्मा नाही.

१९५२ सालापासून १९७५ पर्यंत मला चश्मा होता. पण त्यावेळी त्या निमित्ताने माझे डोळे सुधारल्याचं मला डोळसपणानं जाणवलं. गेली तीन वर्षं मी चश्मा लावत नव्हतो. पण गेल्या वर्षीपासून माझ्या हलगर्जीपणामुळे मी शिवाम्बू घेणं सोडून दिलं. त्यामुळे कदाचित पुन्हा चश्मा मला लावावा लागतोय असं मला वाटू लागलं आहे. (...हशा, टाळ्या)

अशाप्रकारे या शिवाम्बुपानानं माझ्यापुरता डोळ्याचे विकार, किडनीचा अडथळा, डायबेटीस, दाताचा दोष, हार्टचं कार्य, इत्यादी महत्त्वाच्या बाबतीत आमूलाग्र फरक पडला.

ब्लडप्रेशरच्या बाबतीत मात्र अद्याप माझ्यात फरक नाही. डॉ. शशी पाटील सुचवतील त्या पद्धतीने शास्त्रशुद्ध उपचार करून पाहावे, असं वाटतंय.

या उपचाराचा उल्लेख अनेक धर्मग्रंथकारांनी आपापल्या धर्मग्रंथात नमूद करून ठेवल्याचं आज उघडकीस येत आहे.

एखादा कंजूष माणूस असला म्हणजे आपण म्हणतो की, हा कापल्या करंगळीवरसुद्धा मुतणार नाही. याचे अर्थ दोन होतात. एक अर्थ, लघवी कृतज्ञ

असली पाहिजे व त्याचीही साथ न देणारा कृतघ्न असला पाहिजे. लघवी अँटीबायोटिक आहे. जखम वाळवणं हा पारंपरिक अनुभव. तो पण मी घेतला आहे. ...मी मध्यंतरी 'इलस्ट्रेटेड वीकली'मध्ये यासंबंधातलं एक आर्टिकल वाचलं होतं की, के. के. दाते यांनी अशी प्रसिद्धी दिली की, जपानमध्ये याचे प्रयोग करायला सुरुवात झाली आहे. सगळ्या गावातील लघवी एकत्र करायची, त्यातली द्रव्यं शोधून काढायची आणि शरीराला पोषक असणारी द्रव्यं निवडून काढून त्याची इंजेक्शनं तयार करायची. ही इंजेक्शनं जपानच्या प्रयोगशाळेमध्ये आता सुरू झाली आहेत. १० सी. सी.च्या एका इंजेक्शनची किंमत तीन हजार डॉलर्स आहे. म्हणजे आपल्या लघवीला काय किंमत आहे, बघा! तीन हजार डॉलर म्हणजे- पाच रुपयाला एक डॉलर याप्रमाणे पंधरा हजार रुपये झाले.

आणि या इंजेक्शनचं जर मोठ्या प्रमाणावर प्रॉडक्शन झालं, तर तीन हजारावरून तीनशे डॉलर्स इतकी किंमत होईल. म्हणजे तरीसुद्धा तीनशे डॉलर्सचे पंधराशे रुपये होतील. अशाप्रकारच्या लघवीच्या इंजेक्शनचं काम जपाननं सुरू केलं आहे.

परंतु आपल्याला जपानकडे जायला नको. आर्मस्ट्राँगकडे जायला नको. दुसरीकडे कुठं जायला नको. आपल्या इथं, आपल्याजवळच हे औषध आहे. याला पाव पै खर्च करायचं कारण नाही. फक्त तुमच्या मनाची तयारी पाहिजे. कारण मनाच्या तयारीशिवाय घृणा नाहीशी होणार नाही. आपल्या शरीरामध्ये जे नाना प्रकारचे रोग होतात, त्याला दोन प्रकारांनी थोपवण्याचं कार्य शिवाम्बू करतं. शिवाम्बूत प्रिव्हेंटिव्ह आणि क्युरेटिव्ह म्हणजे रोग टाळता येतो आणि झालेला रोग बरा करता येतो, अशा दोन्ही प्रकारचे गुणधर्म असल्याकारणानं आता या दृष्टीनं, शास्त्रीय पद्धतीनं मोठ्या प्रमाणावर चिकित्सा करण्याची वेळ आली आहे. त्याला अनुकूल पंतप्रधानही लाभले आहेत. आता कुचेष्टा करण्याची वेळ निघून गेलेली आहे. अशा रीतीनं ज्याची चिकित्सेसाठी एक पैसा खर्च करण्याची ऐपत नाही, अश गोरगरिबाला शिवाम्बुपानामुळे लवकर रोगमुक्त होण्याची संधी आहे.

सध्या होमिओपॅथी, ॲलोपॅथी, युनानी, आयुर्वेद, इत्यादी चार-पाच प्रकारच्या पद्धतींची नाना प्रकारच्या रोगांवर नाना प्रकारची औषधं आहेत. पण इथं असं आहे, की, 'नाना प्रकारचे रोग आणि औषध मात्र एकच.' (हशा...)

- आणि म्हणून याचा जास्तीत जास्त उपयोग करून घ्यावा.

ज्याला ज्याला प्रयोग सांगितला, तो तो म्हणतो की, मला आता आराम वाटू लागला आहे. सर्वांना उपलब्ध असणारी ही एक अमृतवल्ली आहे. लघवी म्हटल्यावर जी घृणा वाटते, ती शिवाम्बू म्हटल्यावर वाटत नाही. त्याला या

नावानं आध्यात्मिक स्वरूप येतं आणि पावित्र्याच्या भावनेनं जीवन पवित्र होतं. याचा उपाय एखाद्याला झाला नाही, तरी अपाय होत नाही एवढं निश्चित आहे आणि म्हणून हा प्रयोग करायला हरकत नाही. कोणत्याही प्रकारची भीड, चिंता, चुका न ठेवता हा प्रयोग करण्याची सुबुद्धी सर्वांना होवो, एवढी अपेक्षा करून मी भाषण संपवतो.

◆

भान हरपले, म्हणून स्वास्थ्य करपले?

डॉ. शशी पाटील

समस्या?

आपण का कण्हत आहात? ... हा विव्हळण्याचा आवाज आपलाच काय? ... सर्दी, डोकेदुखी वा बारीक ताप वगैरे आहे वाटतं? कमरेत, पाठीत सणक आहे का? नाहीतर कदाचित दमा-खोकला, पोटदुखी, संधिवात, अल्सर, मधुमेह बद्धकोष्ठ, दाढदुखीपैकी एखादी पीडा असेल... तरीच तुमचा प्रत्येक उच्छ्वास कण्हण्या-कुंथण्यात रूपांतरित होतो आहे. काय, झालंय तरी काय तुम्हाला?

काय, औषधोपचार हवा आहे?

सततच्या औषधांमुळे तुमचं शरीर इतकं दुबळं आणि परावलंबी झालं आहे. अन् यावर आपण थोडे का औषधोपचार केले आहेत? नित्याची औषधं रोजच्या आहाराचा एक हिस्सा झालेली आहेत. अख्ख्या आयुष्याची मिळकत आयुष्याबरोबरच संपवत आणली, तरी मागची व्याधी संपलेली नाहीये. बैलामागे गाडीचं चक्र लागलेलं असतं, तसं जणू तुमच्या मागे व्यथेचं दुष्टचक्र लागलेलं आहे.

हे तुमचं नशीब नाही, दुर्दैव नाही, कर्मभोग नाही आणि प्रारब्धही नाही, तर केवळ तुमचं भान हरपलं आहे.

तुम्ही आम्ही सर्वजण गतकालीन संस्कारांचे गुलाम आहोत. बहुसंख्य जनता जे काय करते, त्याचे अनुकरणप्रेमी आहोत. केवळ याचमुळे आपल्याला भान राहिलेलं नाही.

आपल्याला कल्पना आहे का, की तुमच्या रोगांपैकी ९०% रोगांची कारणं मुखामार्गे शरीरात प्रवेश करू शकली आहेत?

चालू वर्तमानकाळातील तुमच्या देहात उत्पन्न होत असलेली व्यथा, तुमचा भूतकालीन आहार-विहार हीच त्याची नांदी होय.

तुम्ही तुमच्या आवडीच्या अशा काही अन्नघटकांचं पुन:पुन्हा चर्वण केलेलं आहे; परंतु आपल्या शरीराच्या स्वास्थ्यासाठी ते योग्य आहेत का? आपल्या शरीराला त्यांची गरज आहे का? आपलं वय, श्रम, कुवत यांना ते पूरक आहेत का? - याचा तुम्ही अजिबात विचार केलेला नाही.

तुमची ही चालू व्यथा म्हणजे पुन:पुन्हा प्रवेशिलेल्या निकृष्ट अन्नाचा परिणाम असण्याचीच मोठी शक्यता आहे.

तुमच्या शरीरात कोणतीही व्याधी आगंतुक टपकू शकत नाही. वारंवार तीच ती कृती आणि एकाच निकृष्ट अन्नपदार्थाचा संपर्क व्याधीला अनुकूल झालेला आहे. त्याला टाळणं हा तुमचा उपाय आहे. त्यावाचून पर्याय शोधणं हा उपचार आहे. याकडे लक्ष केंद्रित करणं हे भानावर येणं आहे. यालाच निसर्गोपचार म्हणण्याची परंपरा आहे. अर्थातच...

- केवळ जिभेचा विषय लक्षात घेऊन केलेलं पाकशास्त्र निकोप नाहीये.
- पाणी खेचवणारा आहार शास्त्रशुद्ध नाहीये.
- जेवणानंतर ग्लानी (जडत्व) आणणारं भोजन योग्य नाहीये.
- आहारपश्चात ढेकरा, गुळण्या, उचक्या आणवणारा अन्नपदार्थ ठीक नाहीये.
- व्यवहारात यालाच लोक श्रीमंती आहार, बादशाही भोजन म्हणून ओळखतात.

म्हणून श्रीमंत, बादशाही मंडळी डॉक्टरांकडे शहानिशा करण्याआधी आडवी होताना आढळतात.

- तिखट, खारट, तेलकट, तुपकट व गोड गरिष्ठ असं जेवण व डबाबंद बाजारी खाद्यं, चटकमटक पदार्थ अल्पायुषी बनविणारे आहेत.

अशाप्रकारच्या आहाराचा सतत संपर्क अजाणतेपणानं ठेवल्यामुळे तुम्ही व्याधिग्रस्त झालेला आहात. दोन इंचांच्या जिभेची गुलामी पत्करून सहा फुटांच्या चेतनायुक्त ज्योतीला भडकवत आहात, तडफडवत आहात.

जरा विचार करा...

१. भोजन भूक नसताना करीत आहात?
२. घास केवळ त्वरेनं गिळत आहात?
३. अशुद्धतेतून बनविल्या गेलेल्या सामूहिक आहारव्यवस्थेत तुमची वर्णी लागली आहे?
४. अशुद्ध पाणी दुसरा पर्याय नाही, म्हणून प्राशन करीत आहात?
५. प्रदूषित हवेत राहात आहात?

यापैकी काहीही वारंवार घडल्यास प्रथम पोटाची कुरबुर सुरू होते व नंतर

शरीरात अन्य पीडा ठायी ठायी जाणवू लागतात.

आपल्या शरीरातल्या कोणत्याही व्याधीच्या उगमाकरता, ना तुम्ही औषध खाल्ले होते, ना विष.

आपलं चुकीचं पाकविज्ञान आणि त्याचं अयोग्य अनुपान आपल्यातल्या भिन्नभिन्न व्याधी वाढवीत आहेत, हे तुम्ही केवळ मान्य करून चालणार नाही, तर हे जाणलं पाहिजे.

ज्या अन्नातून प्रसन्नता लाभते, स्फूर्ती येते, जेवणानंतर पोटाच्या आकारमानात तणाव जाणवत नाही, भोजनाबरोबर किंवा नंतर पाणी पिण्याची तीव्र इच्छा राहत नाही, ते अन्न किंवा तो आहार खुशाल योग्य समजावा.

मानवी आहारशास्त्रज्ञांनी योग्य 'अमृत आहार' म्हणून अपक्व आहार व फळं, ज्याला आपण जंगली किंवा माकड-आहार म्हणू, तसा एकमेव संतुलित आहार घोषित केलेला आहे. हा आहार कायमचा अंगिकारला तर माणूस पीडामुक्त राहू शकतो.

सृष्टिरिवाजानुसार...
जे पेराल, तेच उगवेल,
जे जसं खाल, ते तसं रंगरूप घेईल,
जसं भराल, तसं पोषण होईल.

माणसाची श्रीमंती व बौद्धिकता याचा निकष त्याच्या प्रसन्नचित्त व्यक्तिमत्त्वावरून मोजायला हवा.

तुमच्याजवळ किती प्रकारच्या मोटारी आहेत? किती प्रकारचे चश्मे आहेत? किती प्रकारच्या कवळ्या तुम्ही वापरता? कोट किती प्रकारचे आहेत? किंवा तुमच्या पोटाचं आकारमान किती वाढलं आहे? महालात किती सोई आहेत? फॅमिली डॉक्टर्स, नर्सेस किती आहेत किंवा नाहीत? औषधांचा ढीग किती आहे? - यावर तुमची प्रचलित श्रीमंती मोजली जाते.

हा निकष योग्य आहे का?

अहो, हे तर शुद्ध दुबळेपणाचं प्रदर्शन आहे.

माणसाचं मोठेपण यात आहे?

हिरवळीत सरपटणाऱ्या प्राण्यावर हिरव्या रंगाची झाक आलेली दिसते. त्याचप्रमाणे तुमच्या सततच्या आहारविहाराचे पडसाद तुमच्या स्वास्थ्यावर उमटतात.

शक्यता आहे की...
दळलेलं धान्य तुम्हाला दळेल,
शिजविलेलं अन्न तुम्हाला शिजवेल,
तळलेले पदार्थ तुम्हाला तळतील,

भाजकी धान्यं तुम्हाला भाजतील,

हे तुम्हाला माहीत आहे काय?...

फुगवलेले लठ्ठ पदार्थ तुम्हाला लठ्ठ फुगवून टाकतील,

धान्याच्या पोटातील मैदा तुमचे पोट वाढवेल,

दळून, तळून, शिजवून नि:सत्त्व, निर्जीव झालेलं अल्पायुषी अन्न आपल्यालाही अल्पायुषी, निस्तेज करील.

परंतु

अपक्व व अंकुरित जिवंत अन्न तुम्हालाही जिवंत ठेवेल.

धान्याचा कोंडा तुम्हाला मजबूत ठेवेल.

तात्पर्य... पक्व अन्न आपल्याला लवकर पक्व (वृद्ध) बनवतं, तर अपक्व अन्न आपल्याप्रमाणे चिरकालीन तरुण ठेवण्याचा प्रयत्न करतं.

म्हणून माकड म्हातारं झालं तरी सतत अचूक उड्या घेऊ शकतं.

डार्विनच्या तर्कानुसार, 'मानवप्राणी उत्क्रांत होताना त्यानं प्रदीर्घ काळात निष्क्रिय राहिलेलं शेपूट शेवटी नामशेष झालं.' अपक्व आहाराचं महत्त्व प्रदीर्घ काळात समजून घेतलं गेलं नाही, तर त्याचा दात हा महत्त्वाचा अवयव निष्क्रिय होऊन नामशेष होईल.

तेव्हा तुम्ही आता काहीही सांगू नका. तुम्ही कण्हता आहात, म्हणजे कुठंतरी चुकला आहात. तेव्हा तुमची आवड तुम्हाला बदललीच पाहिजे. तुमचा औषधांचा खुराक थांबवला पाहिजे. (मळलेल्या टॉवेलनं स्वच्छ अंग पुसण्यात काय प्रयोजन?)

तुमच्या देहाला श्रम नसतील, तर रोज दहा सूर्यनमस्कार तरी घातले पाहिजेत.

पहाटे सूर्योदयापूर्वी अनवाणी भ्रमंती केली पाहिजे.

तुमच्या धडाला जोडलेले हात आणि पाय श्रमासाठी आहेत, हे लक्षात ठेवलं पाहिजे.

अनाशेपोटी उष:पान म्हणून लिंबू-पाणी यथाशक्य प्यालं पाहिजे. लिंबू तुमचं शरीर स्वच्छ करतं.

भुकेच्या वेळीसुद्धा थोडी भूक शिल्लक ठेवून अपक्व आहार आणि फळं खाल्ली पाहिजेत. पोटात पोकळी राहिली, तरच जठराग्नी चांगला फुलेल.

प्रसन्न स्वास्थ्याकरता दारू, मटण, अंडी, मासे, तंबाखू व चहा हे पदार्थ सोडले पाहिजेत. हे भिजकं, ओलं सरपण तुमच्या देहात राख आणि धूर निर्माण करील.

यामुळे कदाचित तुमचा जुना दोस्त म्हणजे तुमची जीभ तुमच्याशी असहकारच करेल. काही दिवस तुम्हालासुद्धा हे बंधन वाटेल. पण नंतर ते अंगी रुळेल. यानं तुम्ही दीर्घायुषी, स्वावलंबी व आनंदी व्हाल.

पाच महातत्त्वांवर अवलंबून असलेल्या आपल्या रथाला पंचकर्मचिकित्सेचे पाच उमदे घोडे जुंपा. मग प्रसन्नचित्त स्वास्थ्य आपलंच आहे. निसर्गप्रेमी माणसाला ना स्पर्धा करायची आहे, ना दिखाऊपणा आणायचा आहे.

केवळ प्रसन्नचित्त व्यक्तिमत्त्व, लवचीक, चिवट देहपिंड यांसह दीर्घायुरारोग्य लाभलं की, संपलं!

शेवट संपण्यात आहे.

संपणं हा निसर्गाचा स्थायी स्वभाव नाही, तर त्याचे अंतिम चरण म्हणजे रूपांतरण आहे.

'मृत्यू' म्हणजे उगवण्याची पहिली पायरी जाणल्यास अटळ अशा मृत्यूबाबत निर्भय राहता येईल. हाच समजूतदारपणा शेवटचे दिवस गोड करील.

◆

स्वत:च स्वत:ला जाणा

देहक्लेशाचा मुळारंभ मलावरोध

जगाच्या पाठीवर तुम्ही कुठंही असलात, कोणत्याही प्रसंगी चिंतातुर झालात, बालपण, तरुणपण वा म्हातारपण यापैकी कोणत्याही अवस्थेत असलात, तरी अहर्निश देहरक्षणासाठी तुमच्या पाठीशी उभ्या असलेल्या 'शक्ती'ला तुम्ही काय म्हणाल...? या शक्तीला कुणी स्वमूत्र म्हणतं, तर कुणी 'शिवाम्बू'.

शिवाम्बू हा शब्द जवळजवळ रोज लघवी करणाऱ्यापर्यंत आता परिचयाचा झाला आहे. आज त्याची फोड करून ओळख करून देण्याचं कारण उरलेलं नाही.

'मूत्रातून आरोग्यप्राप्ती' ही कल्पना विचित्र वाटते खरी; परंतु याचा कमी-अधिक अनुभव समाजात प्राचीन काळापासून घेतला जातो आहे. अन्यथा 'कापल्या करंगळीवर मुतण्याची' लोकभाषा अनेक भाषांत प्रचलित झालीच नसती...!

निसर्गातून निसर्गाकडे जाणाऱ्या भारतीय संस्कृतीनं सर्व जगाचं लक्ष आपल्याकडे खेचलं असलं, तरी ब्रिटिशांच्या दीडशे वर्षांच्या सहवासामुळे चित्तभ्रम झाला आहे. आपल्या मलमूत्राची आपणच घृणा करू लागलो आहोत.

दिवसभरात एखादं अशुभ घडलं, तर आपण लगेच म्हणतो, आज कोणाचं तोंड पाहिलं कळत नाही!

पण 'प्रथमं मलदर्शनम्' हा शुभ वाक्प्रचार म्हणून ज्या संस्कृतीनं जतन केला होता, जिथं लोक आपल्या मलाचंच दर्शन घेऊन दिवसारंभ करीत, त्यांना आज स्वमूत्रपानाची इतकी घृणा का आहे, कळत नाही.

मलमूत्रानं जर का टाळेबंदी पुकारली, तर काय होईल? अक्षरश: टाळा पसरून धापा टाकीत कुंथण्यापलीकडे हाती काही उरणार नाही. माणसाला अनंत

पर्याय शोधावे लागतील. म्हणजे नैसर्गिक मलविसर्जन किती महत्त्वाचं आहे, हे तेव्हाच कळून येईल.

आज विज्ञानाने प्रचंड समृद्धी आणली असली, तरी प्रत्येकाचाच प्रातर्विधी मात्र आज अडखळू लागला आहे.

कोणा साहित्यिकाला एकदा कुणीतरी विचारलं, "तुमचा सुखाचा काळ कोणता?" साहित्याची अभिरुची असलेल्याकडून काही रसभरित विशेष गोष्ट प्रकाशात येईल, ही विचारणाऱ्याची धारणा होती... पण त्यांनी चक्क सांगितलं, "जेव्हा मला शौचाला साफ होतं, तो दिवस मला भाग्याचा आणि सुखाचा वाटत असतो!"

विज्ञानानं यंत्राकरवी पोटातलं पाणी हलू न देता, बसल्या बसल्या बटणं दाबून जीवनपट हलवून सोडणाऱ्या 'रिमोट कंट्रोलर'ला जन्माला घातलं, तरी मानवी स्वास्थ्याचा यानंच की काय, पण ऱ्हास होत चालला आहे.

कष्टानं सृजन झालेल्या, कष्टासाठी असलेल्या, कष्टाने विकसित होणाऱ्या, कष्टावर अधिष्ठित, नैसर्गिक मानवी देहाचा अशा कष्टचोर प्रवृत्तीनं पूर्णतः ऱ्हास होतो आहे. कष्टाचे धक्के पोटाच्या आतड्यापर्यंत पोहोचण्याची शक्यता आता पार संपली आहे. म्हणून तर कष्टाशिवाय आतडी निष्क्रिय होऊ लागली आहेत. कष्टाच्या धक्क्यांवर हिंदकळणाऱ्या आतड्यातील अन्नरसाच्या लाटा कष्टाच्या अभावी मलविसर्जन करीत नाहीत.

दोन-चार दिवसांनी जबरदस्तीनं सरकत आलेल्या मैल्याला साहजिकच जो गंध असतो, तो बाहेर पडताना शेजाऱ्यांनाच काय स्वतःलासुद्धा बेचैन करील.

'माणूस हा कष्टांसाठी नसतोच मुळी' हे घोषवाक्य रूढ होऊ पाहत आहे. समृद्धीनं देहकष्टाला अप्रतिष्ठा ठरविल्यामुळे नजीकच्या काळात सर्वांगीण स्वास्थ्याची अपरिमित हानी झाली आहे.

आज ७० ते ८० टक्के पांढरपेशा लोकांना या मलावरोधानं ग्रासलं आहे. सकाळचा प्रातर्विधी ही आज जणू एक प्रसवपीडा झाली आहे.

सर्व शरीरक्लेशाचा मुळारंभ मलावरोधानं होतो. जावकीपेक्षा आवक अधिक होत गेली की, गोदाम भरावं तसा साठा वाढतो व अवास्तव वजन वाढतं, तणाव वाढतो. बसणं, उठणं कठीण होतं. डोकेदुखी, मंद-दृष्टी, जडत्व, भूक मंद होणं, सांधेदुखी, कफ, पोटदुखी, पोटफुगी, छातीत चमक, कमरेत गोळा, मान आखडणं सर्व अस्वाभाविक कृती घडून जीवन दुःसह होतं.

माणसाचं पोट हे केंद्रस्थानी आहे. म्हणूनच की काय, पोटोबा हा आता सगळ्याचं केंद्र झाला आहे. सर्वश्रेष्ठ ठरला आहे. 'खाणं' हा शब्द इतका लोकरुचियुक्त झाला आहे, की भ्रष्टाचारात 'अखाद्य' वस्तूसुद्धा चक्क 'खाल्ली'

असा लोकप्रयोग होताना दिसतो. काय खावं, कुठं खावं, किती खावं, कसं खावं, याचा धरबंध न राहिल्यानं अवास्तव पोटाचं दर्शन होऊ लागलं आहे.

माणसानं भुकेच्या निसर्गसंकेतानुसारच रोजचे खाद्यपदार्थ स्वीकारायला हवेत. भुकेची संवेदना, तुडुंब पोट भरून मालवू नये.

शरीरातील ज्ञात-अज्ञात अंतर्बाह्य व्यवस्था सुरळीत चालावी, म्हणून 'शिवाम्बू' हे अलौकिक शक्तीचं नैसर्गिक रसायन माणसानं घ्यायला हवं. निदान पोटात गर्दी जाणवते, तेव्हा तरी घ्यायला हवंच हवं.

तरतूद निसर्गाची

माणूस आणि निसर्ग यांच्यामध्ये जे अतूट नातं आहे, ते नातं आजचा मनुष्य पार विसरलाच आहे. 'माणूस' हा निसर्गाचं अपत्य आहे. आजचा मनुष्य या जन्मदात्या माउलीपासून बराच दूर गेला आहे. निसर्गाशी तसं आमचं कोणतंच सोयरसुतक नाही, असं म्हणायला तो आता निर्ढावला आहे. वर आणखी निसर्गमाउलीला मागासलेली, जंगली अथवा असंस्कारित संबोधून झगमगाटाला कवटाळत आहे.

माणूस आजच्या इतका मानसिकदृष्ट्या दुःखी, कष्टी, शिवाय रोगग्रस्त यापूर्वी कधीही नव्हता. विज्ञानाला पाठीशी घेऊन तो आज कितीही वेगानं गती घेत घेत निघाला असला, तरी त्याची ही वाटचाल खड्ड्याच्या दिशेनं तर नसेल ना? परंतु एक ना एक दिवस विवेकपूर्ण माणूस लवकरच जागा होईल. ही शक्यता आता वाढली आहे. पुन्हा लवकरात लवकर या निसर्गपुत्रानं पुन्हा एकवेळ जन्मदात्रीच्या पोटाशी बिलगण्याचं औचित्य दाखवावं.

निसर्गाचा क्रोध आणि वात्सल्य याची जाणीव विसरलेल्या मानवाला विज्ञानसुद्धा जेव्हा थिः नि तोकडं पडतं, तेव्हाच त्याला निसर्गाच्या शक्तीचा प्रत्यय येतो. निसर्गाची वात्सल्याची भूमिका माणूस का विसरला? का विसरला की, तुम्ही जन्मण्याआधी तुमच्या माउलीच्या स्तनात दूध भरून तो तुमच्या आगमनाची प्रतीक्षा करीत राहिला होता? तुमचं लालन-पालन नीट व्हावं, संगोपन व्हावं, म्हणून पाच महातत्त्वांच्या सहयोगानं बनविलेल्या अखंड विश्वाची योजना शरीर प्रकृतीला अनुसरून त्यानं केली?

ऋतुमानाप्रमाणे पानं-फुलं-फळं, भूक, तहान, रोग, दुःख, पीडा यापासून बचाव व्हावा म्हणून हर ठिकाणी निसर्गानं केलेली पूर्वनियोजित योजना, व्यवस्था, देहाबाहेरील जग व देहांतर्गत नित्य-अनित्य चाललेल्या या घडामोडी हे सर्व पाहूनही तुम्हाला आपण निसर्गाशीच जोडलेलो आहोत याची कल्पना येत नाही का?

ज्यानं चोच दिली, त्यानं त्या चोचीला अनुरूप चाराही दिला आहे, दाणाही

दिला आहे. इतर कोणताही मनुष्येतर प्राणी अशी निसर्गबाह्य कृती अवलंबीत नाही. आपल्या मर्यादित जागेत गुण्यागोविंदाने नांदत आहे. चोचीला अनुरूप चरत आहे.

तसा मानवाचा अनुरूप चारा कोणता? दाणापाणी कोणतं? त्याची बागडण्याची मर्यादित जागा कोणती? - याची शहानिशा या प्रगत म्हणवणाऱ्या मानवानं करायला हवी. त्याचप्रमाणे रोगाकडून आरोग्याकडे नेणाऱ्या, रोग निवारणाऱ्या स्वाभाविक निसर्गदत्त शक्तीस प्रोत्साहित न करता तिला दुर्लक्षून, डावलून विलक्षण नसता प्रयत्न करणं हे चुकीचं नव्हे काय?

वर्ष-सहा महिन्यांच्या बालकाच्या हाती दिलेल्या मनगटी घड्याळाचं जे व्हावं, तेच मानवी देहाचं पण होत आहे. बिघडलेली घड्याळं परीक्षणाकरता, दुरुस्तीकरता शिल्लक तरी राहतात; पण माणसांची मात्र स्मशानात राख होताना दिसते. मानवाच्या मृत्यूचं नेमकं कारण न कळल्यामुळे सबळ पुराव्याअभावी औषधांसह शस्त्रक्रिया पुन्हा चालूच राहतात. वास्तविक वृद्धत्व हीच केवळ नैसर्गिक विसर्जित होण्याची प्रक्रिया आहे. या नैसर्गिक परंपरेचा विकास करणे हीच मानवाची प्रगती ठरायला हवी. आज म्हातारपण अनुभवण्यापूर्वीच अकाली निरोप घेणाऱ्यांची टक्केवारी वाढली आहे. हा केवळ अखाद्य पदार्थ व कृत्रिम औषधं यांचा परिणाम असून, यामुळे जीवन अकाली संपुष्टात येताना दिसतं आहे.

झाडाच्या निर्मितीचं कारण फळ आहे की बीज...? फळ हा बीजाचा परिणाम असून, बीज हे झाडाचं कारण आहे. झाडाची मुळं हा बीजाचा विकास आहे. आपल्याला झाड नष्ट करायचं असेल तर केवळ फळं तोडून चालेल का? पानं तोडून भागेल का? नाही! तर झाडाच्या मुळासह ते उखडावं लागेल. परिणामांना उखडण्यात काय हशील? कारणांना उखडायला हवं. हाच नियम सृष्टीचा घटक असणाऱ्या मानवालाही लागू होतो. मानवी देहातील रोग, पीडा, क्लेश हा वास्तविक परिणाम आहे. आधुनिक ॲलोपॅथी ही चिकित्सा केवळ परिणामावर इलाज करते. त्यामुळे ती केवळ अपूर्ण आहे असं नव्हे, तर औषधातील अन्य विषांचा शरीरावर हळूहळू घातक परिणाम करण्यास कारणीभूत ठरते. तेव्हा जी चिकित्सा परिणामाच्या कारणांवर हल्ला करते, ती सर्वश्रेष्ठ ठरायला हवी होती. निसर्गोपचार हा केवळ कारणमुळावर हल्ला चढवतो. म्हणूनच त्याचे परिणाम दीर्घकाळ टिकून राहतात.

शल्यचिकित्साही व्याधीच्या कारणांचं समूळ उच्चाटन करू शकत नाही. उलट कलम केलेल्या वनस्पतीप्रमाणे अन्य त्रास वाढताना दिसतो. नियम सृष्टीच्या सर्व घटकांत सारखेच दिसून येतात, हे लक्षात घ्या.

◆

वंदनीय स्वास्थ्यप्रेरकांचे विचार

'भारताचा आत्मा ग्रामीण भागात निवास करून आहे. आमच्या देशाच्या परिस्थितीनुसार जर कोणती चिकित्सापद्धती असेल, तर ती निसर्गोपचार ही आहे. रोगग्रस्तांना असे सरळ उपाय सांगायला हवेत, जे त्यांना सहज समजू शकतील व कोणाच्याही मदतीशिवाय ते सहज करू शकतील.

असंख्य लोक आयुष्यभर कोणत्या ना कोणत्या व्याधीनं ग्रस्त राहतात आणि एकानंतर दुसऱ्या औषधाला शरण जात राहतात. अर्थात डॉक्टर व वैद्य बदलत राहतात. रोग हटवणाऱ्या डॉक्टरांच्या शोधात स्वतःच त्रासून, दुसऱ्यांना त्रास देऊन मरून जातात.

मी माझा स्वातंत्र्यानंतरचा काळ निसर्गोपचाराच्या प्रचारार्थ व्यतीत करीन.'

पूज्य म. गांधी

'आताच मी 'दि वॉटर ऑफ लाईफ' नावाचं पुस्तक वाचलं. यामध्ये लेखकानं मानव-मूत्रालाच 'वॉटर ऑफ लाईफ' म्हटलं आहे. तसं पाहिलं तर जनावरांचं मूत्रही 'वॉटर ऑफ लाईफ' आहे; म्हणजेच सजीव शरीरानं निर्माण केलेलं पाणी आहे. मूत्रोपचार नामक पद्धतीनं असा दावा केला आहे की, मानवमूत्रानं माणसाचे पुष्कळ रोग बरे होऊ शकतात. वैष्णवांना हे ऐकून धक्का बसेल व ते विचारतील की, मानवमूत्र ही काय पिण्याची वस्तू आहे? परंतु त्या लेखकानं लिहिलं आहे की, माणसं एका बाजूनं औषधावर लाखो रुपये खर्च करतात व दुसऱ्या बाजूनं या सर्वोत्तम औषधाचा फायदा घेण्याबाबत बेफिकीर असतात.

प्रत्येकानं स्वमूत्र प्यावं, असा माझा सल्ला आहे. भिन्न भिन्न रोगांवर तो एक रामबाण उपाय आहे. ज्यांना ते पुस्तक पाहायचं आहे, त्यांनी माझ्याकडे येऊन पाहावं. गांधीजींच्या बरोबर दक्षिण आफ्रिकेत असणारे श्री. रावजीभाई पटेल यांनी

त्या पुस्तकावर आधारित 'मानवमूत्र' नावाचं पुस्तक लिहिलं आहे. हा विषय आता शास्त्रीय झाला आहे. म्हणून कमीत कमी पुढचं पाऊल या दृष्टीनं आता मल-मूत्राची घृणा करता कामा नये.'

पूज्य श्री. विनोबा भावे यांचे प्रवचन

(४/४/१९५९)

'पृथ्वी को जितना समुद्रका आधार है, उतना ही आधार मानवदेह को स्वमूत्र का है। पृथ्वी के निर्माण तथा जीवन में समुद्रका जो स्थान है, मानव देह मे वह स्थान स्वमूत्रका है। और जैसे सभी महाभूतों को आत्मसात करने की शक्ती जल में है, वैसे शरीर में रहे हुए सभी तत्त्वोंको आत्मसात करने की शक्ती उसके मूत्र में है।'

रावजीभाई म. पटेल

'व्हिटॅमिन बी-१ हे दूध व मांस यामधून शरीराला मिळत असतं. लघवीतून १५ टक्के व्हिटॅमिन बी-१ जात असतं. पॉलिन्युरायटिस या विकारात लघवीतून व्हिटॅमिन बी-१ कमी प्रमाणात जातं; परंतु गर्भारपणात आणि मूल अंगावर पीत असेपर्यंत लघवीतून व्हिटॅमिन बी-१ जाण्याचं प्रमाण वाढलेलं असतं म्हणून अशा अवस्थेत शिवाम्बू चिकित्सा सुरू करणं श्रेयस्कर असतं.'

वैद्यराज दादासाहेब भोगे

'स्वीस गिर्यारोहकांनी हिमालय मोहिमेवर जाताना बरोबर शिवाम्बूपासून बनविलेल्या गोळ्या नेल्या होत्या. या गोळ्यांमुळे त्यांचा उत्साह व जोम कायम राहिला.'

डॉ. के. के. दाते, मुंबई (हृदयरोग तज्ज्ञ)

'स्वमूत्रामुळे वांझ स्त्रियांचं वांझपण नाहीसं होतं. मासिक विटाळातील लोह अवरोध नाहीसे करता येतात. पुरुषांचं नपुसंकत्व नाहीसं होतं. त्याचप्रमाणे अनियमित मासिक पाळीमुळे गर्भ राहत नसल्यास, पुरुषवीर्यात जिवंत शुक्राणूंचा अभाव असल्यास, तसेच इतर अनेक दोषांसाठी 'स्वमूत्र' घेणे उत्तम. मूत्रातील ह्यूमन कोरिऑनिक गोनाडोट्रफिन (एच. सी. जी.) या हार्मोनमुळे गर्भवतीच्या गर्भाचं जतन होतं, शिवाय रोगावाचून बालकाचा विकास नैसर्गिक रीतीनं होतो.'

लोकमत साहित्य 'जत्रा' (बंगाली महिलेच्या लेखाद्वारे)

दि. २९ जून ८०

'मूत्रचिकित्सा हे निसर्गोपचाराचं एक महत्त्वाचं अंग आहे. स्वावलंबनाचं अमोल साधन आहे.'

श्री. बाळकोबा भावे (संचालक)

निसर्गोपचार आश्रम, उरळी कांचन (पुणे)

'... मात्र रोज शिवाम्बू घेतो. शिवाम्बूच्या उपचारामुळे पँक्रिया कार्यक्षम झाला. मी नॉर्मल आहे. शिवाम्बू उपचार पद्धतीवर माझा पूर्ण विश्वास आहे. या पद्धतीत आपणच औषध निर्माते असतो. त्यामुळे औषधाचा खर्च नाही. अनेक डॉक्टर मंडळीही माझा सल्ला घेऊ लागली आहेत.'

लीलाधर हेगडे,
'सत्यदर्शन', अंधेरी पूर्व, मुंबई - ९३
साने गुरुजी आरोग्य मंदिर, सांताक्रूझ.
३१/७/८८

'मला आज ९४ वर्षे पूर्ण होत असून, दररोज शिवाम्बुपान, मालिश, एकभुक्त आहार व योगासनं यावर भर दिला आहे. कोणतंही व्यसन नाही. मांसाहार नाही. तीन-चार वेळा स्वमूत्रपान करतो. भरपूर पाणी, सात्त्विक आहार आणि आध्यात्मिक परिशीलन चालविलं आहे. या सर्व योगबळानं कुंभक करून स्वत:ची नाडी वाटेल तेव्हा क्षणभर बंद करतो.'

डॉ. रा. सी. कापडी, M.B.B.S.
'साईप्रसाद', राजारामपुरी, कोल्हापूर

'पोटदुखी, ॲमेबिक डिसेन्ट्री, जुनाट मलावरोध व अग्निमांद्य, अपेंडिसायटिस, मूळव्याध, भगंदर, मूतखडा, नैराश्य, हृदयाचा अशक्तपणा इत्यादी विकारांना पंधरा वर्षे तोंड दिले. सर्व प्रकारच्या औषधी उपाययोजना निष्फळ होऊन 'आपुले मरण पाहिले म्यां डोळा' अशी अवस्था झाली.

ईश्वरकृपेने शिवाम्बू चिकित्सेचा परिचय झाला. धीराने व श्रद्धेने शिवाम्बूचे प्रयोग केल्यावर काही आठवड्यांतच सर्व विकार आश्चर्यकारकपणे नाहीसे झाले. पाच वर्षे परिश्रमपूर्वक संशोधन करून ग्रंथ पूर्ण केला.

...सेन्ट्रल कौन्सिल फॉर रिसर्च इन इंडियन मेडिसन आणि होमिओपॅथी, भारत सरकार, नवी दिल्ली यांनी शिवाम्बू-चिकित्सेचे मूल्यमापन आणि संशोधन करण्यासाठी कार्यवाही सुरू केली असून, माझ्याकडून जरूर त्या माहितीची नोंद घेतली आहे.'

बा. ल. नलवडे
लेखक आणि मॅनेजिंग ट्रस्टी
शिवाम्बू-चिकित्सा प्रचारक मंडळ, पुणे

'पुणे, मिरज, सांगली, सोलापूर, कोल्हापूर या शहरांना मी दिलेल्या भेटींमध्ये अनेक आजारी पेशंट्स शिवाम्बूबद्दल सल्ला विचारण्यासाठी

आले होते. यावरून असे दिसून येते की, महाराष्ट्रामध्ये शिवाम्बूथेरपी खूप लोकमान्य झाली आहे.'

डॉ. परागजी डी. देसाई, M.B.B.S.
President of the Grant Medical College, Bombay &
Indian Medical Association, Bulsar.

'मूत्राबद्दल आपलं मत काय?' हा प्रश्न मला अनेक ठिकाणी विचारला जातो. तेव्हा मूत्रातील क्षार, हार्मोन्स, एन्झाइम्स अँटिबॉडीज, अँटोजिन्स लक्षात घेता व माझ्या संपर्कात आलेले स्वमूत्राने बरे झालेले लोक पाहता, मी इतकंच म्हणेन की, 'हा स्वास्थ्य मिळवण्याचा सर्वांत नजीकचा मार्ग आहे.'

डॉ. जयनारायण जयस्वाल, निसर्गोपचार तज्ज्ञ
कोथरूड, पुणे – २९

'गेली सुमारे १० वर्षे, मी शिवाम्बू चिकित्सा आणि होमिओ औषधांचे संयुक्त व स्वतंत्र उपचार अनेक रुग्णांवर केले असून, त्यांची फलनिष्पत्ती उद्‌बोधक आहे. आधुनिक वैज्ञानिक संशोधनाचे निकष लावून असंख्य रुग्णांवर केलेल्या शास्त्रीय रुग्ण चिकित्सेवरून (Clinical Research) शिवाम्बूची गुणकारिता निःसंशयपणे सिद्ध झाल्याचे आढळलेले आहे.'

डॉ. सी. द. धर्माधिकारी
गोल्ड मेडॅलिस्ट, पुणे - ४११०३२

'मूत्राचा बाह्य वातावरणाशी संबंध येत नसल्यानं निरोगी माणसाच्या मूत्रात जंतू आढळत नाहीत. मूत्रात पाणी व इलेक्ट्रोलाइट्स म्हणजेच प्रोस्टॅटिक फ्ल्यूइड विपुल असतात. त्याचबरोबर शरीराच्या सर्व भागातून येणारी उपयुक्त द्रव्यं वाजवी होताच मूत्रात उतरतात.'

डॉ. के. सी. कुरुविला, M.S.M.D. (अमेरिका)
चीफ नेफ्रॉलॉजिस्ट जसलोक हॉस्पिटल, मुंबई.

'काही विकारांत शरीरास उपयुक्त असणारी घटकद्रव्यं मूत्रपिंडातून मोठ्या प्रमाणात बाहेर टाकली जातात. प्रोटीनपासून तयार होणारा युरिया हा पदार्थही मूत्रात अधिक असतोच. शिवाम्बुपानानं मूत्राच्या प्रमाणात जी वाढ होते ती यूरियामुळेच, शरीरात तयार होणारे हार्मोन्स व क्षार मूत्रपिंड साठवितात व जरूर तेव्हा उपयोगात आणतात; परंतु ही उपयुक्त द्रव्यं साठविण्याची मूत्रपिंडाची ग्रहणशक्ती संपल्यावर ती मूत्रातून बाहेर टाकली जातात.'

डॉ. व्ही. जे. आचार्य,
कॅन्सर सर्जन, मुंबई

या अद्भुत उपचाराच्या सल्ल्यासाठी आमच्याकडे दोनशे ते अडीचशे पत्रं रोज येत असतात. सर्वांच्या अपेक्षेनुसार योग्य मार्गदर्शन दिलं जातं.

हे इथं नमूद करणं मला आवश्यक वाटतं की, ॲलोपॅथिक, आयुर्वेदिक, इत्यादी उपचारांनी बऱ्या न होणाऱ्या रुग्णांनी सरळ, पण विनामूल्य चिकित्सेनं आरोग्य मिळविलं आहे.

पन्नालाल झवेरी (अध्यक्ष)
भारत सेवक समाज, गुजरात
अहमदाबाद : १०-२-७८

◆

आंतरराष्ट्रीय कीर्तीच्या थोर स्वास्थ्य-तज्ज्ञांचे निष्कर्ष

John W. Armstrong (Water of Life, P. 26)

`Urine, on being taken into the body, is filtered; it becomes purer and purer even in the course of one day`s living upon it, Plus tap-water, if required. First, it cleanses, then frees from obstruction and finally rebuilds the vital organs and passages after they have been wasted by the ravages of disease. In fact, it rebuilds not only the lungs, pancreas, liver, brain, heart, etc., but also repairs the linings of brain and bowel and other linings, as has been demonstrated in the case of many `Killing` diseases, such as consumption of the intestines and the worst from of colitis. In short, it accomplishes what fasting merely on water or fruit juices (as some naturopaths advocate) can never achieve.`

डॉक्टर लींड

अॅलोपॅथीमधील सारी औषधं विषरूप असतात. त्यांच्या वापरामुळे शरीरामध्ये विषद्रव्य साठतं व त्याचा पेशींवर अतिशय वाईट परिणाम होतो. त्यांची कार्यान्वित ताकद खच्ची होते. यामुळे एक रोग जाऊन दुसरा तयार होतो.

डॉक्टर बोस्टलिक्स (हिस्ट्री ऑफ मेडिसिनचे तज्ज्ञ)

'औषधोपचाराची प्रवृत्ती नैसर्गिक प्रतिकारशक्तीस नष्ट करते.'

डॉक्टर बिगेल्लो

'औषधांचा रोगावर निसर्गोपचार पद्धतीनं जर इलाज केला गेला, तर पुष्कळसे लोक आजाराच्या त्रासातून वाचू शकतील; मृत्यूच्या दाढेतून सुटका करून घेऊ शकतील.'

डॉक्टर बायलर

'हार्मोन्सचं प्रमाण जरी मूत्रात अगदी सूक्ष्म असलं, तरीसुद्धा तुमचा विश्वास बसणार नाही, इतकी ती प्रभावी असतात. शरीरातील जीवन रसायन क्रियांचं पुष्कळसं नियमन त्यांच्याकडून होत असतं.'

डॉक्टर वॉटसन चेनी (इंग्लंडचे जनरल सर्जन)

'अनेक महत्त्वाच्या प्रश्नांसंबंधी आमचा व्यवसाय शंकापूर्ण समुद्रावर भटकत आहे.'

डॉक्टर मेसन गुड

'युद्ध, महामारी व दुष्काळ यांनी जितके लोक मृत्युमुखी पडतात, त्यापेक्षा जास्त लोक औषधांमुळे मृत्यूची शिकार होतात.'

डॉक्टर कॉजवेल

'जर आधुनिक वैद्यक नष्ट झालं, तर मानवजातीस अपार लाभ होईल.'

एलिस बारकर (शास्त्रज्ञ)

'आपलं शरीर इतर कोणत्याही औषधी द्रव्यांपेक्षा अधिक अद्भुत व परिपूर्ण द्रव्य तयार करतं की, जे शरीरातील विषारी जंतूंचा नाश करू शकतं. हे द्रव्य म्हणजेच दुसरं तिसरं काही नसून 'स्वमूत्र' होय.'

प्रो. जीन रोस्टॅड

मनुष्याच्या शरीरातील रसग्रंथीवर संशोधन करून पाहिलं असता असं सिद्ध झालं की, 'ग्रंथीतून झिरपणारे हॉर्मोन्स जीवनरस शरीरासाठी उत्तम आहार ठरतात, यातील काही भाग मूत्रात उतरत असल्यानं शिवाम्बूलंघन काळात भूक लागत नसून, रोग बरे होतात.'

डॉक्टर अल्बर्ट झेंट गार्गी (नोबेल पारितोषिक विजेते)

'मूत्रात 3-Methyl Glycoczal नावाचा नवीन रसायन द्रव सापडला की, जो कर्करोगाच्या पेशी नष्ट करू शकला.'

डॉक्टर एस. एल. जेमिसन (अमेरिकन शास्त्रज्ञ)

'खाण्याच्या सवयीत बदल न करताही वजन कमी होऊ शकतं. दीर्घ शिवाम्बू उपवासात बेसुमार भूक लागत नाही. शिवाम्बूमध्ये असलेल्या एका विशिष्ट हॉर्मोनमुळेच हे शक्य होतं.'

डॉक्टर केंट (विख्यात अमेरिकन होमिओपॅथ व संशोधक)

'ओळीनं तीन-चार पिढ्यांनी होमिओपॅथीचा अवलंब केला तर क्षय, कॅन्सर, संधिवात, रक्तदाब व मधुमेह इत्यादी आनुवंशिक रोग पुढील पिढ्यांमध्ये येणार नाहीत. शिवाम्बू रोग निवृत्तीचं कार्य या सूक्ष्म तत्त्वावर अधिष्ठित आहे.'

डॉक्टर ट्रॉल

'औषधांनी रोग थांबविणं किंवा दडपून टाकणं म्हणजे मानवानं शरीरप्रकृतीविरुद्ध लढाई करण्यासारखं आहे. रोगोद्भवामुळे शरीरात एक विशिष्ट प्रकारची रोगनिवारक शक्ती (Specific Immunity) तयार होते. त्यामुळे बहुसंख्य विकार आपोआप बरे होतात.'

डॉक्टर हेन्री जी. बायलर, एम. डी.

'अन्न हेच तुमचं उत्तम औषध' नावाच्या ग्रंथात म्हणतात,

(१) जंतू हे रोगाचं प्राथमिक मूळ कारण नाही. शरीरातील टाकाऊ व विषारी द्रव्यांच्या संचयानं रोगनिर्मिती होते.

(२) बहुतेक सर्व विकारांत औषधांचा वापर रुग्णांना घातक ठरतो. काही वेळा औषधं औषधिजन्य रोग निर्माण करतात. औषधी फायदे हे तात्पुरत्या स्वरूपाचे असतात.

(३) पथ्यकर आहाराचा योग्य उपयोग करून जरूर तेव्हा उपवास घडवून रोग बरे करता येतात.

डॉक्टर ए. वॉचमन व डॉ. डी. एस. बर्नस्टेन

हार्वर्ड मेडिकल स्कूल अमेरिका LANCET 1968, valume-I-page 958 या मासिकामध्ये लिहितात, 'मांसाहारामुळे हाडे ठिसूळ व कमजोर होतात. मांसाहारी

लोकांची लघवी तेजाबयुक्त असते. रक्तातील क्षार व तेजाब यांचं प्रमाण संतुलित राखण्यासाठी हाडामधील क्षार रक्तात खेचले जातात व हाडं ठिसूळ व कमजोर बनतात. याउलट शाकाहारी लोकांची लघवी क्षारयुक्त असते. त्यामुळे हाडातील क्षार कमी न होता हाडं मजबूत असतात. ज्याची हाडं ठिसूळ व कमजोर असतील, त्यांनी ताजा भाजीपाला व भरपूर मोड आलेली धान्यं खावीत.'

प्रो. डॉ. न्यूबर्ग (मिशन युनिव्हर्सिटी)

'मांसाहारामध्ये असणारी प्रथिनं अनेक विषारी तत्त्वांनी परिपूर्ण असतात. ज्यामुळे शेवटी शरीराला धोका निर्माण होतो. मांसाहारामुळे धमन्या मोठ्या होतात. शिवाय शरीरात अनेक घातक विषाणू मिसळून जातात. यानं मूत्रमेह व मूत्रपिंडाचे गंभीर रोग होतात. याचा परिणाम म्हणजे संपूर्ण शरीर रोगांचं शिकार बनतं.'

डॉ. टाल्वांट (अमेरिकेतील पोषणविशेषज्ञ)

'मांसाहारामध्ये आतड्यांना व्रण पडतात. कधीकधी हे व्रण कॅन्सरचे रूपही घेऊ शकतात.'

डॉ. एलेग्जेंडर (ब्रिटनचे नामांकित वैज्ञानिक)-

'मांस आणि माशांमध्ये 'यूरिक ॲसिड' नावाचे एक तीक्ष्ण घातक विष असते. जे हृदयरोग, टी. बी., अनिद्रा, फिट, उन्माद रोगांना जन्माला घालते. कारण की, मांसात चरबी आणि कोलॅस्टेरॉलची मात्रा अधिक असते. वाजवी कोलॅस्टेरॉल रक्तवाहिन्यांमध्ये एकत्र गोळा होते व चरबी त्याला एकत्र व्हायला मदत करते.'

डॉ. रॉबर्ट ग्रान्स (अमेरिकन चिकित्सक)

एका अंड्यामध्ये जवळजवळ चार ग्रेन कोलॅस्टेरॉलची मात्रा असते; जे हृदयरोग, रक्तदाब, किडनीचे रोग, मूतखड्याचे रोग अशा रोगांना उत्तेजित करते.

डॉ. बर्नार्ड शॉ (ख्यातनाम नाटककार व तत्त्वज्ञ)

'निरुपद्रवी पशूंचं मांस खाऊन पोटाला कब्रस्तान बनवू नका'

प्रो. जॉन युडकीन (ब्रिटन)

'साखर हे सफेद विष आहे.' 'देअर इज नो फिजिऑलॉजिकल रिक्वायरमेंट फॉर शुगर' म्हणजे माणसाला शरीरशास्त्राच्या दृष्टीने साखरेची काहीच जरुरी नाही. माणूस खात असलेल्या अन्नातून, भाज्या-फळांतून शरीर आवश्यक तेवढी साखर तयार करीत असते. साखरेत कोणतंच जीवनसत्त्व नसतं.

प्रो. इयान मेकलॉइड (गुईस हॉस्पिटल, लंडन)

'साखर जास्त प्रमाणात खाण्यातून हायपोग्लिसेमिया नावाचा एक रोग युरोप, अमेरिकेत सुरू झाला आहे. या रोगात अशक्तपणा असतो. खोटी भूक लागते आणि घाम येतो. काही वेळा अंग कापते. रोगी बेशुद्ध होतो.'

डॉ. गॅहाम (सर्जन, इंग्लंड)

पोटाच्या विकारात व अन्य रोग्यांना दुग्धाहार बंद करताच त्यांची प्रकृती सुधारली. ते अधिक सक्रिय, सहनशील व शक्तिमान झाल्याचं आढळलं.

डॉ. एल. एच. न्यूबर्ग व ऑन बार्बर (मिशनरी युनिव्हर्सिटी)

प्रथिनयुक्त आहारामध्ये दुधानं वजन वाढतं. शरीराचं बाह्य स्वरूप चांगलं दिसलं, तरी आत जो अपाय होतो त्याकडे डोळेझाक करून चालणार नाही. आम्ही उंदरांना दूध व दुधाच्या प्रथिनयुक्त आहारावर ठेवलं, सामान्यत: नेहमीच्या आहारात १५% प्रथिनं असणं हा समतोल आहार समजतात. म्हणून आम्ही २५% प्रथिनयुक्त आहार उंदरांना रोज पुरविला. तेव्हा आम्हाला असं आढळलं की, उंदरांचं वजन वाढत आहे. हालचालींत गडबड वाढली आहे. दीड-दोन वर्षांत एकापाठोपाठ सर्व उंदरांना मूत्रपिंडाचे विकार झालेले आढळले. पुढे तसंच ८०% प्रथिनयुक्त खाद्य जेव्हा पुरवीत राहिलो तेव्हा आकस्मिक हृदय बंद पडून काहींचा मृत्यू झाला, तर काहींच्या किडनीज पूर्णपणे निकामी झाल्या. दुधामुळे मूत्रपिंड, आतडी व हृदय यांवर बोजा वाढला. तेव्हा रोजच्या आहारात १०० ग्रॅमपर्यंत प्रथिनं शारीरिक कष्ट घेणाऱ्यांना पुरेशी असतात व इतरांनी ५० ग्रॅमपर्यंतच प्रथिने घ्यावीत. आवश्यक तेवढ्या उष्मांकाचा आहार घेतला, तर व्यायामाचीसुद्धा आवश्यकता भासणार नाही. प्रौढांना तर ४० ग्रॅम प्रथिनं पुष्कळ आहेत. चौरस आहारात दुधाला स्थान नाही.

◆

शिवाम्बू निसर्गोपचार केंद्र चालवीत असता आलेल्या अनुभवातून काढलेले निष्कर्ष

(१) शिवाम्बूच्या पहिल्या पेल्याबरोबर पातळ स्वच्छ शौच होते, तरीही यानं झालेल्या जुलाबातून अशक्तपणा जाणवत नाही. मात्र भूक जाणवते.

(२) संपूर्ण उपलब्ध शिवाम्बूपान करून लंघन करताना पहिले दोन-तीन दिवस आपण अयोग्य गोष्ट करीत असल्याची खंत राहते. मानसिक व शारीरिकदृष्ट्या थोडी बेचैनी वाटते. भुकेच्या भावना येण्याआधी पाणी भरपूर प्याल्यास भूक लागत नाही.

(३) दोन-तीन दिवसांनंतर प्रत्येक लघवी होताना किंवा दोन-तीन वेळेच्या शिवाम्बूपानानंतर पातळ चिकट, कधी तपकिरी, कधी काळसर कोंबड्याच्या विष्ठेइतके कमीअधिक जुलाब होत राहतात. काहीवेळा केवळ जुलाबाच्या भावना होतात.

(४) काहींना एकसारख्या उलट्या होत असतात. हे रुग्ण खासकरून मलावरोधाचे असतात. काही काळानंतर उलट्या आपोआप थांबतात.

(५) उपोषणाच्या दुसऱ्या-तिसऱ्या दिवशी काहींना उचक्या लागतात.

(६) उचक्या येणाऱ्या रुग्णांना दिवस-रात्र झोप कमी होते. उचक्या आपोआप बंद होतात.

(७) साठी किंवा पन्नाशीच्या आसपास असणाऱ्या सर्वच रुग्णांच्या बाबतीत शिवाम्बूलंघन काळात ग्लानी वाढलेली दिसते.

(८) साठ-सत्तर किलोपेक्षा अधिक वजन असणाऱ्या सर्वच रुग्णांमध्ये रोज एक-दीड किंवा दोन किलो वजन घटल्याचं आढळतं. त्याच्या आतील वजनाच्या म्हणजे अशक्त रुग्णात वजन स्थिर असतं. अगदीच कमी

वजन असलेल्या रुग्णात शिवाम्बूलंघन असूनसुद्धा वजन दहा दिवसांत १/२ किलोनं वाढलेलं आढळतं.

(९) गंभीर रुग्णांमध्ये उपचारपूर्वकाळातील औषधं चार-सहा दिवसांत त्याच्या मात्रा कमी करून मग बंद केली जातात.

(१०) प्रत्येक रुग्ण उपवासाच्या सातव्या दिवशी ताम्रवर्णप्रधान, प्रसन्न व उत्साही दिसतो.

(११) चौथ्या-पाचव्या दिवशी काहींना त्वचेवर केसतोडे किंवा पुरळ उठते; परंतु ते फार काळ टिकत नाही.

(१२) नवीन शिवाम्बुपान करणाऱ्या काहींना सुरुवातीला शिवाम्बुपान करताच पोट थोडं फुगलेलं जाणवतं. मात्र थोडी हालचाल करताच तो त्रास कमी होतो, म्हणून शिवाम्बुपान करताच थोडं फिरणं योग्य आहे.

(१३) शिवाम्बूचा परिणाम महिलांवर विशेषतः नवदांपत्यांवर अधिक झालेला आढळतो. उभयतांनी शिवाम्बू घेण्यामुळे निपुत्रिकांना ४/६ महिन्यांत फलधारणा होताना दिसते.

(१४) सीझरिंग अथवा फोर्सेपची परंपरा असलेल्या गर्भवती महिलांची नैसर्गिक रितीने प्रसूती झालेली आढळते.

(१५) गर्भपात होण्याचा विकार असणाऱ्या महिलेस पहिल्या महिन्याच्या गर्भधारणेपासून शिवाम्बुपान करताच नैसर्गिकपणे दिवस पूर्ण गेले.

(१६) काही महिला केवळ सौंदर्य वाढवण्याकरिता या चिकित्सेमध्ये येतात आणि त्यांना त्याचा फार चांगला अनुभव येतो.

(१७) बाल व वृद्ध हे एकाच प्रकारच्या उपायांनी एकाच वेगानं बरे होताना दिसतात.

(१८) फिट्ससारख्या रोगात रोग बरा होताना फिट्सच्या प्रमाणात कदाचित वाढ होते; परंतु नंतर फिट्स येणं कायमचं थांबतं.

(१९) माझ्याकडे बोटांवर मोजण्यासारखे कॅन्सरचे रुग्ण बरे झाले. या रोगात उपचाराचा परिणाम होत असे; पण तो टिकत नसे, यावर कोठे आपण कमी पडतो, याचा शोध घ्यायला हवा.

(२०) रुग्ण परिवाराकडून व चिकित्सकाकडून रुग्णांना सन्मानानं हाताळले गेल्यास रुग्ण चांगलं सहकार्य देतात व असाध्य रोगातून तेव्हाच मुक्त होताना दिसतात.

(२१) या चिकित्सेचा परिणाम अजमावण्यासाठी जवळ प्रयोगशाळा यंत्रणेची सोय असल्यास ही चिकित्सा अधिक लोकप्रिय होईल.

■

अ. नं.	अनुभव	निष्कर्ष
१.	कोणताही पशू, पक्षी किंवा मानव यांच्या शरीरातील रक्त, मांस, चरबी, मल-मूत्र वगैरेंचा जेव्हा रोग दूर करण्याकडे उपयोग केला जातो, तेव्हा त्या वस्तूला इंग्रजीत ॲटोजिनस असे म्हणतात. म्हणून.....	शिवाम्बू ॲटोजिनस आहे.
२.	जेवणानंतर एक तासानं ॲसिडिटी असलेल्या माणसानं शिवाम्बू घेतल्यास आम्लता कमी झाल्याचा अनुभव येतो. छातीच्या भागातील, घशातील जळजळणं थांबते. म्हणजे ते पित्तनाशक आहे. म्हणून....	शिवाम्बू ॲन्टॅसिड आहे.
३.	जेवणानंतर काही वेळानं शिवाम्बू घेऊन पाणी प्याल्यास चांगल्या ढेकरा येतात. म्हणजे ते चांगलं पाचक आहे. म्हणून...	शिवाम्बू डायजेस्टिव्ह आहे.
४.	अपचन झाल्यावर पोट फुगतं, वारा सरणं, गॅस धरणं यासाठी शिवाम्बू घेतलं, तर गुदद्वारावाटे गॅस सरतो. म्हणून...	शिवाम्बू कारमिनेटिव्ह आहे.
५.	शिवाम्बू घेत राहिल्यावर भरपूर लघवी होते म्हणून....	शिवाम्बू डायरुटिक आहे.
६.	अतिसार, संग्रहणी, डायरिया, आव यासाठी शिवाम्बू दिल्यावर वरील विकार कमी होतात. तसेच मळ बांधला जातो. म्हणून...	ॲन्टीअमेबिक, ॲन्टीडायोरिया, ॲस्ट्रींजन्ट आहे.
७.	सांध्यातील, पोटातील, कमरेतील वगैरे सर्व ठिकाणची दुखणी, वेदना कमी होतात. म्हणून...	ॲन्टीऱ्हुमेटिक आहे.
८.	सायटिका, जांघांपासून पायापर्यंत	शिवाम्बू ॲनॅलजेसिक आहे.

	पसरणाऱ्या वेदना, स्नायू आखडून पेटके (क्रॅम्प्स) येतात, तेव्हा त्यावर शिवाम्बूचे मालिश करून कडक पाण्याने शेकल्यास बरं वाटतं. म्हणून...	
९.	कोणत्याही सुजेवर हळुवार हातांनी शिवाम्बू जिरवल्यास, सुजेवर शिवाम्बूच्या घड्या ठेवल्यास, पोटात घेतल्यास सूज नाहीशी होते. म्हणून...	शिवाम्बू ॲन्टीइन्फ्लमेटरी आहे.
१०.	जखमेतून रक्तस्त्राव होत असल्यास त्यावर शिवाम्बूची घडी दाबून ठेवली असता रक्तस्त्राव थांबतो. म्हणून...	हिमोस्टॅटिक आहे.
११.	शिवाम्बूचा ओलावा व्रण, जखमा, कानातून वाहणारा पू बरा करतो. म्हणजे जंतुघ्न आहे. म्हणून...	ॲन्टीसेप्टीक आहे
१२.	मधमाशी, गांधीलमाशी वगैरे कीटक चावल्यास होणाऱ्या वेदना कमी करते. म्हणून....	शिवाम्बू विषघ्न आहे. ॲन्टीपॉयझनस आहे.
१३.	मधुमेह म्हणजे लघवीतून जाणारी साखर व तदनुषंगाने उद्‌भवणारे गँगरिनसारखे विकार कमी करते. म्हणून...	ॲन्टीडायबेटिक आहे.
१४.	काहींचा शिवाम्बूनं दमा कमी होतो. काहींचा पूर्णपणे थांबला आहे. म्हणून...	ॲन्टीअस्थमेटिक आहे.
१५.	पडसे, खोकला, कमी करते. म्हणून....	ॲन्टीयुझिव्ह, ॲन्टीटसिव्ह आहे.
१६.	शिवाम्बू हाय ब्लडप्रेशर कमी करते. म्हणून...	ॲन्टीहायपरटेन्सिव्ह आहे.
१७.	कमी रक्तदाब, हृदयाला चालना देऊन स्पंदन नियमित करते. म्हणून...	हार्ट स्टीम्युलंट, हार्ट टॉनिक आहे.

१८.	ॲलर्जीने येणारी खरूज, खाज, सूज, पुरळ कमी करते. म्हणून...	शिवाम्बू ॲन्टीॲलर्जीक आहे.
१९.	हृदयविकार कमी करते. इस्किमिक हार्ट डिसिजमध्ये कॉरोनरी रक्तनलिका संकुचित होऊन हृदयाला रक्ताचा पुरवठा कमी झालेला असतो. शिवाम्बू घेतल्याने रक्तनलिका विस्फारित होतात व छातीतून येणाऱ्या वेदना कमी होतात, म्हणून...	शिवाम्बू व्हासोडायलेटर आहे.
२०.	अर्धांगवायू झालेल्या माणसाच्या निर्जीव झालेल्या स्नायूंना शिवाम्बूचं मर्दन झालं असता चैतन्य येतं. म्हणून...	ॲटिपॅरेलिटीचा मसल रिलॅक्संट आहे.
२१.	वृद्धत्व कमी करून यौवन टिकवून ठेवतं. म्हणजे ते कायाकल्प करणारं आहे. म्हणून	रिज्यूव्हिनेटर आहे.
२२.	लहान मूल पोटात कळ करून एकसारखं रडत असता शिवाम्बू पाजल्यावर कळ थांबते. म्हणून...	ॲन्टीकॉलीक व ॲन्डीस्पाजमोडिक आहे.
२३.	लहान मुलांना ताप, पडसं, खोकला शिवाम्बू पाजल्यावर कमी होतो. म्हणून...	शिवाम्बू ॲन्टीपायरिक आहे.
२४.	लहान मुलांना जेव्हा फिट्स येतात, - आपण त्यास बालग्रह म्हणतो- तेव्हा शिवाम्बूचा शास्त्रीय उपयोग केल्यास दूर होतो. म्हणून...	शिवाम्बू ॲन्टीइपिलेप्टीक आहे.

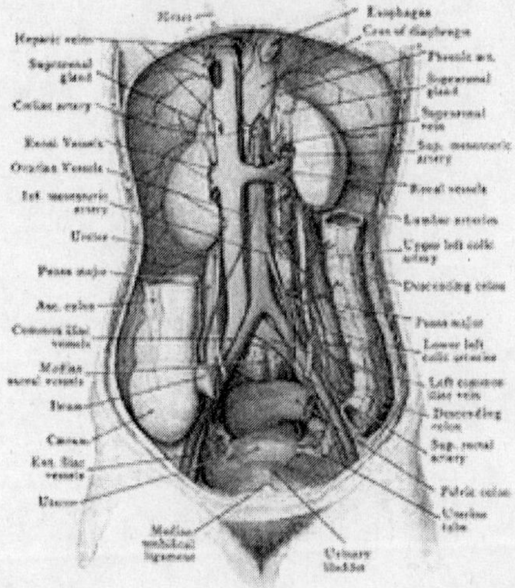

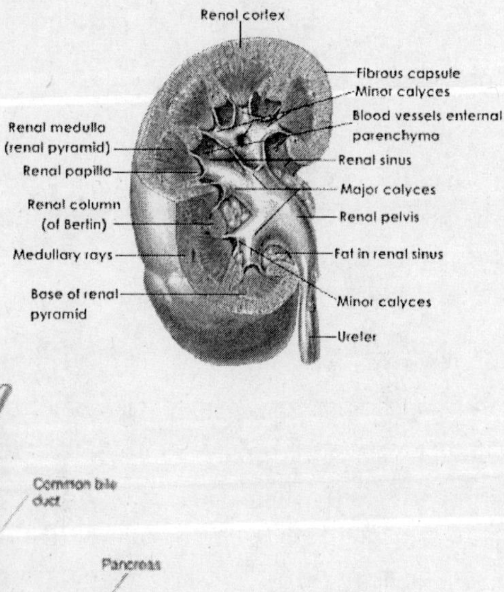
Renal cortex
Fibrous capsule
Minor calyces
Blood vessels enternal
parenchyma
Renal medulla
(renal pyramid)
Renal sinus
Renal papilla
Major calyces
Renal column
(of Bertin)
Renal pelvis
Medullary rays
Fat in renal sinus
Base of renal
pyramid
Minor calyces
Ureler

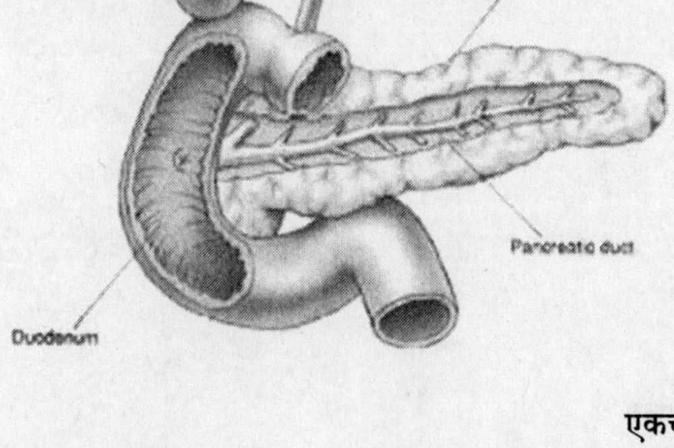
Gall bladder
Common bile
duct
Pancreas
Pancreatic duct
Duodenum

स्वास्थ्यरक्षण व रोगनिर्मूलनासाठी

'आनंदकुंज'

शिवाम्बू योग व निसर्गोपचार आश्रम

'आनंदकुंज' म्हणजे काय आहे?

आनंदकुंज हे एक स्वास्थ्य संकुल आहे. मानवी जीवनासाठी पूरक आणि सहायक अशा विविध उपचारांचा पुष्पगुच्छ अर्थात 'आनंदकुंज' आहे. आनंदकुंज स्वास्थ्यासाठी आणि सत्यासाठी समर्पित जागेचे, टेकडीचे, एका परिसराचे नाव आहे. आनंदकुंजमध्ये आरोग्य सेवा, आरोग्य शिक्षण, आरोग्य संशोधन, स्वास्थ्य जागरण आणि अध्यात्मिक साधना असे विविध उपक्रम राबविले जातात.

'आनंदकुंजचा' अर्थ काय?

'आनंद' जीवन आहे. 'आनंद' जीवनाचे ध्येय आहे, लक्ष्य आहे. मनुष्य जीवनात जे काही करतो, ते आनंदप्राप्तीसाठी करतो. जो सुखदुःखाच्या पलीकडील अनुभव आहे, तोच 'आनंद' आहे. 'कुंज'चा अर्थ आहे विश्रामाचे निश्चित स्थान, मौनाचे श्रद्धास्थान. जिथे प्रत्येक दमूनभागून आलेला खोजी, दुःखी - पीडित, रोगी निःसंकोचपणे विश्राम करू शकेल, आनंद घेऊ शकेल, निर्भय होऊ शकेल, तणावमुक्त होऊ शकेल. आनंदकुंज अर्थात स्वास्थ्य प्राप्तीचे 'स्व'प्राप्तीचे, सर्वांसाठी खुले विश्रामस्थान आहे.

'आनंदकुंज' कुठे वसले आहे?

'आनंदकुंज' कोल्हापूर शहराच्या पश्चिमेला शाहूवाडी तालुक्यात करंजफेण नावाच्या गावात एका निसर्गरम्य टेकडीवर वसले आहे. आनंदकुंजचा ३० एकर

परिसर कासारी नावाच्या नदीजवळ आहे. शुद्ध पाणी, सुंदर-स्वच्छ सूर्यप्रकाश, प्रदूषणमुक्त हवा, नैसर्गिक वनस्पती व पशुपक्ष्यांनी ही जागा सुशोभित आहे. एकाच जागी, एकाच टेकडीवर, एकाच सीमेच्या आत, परिपूर्ण स्वास्थ्य आणि जीवनाचा परमानंद मिळविण्याचे सर्व मार्ग, पद्धती, उपचार, उपाय यांवर संशोधन आणि शिक्षण यांची आदर्श व्यवस्था हीच आनंदकुंजची संकल्पना आहे.

'आनंदकुंज'चे निर्माण आणि संचालन कोण करीत आहे?

आनंदकुंज प्रकल्पाचे निर्माण शिवाम्बू हेल्थ रिसर्च इन्स्टिट्यूट (SHRI) या कोल्हापूरस्थित धर्मादाय संस्थेद्वारा होत आहे. ही निसर्गाला समर्पित लोकांद्वारे चालविली जाणारी संस्था आहे. शिवाम्बू हेल्थ रिसर्च इन्स्टिट्यूट ही एक नॉनप्रॉफिट, धर्मनिरपेक्ष, सेवाभावी संस्था आहे. **SHRI** ही संस्था धर्मादाय अधिनियांतर्गत रजिस्टर्ड आहे.

शिवाम्बू हेल्थ रिसर्च इन्स्टिट्यूटचे उद्देश काय आहेत?

रोगाकडून आरोग्याकडे, मानसिक व्यथा-विकारांकडून मन:शांतीकडे, मन:शांतीकडून आत्मिक उन्नतीकडे, सर्व मार्गांचा, शास्त्रांचा आदर आणि अभ्यास या संस्थेत होत आहे. जे झोपलेले आहेत त्यांना जागा करणे, ग्लानी आणि अज्ञानात राहणाऱ्यांना जागरूक बनविणे आणि जे जागरूक झाले आहेत त्यांना अधिक उन्नत, परिपूर्ण मनुष्य बनविण्यासाठी प्रेरक-सहायक बनणे हेच या संस्थेचे उद्देश आहेत. 'मानवसेवा हीच ईश्वरसेवा आहे' या तत्त्वाचे महत्त्व ज्यांना पटले आहे, अशा समर्पित साधकांचीही संस्था आहे.

शिवाम्बू हेल्थ रिसर्च इन्स्टिट्यूटची स्थापना कुणी केली? आणि या संस्थेचा संक्षिप्त इतिहास काय आहे?

'शिवाम्बू हेल्थ रिसर्च इन्स्टिट्यूट' अर्थात 'श्री'चे विचार, ध्येय आणि कार्याची सुरुवात २५ जून, १९७४ रोजी मा. डॉ. शशी पाटीलजी यांनी कोल्हापूरमध्ये केली. महात्मा गांधी, विनोबा भावे, स्वामी विवेकानंद, मदर तेरेसा, बाबा आमटे यांसारख्या कर्तव्यदक्ष व्यक्तींचे, महात्म्यांचे आचार आणि विचार यांमुळे प्रभावित होऊन 'रुग्णसेवा हीच ईश्वरसेवा आहे' हे ब्रीदवाक्य समोर ठेवून कोल्हापूर शहरात साने गुरुजी वसाहतीत शिवाम्बू, योग आणि निसर्गोपचार केंद्राची सुरुवात केली. त्या वेळी समाजात शिवाम्बू, योग तसेच निसर्गोपचार यांविषयी जागृती नव्हती. तरीही आपले प्रेमळ बोलणे, बहुआयामी व्यक्तिमत्त्वाच्या आधारावर त्यांनी हजारो रोग्यांना व्याधिमुक्त केले. त्यांच्या या कार्यासाठी त्यांना अनेक पुरस्कारांनी सन्मानित केले गेले. १२ डिसेंबर, १९८१ रोजी या केंद्राला जेव्हा भारताचे माजी प्रधानमंत्री स्व. श्री. मोरारजीभाई देसाई यांनी भेट दिली आणि केंद्राच्या कार्याचे कौतुक करून मार्गदर्शन केले, तेव्हा शिवाम्बू, योग आणि निसर्गोपचार क्षेत्रांतील 'एक अग्रणी केंद्र' म्हणून याला सन्मान मिळाला. मा. मोरारजीभाई देसाई हे शिवाम्बू, योग आणि निसर्गोपचारांचे प्रवक्ते होते.

१९९०च्या दरम्यान या केंद्राच्या यशस्वी रोग निर्मूलन कार्याची दखल रुमानियन सरकारने घेतली आणि डॉ. शशी पाटील यांना तिथल्या कॅन्सरग्रस्त रोग्यांवर उपचार करण्यासाठी शासकीय सन्मानाने आमंत्रित केले. आज शिवाम्बू, योग आणि निसर्गोपचार केंद्राचे कार्य आरोग्य क्षेत्रात एक महत्त्वपूर्ण उपक्रम बनला आहे. एका छोट्या परंतु आदर्श अशा शिवाम्बू योग व निसर्गोपचार केंद्राचा विकास नैसर्गिक स्वास्थ्यशास्त्राच्या एका बहुपयोगी विद्यापीठामध्ये करण्याचा या संस्थास्थापकांचा व्यापक दृष्टिकोन आहे.

आज हे केंद्र समाजातील अनेक रोगी व पीडितांसाठी दीपस्तंभ आहे. अनेक रोगी इथे उपचारांसाठी येतात. जिज्ञासू विद्यार्थी इथे विनाऔषध उपचार पद्धतीचे प्रशिक्षण घेण्यासाठी येतात. आज या केंद्रात साऱ्या विश्वातून विद्यार्थी, डॉक्टर्स आणि शास्त्रज्ञ नैसर्गिक पद्धतीने स्वास्थ्यप्राप्ती यावर संशोधन करण्यासाठी, विचारांचे आदान-प्रदान करण्यासाठी, आपला अनुभव सांगण्यासाठी एकत्रित येतात; केंद्राच्या संपर्कात राहतात.

'आनंदकुंज'च्या प्रथम चरणात कोणत्या व्यवस्थेचा शुभारंभ झाला आहे?

आनंदकुंजमध्ये 'शिवाम्बू हेल्थ रिसर्च इन्स्टिट्यूट' विविध प्रकारच्या असाध्य रोगांनी पीडित व्यक्तींवर इलाज करण्यासाठी 'शिवाम्बू, निसर्गोपचार एवं योगाश्रम',

आध्यात्मिक विकास आणि साधना करण्याची इच्छा असणाऱ्यांसाठी उच्चतम अभिव्यक्ती सेवा केंद्र', शिवाम्बू योग व प्राकृतिक चिकित्सा प्रशिक्षणासाठी 'कॉलेज ऑफ नॅचरल हेल्थ सायन्सेस' आणि विनाऔषध आरोग्याच्या सर्व प्राकृतिक प्रणालींवर संशोधनासाठी – 'सेंटर फॉर रिसर्च इन प्रिव्हेंटिव्ह अँड इंटिग्रेटेड मेडिसिन' निर्माण करू इच्छिते. हे ध्येय समोर ठेवून आनंदकुंजचा मास्टर प्लॅन बनविला आहे.

२६ जानेवारी, २००८ या राष्ट्रीय सणाच्या मुहूर्तावर **'श्री केशवलाल आर. शहा शिवाम्बू, निसर्गोपचार एवं योगाश्रम'**च्या प्रथम चरणाचा शुभारंभ झाला आहे आणि इथे व्याधिग्रस्तांवर उपचार करण्याचे कार्य सुरू झाले आहे.

सन २००६ मध्ये आनंदकुंजची ३० एकर जमीन संपादित केल्यावर शिवाम्बूप्रेमींच्या उत्स्फूर्त सहयागाने, स्थानिक लोकांच्या मदतीने, शासकीय अधिकारी यांच्या सहकार्याने रस्ता, पाणी, वीज यांसारख्या पायाभूत सुविधांची व्यवस्था होऊ शकली. आजपर्यंत आनंदकुंजमध्ये स्वागत भवन, विश्वास – कर्मचारी निवास, दर्शन-ध्यान कुटिया, तेरा खोल्यांचे साधना सदन या इमारतींची निर्मिती पूर्ण झाली आहे. या उपलब्ध व्यवस्थेत साठ बेडचा शिवाम्बू निसर्गोपचार व योगाश्रम कार्यरत आहे.

शिवाम्बू, निसर्गोपचार व योगाश्रम काय आहे?

शिवाम्बू योग व निसर्गोपचारांचा एकत्रित उपयोग करणारे हे जगातील एकमेव केंद्र असेल, जिथे निसर्गनियमांना सर्वोच्च स्थान देऊन संशोधनाधिष्ठित मूलगामी, जीवनसापेक्ष दृष्टिकोनातून उपचार केले जातात. आजारी पडण्याअगोदर व आजारी पडल्यानंतर 'शिवाम्बू निसर्गोपचार व योगाश्रम' संपूर्ण स्वास्थ्य मिळविण्याचे निश्चित ठिकाण आहे. या केंद्रात आरोग्याचे बजेट (खर्च) झिरो (शून्य) होईल. या नैसर्गिक जीवनपद्धतीचे प्रशिक्षण दिले जाते. इथे शिवाम्बू, योग, ध्यान आणि निसर्गोपचारांद्वारे सर्व शारीरिक, प्राणिक, मानसिक, भावनिक आणि बौद्धिक स्तरांवर उपचार केले जातात.

शिवाम्बू निसर्गोपचार व योगाश्रमात कोणत्या सुविधा उपलब्ध आहेत?

आजच्या नवीन, मॉडर्न, धकाधकीच्या जीवनात बहुतेक मनोशारीरिक ऑटोइम्युन

आणि इम्युनोडिफिसिअन्सी (रोगप्रतिकारक कमजोरी) रोगांचे प्रमाण वाढत आहे. या सर्व रोगांच्या उत्पत्तीची कारणे ही अनेक प्रकारची आहेत. यासाठी या व्याधींवर बहुविध स्तरांवर इलाज करणे जरुरीचे आहे. आज इंटिग्रेटिव्ह मेडिसिन, होलिस्टिक मेडिसिन (सर्वसमावेशक, सर्वांगीण उपचार पद्धती) हे नवीन विचारप्रवाह उपयुक्त मानले जात आहेत.

'श्री केशवलाल आर. शहा शिवाम्बू निसर्गोपचार व योगाश्रम' हे एक शंभर बेडचे आदर्श आरोग्यमंदिर आहे. जिथे कोणत्याही औषधाशिवाय आरोग्य देणाऱ्या नैसर्गिक उपचार पद्धतींचा वैज्ञानिक रूपात प्रयोग करून त्यांचा उपचारांसाठी एकत्रित उपयोग केला जातो. स्वास्थ्य मिळविण्याच्या या प्रक्रियेत इथला निसर्गही शंभर टक्के उपयुक्त ठरतो. या आरोग्य मंदिरात शिवाम्बू उपचार, योगोपचार आणि निसर्गोपचाराचे अनेक उपचार कक्ष आहेत. जसे हायड्रोथेरपी (जलचिकित्सा), फास्टिंग थेरपी (लंघन चिकित्सा), आहार चिकित्सा, मसाज चिकित्सा, पंचकर्म चिकित्सा, मडथेरपी (माती चिकित्सा) सूर्यकिरण चिकित्सा, भूगर्भ उपचार, चुंबकीय उपचार, ॲक्युप्रेशर, ॲक्युपंक्चर, फिजिओथेरपी, इलेक्ट्रोथेरपी, शियात्सू, ऑर्थोबायोनॉमी, अग्निहोत्र, रेकी, संमोहन चिकित्सा यांसारख्या अनेक नैसर्गिक उपचार पद्धतीचे सर्व प्रकारे सुसज्जित विभाग तयार होत आहे. पेशंटस्ना राहण्यासाठी निरनिराळे वॉर्ड्स, नैसर्गिक वस्तूंचा वापर करून बनविलेल्या पिरॅमिडच्या आकाराच्या झोपड्या बनविल्या जात आहेत आणि नैसर्गिक आहार बनविण्यासाठी अत्याधुनिक सुविधांनी सुसज्ज किचन आणि डायनिंग हॉलही निर्माण होत आहे. योगाभ्यास, प्रार्थना, ध्यानसाधना यांसाठी पिरॅमिडच्या आकाराचे सर्व ऑडिओ-व्हिज्युअल सुविधांनी परिपूर्ण भव्य प्रार्थनामंदिर असेल. रोग्यांसाठी आरोग्यविषयक मार्गदर्शनासाठी विविध पुस्तकांचे ग्रंथालय आणि ऑडिओ-व्हिडीओ लायब्ररी आहे. त्याचबरोबर लॅबोरेटरीही स्वास्थ्यमंदिराला संलग्न आहे.

या केंद्रात शरीरशुद्धी, रोगनिर्मूलन, रोगप्रतिकार शक्तीची वाढ याचबरोबर आरोग्यशिक्षणही दिले जाते. दुपारी सर्व रूम्समधील स्पीकर्समधून सुमधुर संगीताच्या माध्यमातून, गीतांच्या माध्यमातून आणि लेक्चर्सद्वारा आरोग्य आणि अध्यात्माचे शिक्षण दिले जाते. या व्यतिरिक्त या केंद्रात आरोग्यविषयक दुर्मीळ पुस्तकांची लायब्ररी आहे. निवासी उपचारांबरोबरच बाह्यरुग्ण विभागही सतत व्यस्त असतो. या विभागाच्या माध्यमातून अनेक जिज्ञासू व्यक्तींना, रोग्यांना फोनवर,

पत्राद्वारे, ई-मेलद्वारे तसेच प्रत्यक्ष स्वास्थ्य या विषयावर सल्ला व मार्गदर्शन विनामूल्य दिले जाते.

शिवाम्बू निसर्गोपचार व योगाश्रमात उपचारासाठी दाखल होण्याची पद्धत काय आहे?

उपचारासाठी येण्याअगोदर फोनद्वारे अथवा प्रत्यक्षपणे इथे तज्ज्ञ डॉक्टरांशी चर्चा करणे आवश्यक असते. त्यानंतर आपण कोणत्या तारखेला येऊ इच्छिता, याची माहिती आश्रमाच्या व्यवस्थापकीय कार्यालयाशी फोनद्वारे (०२३१-२३२१५६५, २३२१७६६; ०२३२९-२०४०७५, २३३८२८) संपर्क साधून त्यानुसारच आपण आपला प्रवासी कार्यक्रम बनवू शकता.

शिवाम्बू निसर्गोपचार व योगाश्रमामध्ये उपचारासाठी येताना कोणकोणत्या वस्तूंची तयारी असावी लागते?

शिवाम्बू निसर्गोपचार व योगाश्रमामध्ये भरती होण्याआधी या चिकित्सा पद्धतींची संपूर्ण माहिती असणे महत्त्वपूर्ण असते. यामुळे या उपचारासाठी आवश्यक इच्छाशक्ती, मानसिक तयारी आणि स्वत:च्या आरोग्याविषयी जागरूक आणि जबाबदार होण्याची भावना वाढते.

आश्रमात रुग्णाचा आहार, निवास आणि उपचारांची सर्व सुविधा उपलब्ध आहे. निवासासाठी आवश्यक व्यवस्था इथे केली जाते. सोबत सर्व प्रवासी सामान, ऋतुनुसार आवश्यक कपडे, योगाभ्यासासाठी अनुरुप ड्रेस, टॉर्च (बॅटरी) आणणे जरुरीचे असते.

रुग्णासोबत येणाऱ्या व्यक्तीची भोजन आणि निवासाची व्यवस्था आश्रमात अतिरिक्त सेवाशुल्क भरून होऊ शकते. रुग्ण तसेच रुग्णाच्या नातेवाइकांनी स्वत:जवळ मौल्यवान वस्तू वा रक्कम ठेवायची असल्यास ती त्यांनी स्वत:च्या जबाबदारीवर ठेवावी किंवा कार्यालयात सेफ डिपॉझिट करू शकता.

शिवाम्बू निसर्गोपचार व योगाश्रमात उपचारांसाठी किती शुल्क असते?

येथील सर्व व्यवस्था व उपचार सेवाभावनेने केले जातात. हा आश्रम चॅरिटेबल ट्रस्टच्या माध्यमातून चालविला जातो. म्हणूनच येथील व्यवस्थेसाठी स्वीकार केले जाणारे शुल्क अन्य कोणत्याही उपचार पद्धतीमध्ये येणाऱ्या खर्चापेक्षा अत्यल्प आहे. या उपचार पद्धतीत कोणत्याही औषधांचा, गोळ्यांचा वा इंजेक्शनचा वापर केला जात नाही. तर नैसर्गिक गोष्टींचा वापर करून उपचार केल्याने हे सर्व सहज परवडणारे आहे. हे शुल्क आश्रमाच्या स्वयंपूर्णतेसाठी दान स्वरूपात घेतले जाते. गरीब, गरजू रुग्णांसाठी इथे नि:शुल्क उपचारांची सुविधा आहे.

आनंदकुंजला कसे पोचाल?

कोल्हापूर हे पश्चिम महाराष्ट्रातील एक ऐतिहासिक शहर आहे. भारतात कोणत्याही शहरातून कोल्हापूरपर्यंत रस्त्याने, रेल्वेने अथवा विमानाने सहज पोहोचू शकता. उत्तर भारतातून येणाऱ्या रेल्वेगाड्या पुण्याहून येतात; तसेच दक्षिण भारतातून येणाऱ्या गाड्या मिरज किंवा सोलापूर मार्गाने येतात.

बाहेरगावाहून येणाऱ्या साधकांसाठी आनंदकुंजपर्यंत पोहोचण्यासाठी शिवाम्बू भवन, साने गुरुजी वसाहत, कोल्हापूरहून ऑटो रिक्षा तसेच टॅक्सीची व्यवस्था होऊ शकते. अधिक माहितीसाठी खालील पत्त्यावर संपर्क करा :

शिवाम्बू हेल्थ रिसर्च इन्स्टिट्यूट

शिवाम्बू भवन

१३, साने गुरुजी वसाहत, कोल्हापूर – ४१६०१२ (महाराष्ट्र)

आनंदकुंज

(०२३२९) २३३८४१, २३३८२८

मो. ९४२२०४४२६५, ९४२३०४४२१८,

९४२३०४१२६५, ९४०४१३५०११

आनंदकुंज, करंजफेणला कसे पोचाल?

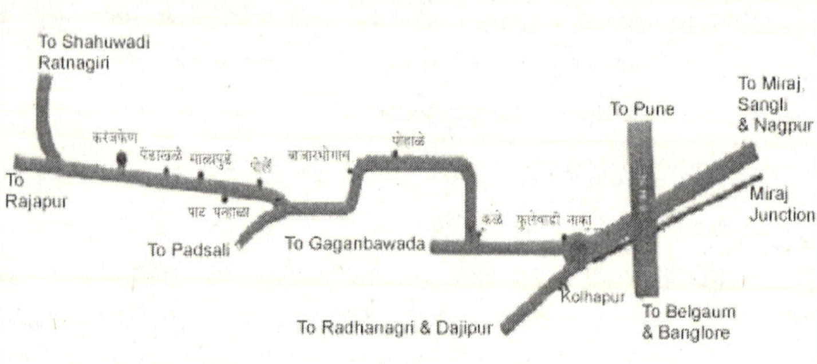

कोल्हापूर – फुलेवाडी नाका – कुडित्रे फॅक्टरी – कळे – पोहाळे – बाजारभोगाव – पोर्ले – माळापुडे – पेंडाखळे – गौळवाडा **– करंजफेण**

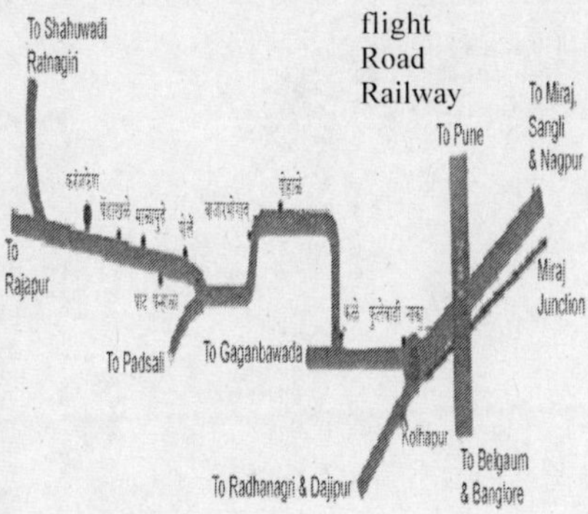

City Office Address
Shivambu Bhavan,
13, Sane Guruji Vasahat,
Vashinaka Road,
Kolhapur-416012
Tel: (0231) 2321565, 2321766

Anandkunj Campus Address
At Post: Karanjphen,
Tal.: Shahuwadi,
Dist.: Kolhapur
(42 Km. from Kolhapur City)

By Air

Mumbai	- Koiliapuv	- King Fisher Deccan Airways

By Road

Mumbai	- Pune	- Kolhapur
Bangalore	- Belgaum	- Kolhapur
Hyderabad	- Solapur	- Kolhapur
Goa	- Sawantwadi	- Kolhapur

You can reach Kolhapur either via pune / sangli / Belgaum / Gaganbawada / Ratnagiri

By Train

Deccan Odyssey	- MTDC Special Train		
Delhi	- H. Nizamuddin	- Miraj	- Kolhapur
Mumbai	- Dadar	- Pune	- Kolhapur
Bangalore City	- Hubli	- Miraj	- Kolhapur
Tirupati	- Guntakal	- Miraj	- Kolhapur
Goa	- Belgaum	- Miraj	- Kolhapur
Gondia	- Nagpur	- Pune	- Kolhapur

Nearest International Airport

Pune	- 240 Km.
Mumbai	- 400 km.

कोठे काय पाहाल?

◆

डॉ. डीन ऑर्निश यांच्या

Program for Reversing Heart Disease चा
भारतीय आविष्कार

हृदयविकार निवारण

(डॉ. जगदीश हिरेमठ उपक्रम)

शुभदा गोगटे

Heart Attack!! हार्ट अटॅक–
हृदयझटका म्हणजे यमदूतानं दारावर केलेली टकटक्, अशी समजूत आजपर्यंत होती; आणि ती फारशी चुकीचीही नव्हती. वेगवेगळ्या दुखण्यांनी किंवा आजारांनी दरवर्षी घडणाऱ्या एकूण मृत्यूंमध्ये हृदयविकारानं मृत्यू पावणाऱ्यांची संख्या सर्वांत जास्त असते. पण आता या यमदूताला दारातच थोपवणं, एवढंच नव्हे, तर चार पावलं मागं पाठवणंही शक्य आहे, असं सांगणारं हे पुस्तक आहे. हृदयविकार कमी करण्यासाठी काय करावं, हृदयरुग्णांची जीवनशैली कशी असावी, हे तर यात आहेच, त्याच्या जोडीला हृदयाला पथ्यकर अशा अनेक पाककृतीही दिलेल्या आहेत.
हृदयविकार कमी होऊ शकतो, हे प्रथम अमेरिकन हृदयतज्ज्ञ डॉ.डीन ऑर्निश यांनी प्रयोगांनी सिद्ध केलं. त्यांच्या कार्यक्रमाशी मिळताजुळता पण भारतीय परिस्थितीत उपयुक्त ठरणारा उपक्रम पुण्यात डॉ. जगदीश हिरेमठ चालवत आहेत. अनेक हृदयरुग्णांनी त्यांच्या या कार्यक्रमाचा लाभ घेतलेला आहे. या दोन्ही तज्ज्ञ डॉक्टरांच्या कार्यक्रमाची माहिती पुस्तकात आहे.

❊❊❊